கிரேஸியைக் கேளுங்கள்

1

கிரேஸி
மோகன்

அறிவே விளக்கு
அல்லயன்ஸ்

அல்லயன்ஸ்

[125 - வது ஆண்டைக் கொண்டாடும் முதல் தமிழ்ப் புத்தக நிறுவனம்]

கிரேஸியைக் கேளுங்கள் - 1

Crazyai Kelungal Vol. 1

உரிமைப் பதிவு

முதற் பதிப்பு : 2025

அட்டை ஓவியம்: கேஷவ்

சித்திரங்கள்: ரோஹினி

ISBN	:	978-93-6358-256-9
Total No. of Pages	:	160 Pages
Laser Typeset	:	Rani Graphics, Chennai - 04
Printing	:	Repro Books Ltd., India

THE ALLIANCE COMPANY

Publishers & Booksellers

Old No. 244, New No. 64, Ramakrishna Mutt Road, Mylapore, Chennai - 600 004.
Tel.: 044 - 2464 1314 | Mob.: 928 928 1314
www. alliancebook.com • email: books@alliancebook.com

சமர்ப்பணம்

திரு.நாகேஷ்

தமிழ் நகைச்சுவையாளர் பட்டியலில் தவிர்க்க முடியாத பெயராக Crazy மோகன் ஆனதன் மூலம் திரு. நாகேஷ். ஆரம்ப காலக்கட்டங்களில் நானும், மோகனும் நாகேஷ் அவர்களின் நடிப்பை, பார்த்து, ரசித்து, அதையே சிந்தித்து, அதைப்பற்றியே பேசி, அவரைப் போல ஆக வேண்டி வந்த எண்ணத்தில் பிறந்ததே Crazy Creations.

திரு. நாகேஷ் போல் இன்னொருவர் இந்தியாவில் இல்லை அவர் நகைச்சுவை நடிகர் மட்டுமல்ல, ஓர் நூலகம். நடிகர், எழுத்தாளர், நகைச்சுவையாளர் என்று ஒவ்வொருவருக்கும் அங்கே கற்க ஏராளம் உண்டு பாமரன் முதல் பண்டிதன் வரை ரசிக்கவும் தாராளமாய் உண்டு.

'Crazy' Thoughts

ஒரு கலைஞன் இல்லாதபோதும் பெருமை தொடரலாம். ஆனால் அப்பெருமை அக்கலைஞன் இருந்தபோது உருவாக்கியது.

அவர் இப்போது இல்லை என்பது என் மனதிற்குள் பதிவாகவில்லை. 'கிரேசிக்கு ஒரு போன் போடலாமே' என்று ஒரு வினாடி சிந்தனை தோன்றி மறைவதும் உண்டு.

என் மனதிலும், என் தொடர்பு எண் பட்டியலிலும் அழியாத, அழிக்க முடியாத சில பெயர்கள் இருக்கின்றன. KB சார், நாகேஷ் சார், அனந்து சார், சந்திரஹாசன்... இப்போ மோகன். இது நட்பையும் தாண்டியது. அவரை மோகனஹாசன் என்றே சொல்லலாம்.

Crazy மோகன் is a simple man. 'இது நான் சொன்னது, இது நான் எழுதினது, இது என்னோடது' என்று அவருக்கு எந்த எண்ணமும் கிடையாது. தான் சிந்தித்தவற்றை, பக்கத்தில்

இருப்பவர்களுக்குக் கொடுப்பதில் அவருக்கு ஒருபோதும் எந்தத் தயக்கமும் இருந்ததே இல்லை. பேனாவைத் திறந்தால் எழுத்து வரும்.

வரும் என்கிற நம்பிக்கை இருப்பவர்களுக்கு மட்டும்தான் அந்தத் துணிச்சல் வரும். அவரிடம் நகைச்சுவை மட்டும்தான் இருந்ததே தவிர, போட்டி, பொறாமை, வீண் வம்பு என்று எதையும் நான் பார்த்தது இல்லை.

அவருடைய craziness ஒரு ஒட்டுவாரொட்டி. எனக்கும் அந்த வியாதி உண்டு. அதை நான் சந்தோஷமாகப் பயன்படுத்திக்கொண்டு இருக்கிறேன்.

மோகன் மாதிரி tangential-ஆக humour யோசிக்கிற ஆள் ‘யாம் அறிந்த இந்தியாவிலே எங்கும் காணோம்.’ இதை பாரதி சொன்ன அதே திமிருடனேயே நானும் சொல்கிறேன்.

நாகேஷ், மௌலி, நான், மோகன் எல்லாம் ஒரு lineage. I definitely think a connecting wire runs between us. என் கதையில், அவர் கதை கொஞ்சம் கலக்காமல் இருக்காது. மோகன் கதையில் மௌலி சார் கதை கலக்காமல் இருக்காது.

இந்தியாவின் பெரிய காமெடி writer Mohan. ஆனால் உள்ளுக் குள் சீரியஸான ஆள். அவரது சீரியஸ் முகத்தை அவர் வெளியே கொண்டுவரவே இல்லை என்கிற என் வருத்தத்துக்கு பதில்தான் அவரோட ‘ரமணாயணம்’.

பொதுவாக சுடுகாடு என்பது முடிவைக் குறிக்கும். ஆனால் St. Mary's இடுகாட்டில் ஆரம்பித்த எங்கள் நட்பு, இன்றும் என்றும் Mohan அவர்களின் நகைச்சுவையைப் போல காலத்தால் அழியாதிருக்கும்.

கமல்ஹாசன்

22.08.2024

வாழ்த்துரை

திரு. கிரேஸி மோகன் அவர்களின் எழுத்தாற்றல் தனி பிரசித்தி உடையது. அவரை சுமார் 33 வருடத்திற்கு முன்பாக எனது நண்பர் திரு இராமநாதன் (பழம்பெரும் கர்நாடக சங்கீத வித்வான் திரு. ராம்நாத் அவர்களின் மகன்) அவர்களால் அறிமுகப்படுத்தப் பட்டேன். திரு. மோகன் அவர்களின் எழுத்தாற்றல், வசனம் என்றும் ஒரு unbelievable humour with profound message. மேலும் அவரது பாணியில் வம்புகளுக்குக் கண்டிப்பாக இடமில்லை. இது யார் மனதையும் புண்படுத்தாத humour. சிறிய குழந்தைகள் முதல் வயதானவர்கள் வரை ஈர்க்கும் இவரது பாணி. திரு. கிரேஸி மோகன் had a very great value system with which he lived, has made him a distinct human being.

Very happy to note that his able brother Mr. Madhu Balaji along with Crazy Creations team are carrying the legacy of Mr. Mohan with young fresh talents, thus keeping his humour and dialogues alive for next generation. This book containing Mohan's work is a great tribute for his contribution.

ரவி அப்பாசாமி

அல்லயன்ஸ்ஸுடன் அல்லயன்ஸ்...

125 வருஷங்களாக இருக்கும் அல்லயன்ஸ் கம்பெனியுடன் எங்களுக்கு ரொம்ப வருஷங்களாகத் தொடர்பு உண்டு. எங்க அப்பா மைலாப்பூர் பிராஞ்ச் இந்தியன் பாங்க்ல அக்கௌண்ட்டண்ட்டா இருந்த காலத்துலேந்தே தொடர்பு உண்டு. அங்கிருந்து நிறைய புஸ்தகங்களை வாங்கி படிச்சிருக்கார்... விரும்பி கேட்டு வாங்கிப் படிப்பார். ஸ்ரீநிவாஸனுடைய அப்பாகிட்டயும், ஸ்ரீநிவாஸன்கிட்டயும் கேட்டு வாங்கிப்பார். ஏன்னா, எங்க அப்பாவுக்கு படிக்கற ஆர்வம் ரொம்ப உண்டு. எங்க அப்பா மாதிரியே மோகனுக்கும் படிக்கற ஆர்வம் இருந்து, அவனும் அல்லயன்ஸ் கம்பெனிலேந்து நிறைய வாங்கி படிப்பான்.

மோகன் எழுத ஆரம்பித்து, ஒரு கட்டத்துல, மைலாப்பூர்ல ஸ்ரீநிவாஸனை சந்திக்கறச்சே எல்லாம், 'சீனு...! நான் உங்க ஆபீஸுக்கு வரேன்... வரேன்...! எங்க டிராமாவ எல்லாம் புஸ்தகமாப் போடணும்' என்று சொல்லிக் கொண்டே இருப்பான். ஸ்ரீநிவாஸன் சாரும் 'வாங்க சார்... வாங்க சார்...'ன்னு சொல்லிக் கொண்டே இருப்பார். சோ சாரும் மோகன் கிட்ட, 'உன் புஸ்தகங்களையெல்லாம் அல்லயன்ஸ் மூலமா கொண்டு வா. பாதுகாப்பா இருக்கும். நாளைக்கு வருங்கால சந்ததியினருக்கு மிகவும் usefulஆ இருக்கும்' என்று ஒரு தடவை சொன்னார்.

இந்த முயற்சி ரொம்ப நாளா நடந்துண்டே இருந்தது. எல்லாத்துக்கும் மேல மோகன் தன்னுடைய 'டைரி'யில எழுதி வெச்சிருந்தான். அதை நான் மோகன் இறந்து போனதுக்கப்புறம்தான் பார்த்தேன். 'என்னுடைய எழுத்துக்கள் அனைத்தும், நாடகங்கள் மட்டுமல்ல, அனைத்து எழுத்துக்களும் அல்லயன்ஸ் கம்பெனி மூலம்தான் வெளிவரவேண்டும்' என்று எழுதியிருந்தான். ஆனால், முன்னாடி நாங்கள் ஓரிரு புத்தகங்களை வேறு சில பதிப்பகங்களுக்குக் கொடுத்திருந்தோம். அதையெல்லாம் கூட, அவர்களிடம் அனுமதி பெற்று, அல்லயன்ஸ் கிட்ட கொடுத்திருக்கேன். என்ன காரணம்னா, என்னுடைய future generation பேரன்... கொள்ளு பேரன்.... இவங்களெல்லாம் மைலாப்பூர்லதான் naturalஆ வாழப் போறாங்க. இல்லை... வேற எங்கயாவது இருந்தாக்கூட, இந்தப் பக்கம் வந்தால், அவங்களுக்கு தாத்தாவோட contributions வேணும்னா அவர்கள்

அல்லயன்ஸுக்குப் போய் வாங்கிக் கொள்ளலாம். ஒரே இடத்துல எல்லாம் இருந்துதுன்னா சௌகரியமா இருக்கும். அதனாலதான் நான் உடனடியாக ஸ்ரீநிவாஸனிடம் தொடர்பு கொண்டு, வேலையைத் துவக்கினோம்.

ஸ்ரீநிவாஸனுடைய மகன் பிரஷாந்த்தான் என்னுடன் co-ordinate பண்ணினார். Excellent person. அதாவது கண்டிப்பா அல்லயன்ஸ் ஒரு 70...80... வருஷங்களுக்கு Solidஆ இருக்கப் போறதுங்கறதுக்கு உதாரணம் பிரஷாந்த். ஒவ்வொரு விஷயத்தையும் கேட்டுக் கேட்டு, அவ்வளவு நன்றாக வேலை செய்கிறான். இது எனக்கு மிகவும் சந்தோஷம். ஏன்னா.. வேலை ரொம்ப speedஆக நடக்கிறது. மோகனுடைய எழுத்துக்கள் அனைத்தும் புஸ்தக வடிவில், அல்லயன்ஸ் மூலம் வெளிவரும்.

சோ அவர்கள் சொன்ன 'ஜோக்' ஒண்ணுதான் ஞாபகத்துக்கு வருது. 'ஜெனரல்லா அல்லயன்ஸ்னாக்கா ஒரு எலக்‌ஷன் வரைக்கும் கூட தாங்காது. நூறு ஆண்டுகள் தாங்கின அல்லயன்ஸ் இந்தியாவிலேயே இது ஒண்ணுதான் இருக்கும்.' சோ சொன்னதையேதான் நானும் சொல்றேன். எங்கள் கிரேஸி மோகன், கிரேஸி கிரியேஷன்ஸ் கூட வந்த அல்லயன்ஸ் காலம் முழுவதும் நீடிக்கும் என்று உறுதியாக சொல்கிறேன்.

மாது பாலாஜி

Thank You...

I thank our sponsors - **Appaswamy Real Estates, iSolve, The India Cements Limited, Leap Sports and Chennai Super Kings** - for having sponsored our stage plays for the past 35 years.

- Maadhu Balaji

I also appreciate the help of Shri. S. L. Nanu, Smt. Uthra Srinivasan and Smt. Shiela Srinivasan in bringing out this book.

மோகனுடன் நான்...

இளமையின் துள்ளலும் அறிவு முதிர்ச்சியின் பக்குவமும்!

கவிஞர் கண்ணதாசன் வாழ்வியல் உண்மைகளை அற்புதமாகத் திரைப்பாடல்களில் பொதிந்து வைத்துப் பாடினார். அவருடைய புகழ்பெற்ற இரு வரிகள் இல்லறத்தின் இலக்கணத்தையே எடுத்துச் சொல்லக் கூடியவை.

'கேள்வி வரும்போது பதில் ஒன்று வேண்டும்,
கேட்க நினைக்காத மனம் ஒன்று வேண்டும்.'

இதுதானே இல்லறத் தத்துவம்? கணவனோ மனைவியோ யார் இன்னொருவரை என்ன கேள்வி கேட்டாலும் அதற்கு நேரடியான ஒரு பதில் வேண்டும். மழுப்பக் கூடாது. அதே நேரம் ஒருவர் மற்றவரைச் சந்தேகப்பட்டுக் கேள்வி கேட்கும் அளவில் இல்லறம் இருக்கக்கூடாது. மற்றவர் எது செய்தாலும் சரியாகத்தான் இருக்கும் என்று, கேள்வி கேட்காமலேயே உணர்கிற நம்பிக்கை பரஸ்பரம் இருக்க வேண்டும்.

இல்லறத்தில் வரும் கேள்விகளை எப்படி எதிர்கொள்ள வேண்டும் என்று எழுதிய கண்ணதாசன் சில திரைப்பாடல்களையே கேள்வி பதில் பாணியில் எழுதியுள்ளார். 'ஒருத்தி ஒருவனை நினைத்துவிட்டால் அந்த உறவுக்குப் பெயர் என்ன?' என்ற பாடல் கேள்வியும் பதிலுமாக அமைந்த பாடல்.

கேள்வி கேளுங்கள் என்கிறது அறிவியல். கேள்வி கேட்டால்தான் அறிவு வளரும் என்கிறது உளவியல். குழந்தைகள் கேள்வி கேட்கும்

போது தடுக்காதீர்கள், அவர்களின் கேள்விகளுக்கு அவர்களுக்குப் புரிகிற மாதிரிப் பொறுமையாக பதில் சொல்லுங்கள் என்கிறார்கள் குழந்தை உளவியல் நிபுணர்கள்.

இல்லறம், வகுப்பறை, நீதிமன்றம் இதெல்லாம் அதிகம் கேள்விகள் கேட்கப்படும் இடங்கள். இவையல்லாமல் அதிகம் கேள்விகளை எதிர்கொள்ளும் ஒரு துறை பத்திரிகைத் துறை!

இன்று கேள்வி-பதில் இல்லாத பத்திரிகைளே இல்லை என்னுமளவு கேள்வி-பதில் பகுதி பத்திரிகைகளை ஆக்கிரமித்துக் கொண்டுள்ளது. ஏறக்குறைய எல்லாப் பத்திரிகைகளும் இரண்டு பக்கங்களையாவது கேள்வி-பதில் பகுதிக்கு ஒதுக்குகின்றன.

இந்தக் கேள்வி-பதில் இலக்கிய மரபு தமிழில், சங்க காலத்திலேயே தொடங்கிவிட்டது என்று தோன்றுகிறது. புறநானூற்றில் பிசிராந்தையார், 'எனக்கு இத்தனை வயதாகியும் ஏன் தலை நரைக்கவில்லை எனக் கேட்பீர்களானால், அந்தக் கேள்விக்கு என் பதில் இதுதான்...' என்று தொடங்கி ஒரு பாடலை எழுதிச் செல்கிறார். ('யாண்டு பலவாக நரையில் ஆகுதல் யாங்கு ஆகியர் என வினவுதிர் ஆயின்...' என்ற கேள்வியோடு தொடங்குகிறது அந்தப் பாட்டு).

இடைக்காலத்தில் இரட்டைப் புலவர்கள் இந்தக் கேள்வி-பதில் மரபை வளர்த்தெடுத்தார்கள். இளஞ்சூரியர், முதுசூரியர் என்ற அவர்கள் இருவருமே மாற்றுத் திறனாளிகள். ஒருவர் பார்வையற்றவர். இன்னொருவர் கால் முடமானவர். பார்வையற்றவர் கால் முடமானவரைத் தோளில் சுமந்து செல்வார். கால் முடமானவர் வழிகாட்ட, பார்வையற்றவர் சிக்கலில்லாமல் நடந்து செல்வார். இவ்விதம் ஊர்ஊராகப் பயணம் செய்து தமிழ் வளர்த்தார்கள் இவர்கள்.

இவர்கள் வெண்பா பாடும் புலவர்கள். நான்கடி வெண்பாவில், ஒருவர் முதல் இரண்டு அடிகளைப் பாட, மற்றவர் அடுத்த இரண்டு அடிகளைப் பாடி வெண்பாவைப் பூர்த்தி செய்வார். இரட்டைப் புலவர்கள் பாடிய வெண்பாக்களின் அழகு என்னவென்றால், பாடப்படும் முதல் இரண்டு அடிகள் கேள்வியாக இருக்கும். இறுதி இரண்டு அடிகள் கேள்விக்கான விடையாக இருக்கும். இப்படிக் கேள்வி பதில் பாணியில் அந்த வெண்பாக்கள் அமைந்து படிப்பவர்களின் உள்ளத்தைக் கொள்ளை கொண்டன.

இலக்கியத்தில் வளர்ச்சி பெற்ற 'கேள்வி-பதில்' மரபு, இன்றைய பத்திரிகைகளில் இடம் பிடித்துக் கொண்டது. முன்னோடி எழுத்தாளர்களான கண்ணதாசன், கி.வா.ஜகந்நாதன், தீபம் நா.பார்த்தசாரதி, தமிழ்வாணன், சாவி போன்ற பலர் வாசகர்களின்

கேள்விகளுக்குத் தங்கள் பத்திரிகைகளில் பதில் சொல்வதை ஒரு வழக்கமாக வைத்திருந்தார்கள்.

தமிழ்வாணன் பதில்கள் புள்ளிவிவரத் தகவல்களைக் கூடக் கொடுத்து, அறிவியல் நோக்கில் அமைந்திருக்கும். கண்ணதாசன் தமிழ்நயம் சொட்டச் சொட்டப் பல இலக்கிய ரீதியான கேள்விகளுக்கு பதில் தந்தார். தமிழர் திருமணத்தில் தாலி உண்டா இல்லையா என்பதுபோன்ற கேள்விகளுக்கெல்லாம் அவர் நீண்ட பதில்களை அளித்தார்.

கி.வா.ஜ. 'விடையவன் விடைகள்' என்ற தலைப்பில் பதிலளித்தார். வெண்பாவில் கேள்வி கேட்டார் வெண்பாவிலேயே பதில் தருவார் அவர். கேள்வி நேரிசை வெண்பாவானால் பதிலுக்கு நேரிசை வெண்பா. கேள்வி இன்னிசை வெண்பாவானால் பதிலுக்கு இன்னிசை வெண்பா!

தீபம் நா. பார்த்தசாரதி 'இலக்கிய மேடை' என்ற தலைப்பில் தீபத்திலும் 'மணிவண்ணன் பதில்கள்' என்ற தலைப்பில் தினமணி கதிரிலும் வாசகர்களின் கேள்விகளுக்கு பதிலளித்தார். அவரிடம் ஒரு பாராட்டத்தக்க பழக்கமும் இருந்தது. அவர் பேசும் கூட்டங்களில் கேள்விகளுக்கான நேரம் ஒதுக்கப்படுவதுண்டு. வாசகர்கள் நேரடியாகவே அவரிடம் கேள்வி கேட்பதுண்டு. அந்தக் கேள்விகளை கேட்பவரின் முகவரியோடு எழுதி வாங்கிக் கொள்வார் அவர். அந்தக் கேள்விகளுக்கு நேரில் மட்டுமல்லாமல், பத்திரிகையிலும் பதில் தந்து விடுவார்.

நா.பா.வின் கேள்வி-பதில்கள் கமலம் சங்கர் என்ற நா.பா. இலக்கிய ஆய்வாளரால் தொகுக்கப்பட்டு இரண்டு நூல்களாகவும் வந்துள்ளன. தமிழ்நயம் செறிந்த அவரது பதில்கள், பழைய இலக்கியம், நவீன இலக்கியம், அரசியல், சுயமுன்னேற்றம் எனப் பல துறைகளைச் சார்ந்து அமைந்திருந்தன.

சிரிக்கச் சிரிக்க பதில் தந்தவர்களில் பிரபல பத்திரிகையாளரான அமரர் சாவிக்கு முதலிடம் உண்டு. இதுவரை பதில் தெரியாதிருக்கும் வகையில் அவர் எழுப்பிய சில கேள்விகளும் உண்டு!

குதிரை, சிங்கம், புலி போன்றவற்றை அப்படியேதானே சொல்கிறோம்? குதிரை மிருகம், சிங்க மிருகம், புலி மிருகம் என்று சொல்வதில்லையே? அதேபோல காண்டா மிருகத்தையும் காண்டா என்று மட்டும்தானே சொல்லவேண்டும்? அதை மட்டும் ஏன் காண்டாமிருகம் என அழைக்கிறோம் என்றொரு கேள்வி கேட்டார் சாவி. இன்றுவரை அந்தக் கேள்விக்கு பதிலைக் காணோம்!

பெண்களின் தலையில் என்ன இருக்கிறது என்ற கேள்விக்கு சாவி தந்த பதில்: 'பூ! இது கூடத் தெரியாதா?' சுருக்கமாக உங்களால் பதில் சொல்ல முடியுமா என்ற கேள்விக்கு மிகச் சுருக்கமாக சாவி தந்த பதில்: 'ம்!'

சில ஆண்டுகள் முன் காலமான தென்கச்சி கோ.சுவாமிநாதனும் கேள்விகளுக்கு பத்திரிகைகளில் பதில் சொல்லிக் கொண்டிருந்தார். நகைச்சுவையோடு குட்டிக் கதைகளையும் பல தகவல்களையும் இணைத்துச் சொல்வது அவர் பாணி. மஞ்சரி மாத இதழ் அவரது கேள்வி-பதில் பகுதியைத் தொடர்ந்து வெளியிட்டு வந்தது.

இன்றும் பற்பல பத்திரிகைகளில் பத்திரிகை ஆசிரியர்களும் பிரமுகர்களும் வாசகர்களின் கேள்விகளுக்கு பதில் சொல்கிறார்கள். கேள்வி-பதில் துறை, இப்போது ஒரு தனி இலக்கிய வகையாகவே வளர்ந்துள்ளது.

இதோ கேள்வி-பதில் துறையை மேலும் வளப்படுத்தும் வகையில் இப்போது கல்கியில் கிரேஸி மோகன் எழுதிய கேள்வி-பதில் பகுதி தொகுக்கப்பட்டு நூலாக வெளிவருகிறது. அவருக்கே உரிய குறும்பும் நகைச்சுவையும் இந்நூலில் தொட்ட இடமெல்லாம் மின்னுகின்றன. மிக நீண்ட பதில்களும் சுருக்கமான பதில்களும் கலந்தே காணப்படுகின்றன. (நீண்ட பதில்களை விடச் சுருக்கமான பதில்களே அதிக சுவாரஸ்யமாக இருக்கின்றன).

அவரது சில எழுத்து வெளிப்பாடுகள் புதிய பாணியில் அமைந் தவை. படிக்க ரசமானவை. கவிஞர் வாலியை, 'கதர் ஜிப்பா அணிந்த கலைவாணி' என்பதும் (பக்.28.), பூதக் கண்ணாடி வைத்து துருவிப் பார்த்தாலும் 'சே' என்று சொல்ல முடியாத ஒரே எழுத்தாளர் 'சோ...' என்பதும் (பக்.35) உதாரணங்கள்.

பல பதில்களில் கிரேஸியின் சொல்லாட்சியில் ரசிக்கத்தக்க சமத் காரத்தை அனுபவிக்க முடிகிறது. எ.கா.:

சமீபத்தில் படித்த புத்தகம்?

நான் படித்த புத்தகங்கள் எல்லாமே சமீபத்தில் படித்ததுதான். எதுக்கு வேலை மெனக்கெட்டு தள்ளி வைத்துப் படித்து கண்ணைக் கெடுத்துக்கணும்? (பக்.28)

உங்கள் வெற்றிக்குப் பின்னால் உள்ள பெண்மணி யார்?

இன்னொருவரின் மனைவி... திருமதி பிரும்மா. (பக்.38)

சொல் சமத்காரத்தில் ஆங்கிலமும் அவருக்குக் கைகொடுக்கிறது.

தலையெழுத்து, கையெழுத்து என்ன சம்பந்தம்?

தலையெழுத்து nature. மாற்ற முடியாதது. கையெழுத்து signature. மாற்றக் கூடாதது. (பக்.81)

FAST FOOD சாப்பிட்டு விட்டு வவுத்துப் போக்கா ஆயிடிச்சு, ஏன்?

தம்பி நீ சாப்பிட்டது PAST FOODனு நினைக்கிறேன். பழையன கழிதல் கேள்விப்பட்டதில்லையா நீ? (பக்.24)

கோஸ்ட் ரைட்டிங் எழுதியதுண்டா?

செத்தாலும் மாட்டேன்! (பக்.24)

வார்த்தை விளையாட்டின் உச்சம் என்று பின்வரும் பதிலைச் சொல்ல வேண்டும்:

டி.வி.யில் விரும்பிப் பார்க்கும் நிகழ்ச்சி?

காலையில் எழுந்தவுடன் பொதிகையில் வேளுக்குடி. அப்பாலதான் காப்பிக்குடி.

சில பதில்கள் மெல்லிய முறுவலை வரவழைக்கும் தன்மையையும் தாண்டி, ஆழ்ந்த சிந்தனையைத் தோற்றுவிக்கின்றன.

விவாகரத்துகளைப் பற்றிப் பேசும்போது விவகாரங்கள் ரத்தானால் விவாகம் ரத்தாகாது என்று எழுதும் இடம். (பக்.23) ஜால்ரா போடுவது, காக்கா பிடிப்பது, பாலிஷ் பண்ணுவது, முகஸ்துதி இவற்றில் எளிதானது எது? என்ற கேள்விக்கு, 'இவையெல்லாவற்றையும் விட கவுரவமானது' 'அம்மா தாயே' என்று பிச்சை எடுப்பதுதான்... என்று எழுதும் இடம் ஆகியவை உதாரணங்கள்.

இப்படி இன்னும் பல எடுத்துக்காட்டுகளைச் சொல்லிக் கொண்டே போனால், அணிந்துரை இன்னொரு நூலாகிவிடும் அபாயம் இருக்கிறது!

நட்பு, பகை இரண்டுமே நமக்கு அருகாமையில்தான் உள்ளன என்று எழுதியுள்ளார் நூலாசிரியர். அது 'அருகில் தான் உள்ளன' என்று இருக்கவேண்டும். அருகாமை என்ற சொல்லுக்குத் தொலைவு என்பதே பொருள். (பக்.63.)

பல பதில்கள் முறுவல் பூக்க வைக்கின்றன. சில பதில்கள் சிந்திக்க வைக்கின்றன. சில பதில்கள் அரிய தகவல்களைத் தருகின்றன.

இந்தப் புத்தகத்தில் உள்ள ஒரே ஒரு பதிலைத் தவிர மற்ற எல்லா பதில்களும் என்னைக் கவர்ந்தன. என்னைக் கவராத அந்த ஒரு பதில்:

ஒரு ஹைக்கூ சொல்லுங்களேன்?

பிரம்ம முகூர்த்தத்தில்
சரஸ்வதியுடன் சாந்தி முகூர்த்தம்
பிறந்தது கவிதை. (பக்.51)

ஆண்தெய்வங்களை நாயகி பாவத்தில் உணர்ந்து எழுதுவதற்கு நம் ஆன்மீக மரபில் அனுமதி உண்டு. பாரதி கண்ணனைக் கண்ணம்மாவாக் கண்டது அதுபோன்றது தான். பெண் தெய்வங்களை நாயகியாகவே கண்டு எழுதுவது நம் மரபில் இல்லை. சரஸ்வதி நம் அன்னையல்லவா?

'கிரேஸியைக் கேளுங்கள்' என்ற இந்நூல் தமிழில் அதிகம் வளராத கேள்வி-பதில் இலக்கியத் துறைக்கு வளம் சேர்க்கும் ஒரு புதிய படைப்பு. இளமையின் துள்ளலும் அறிவு முதிர்ச்சியின் பக்குவமும் ஒருசேரப் பொலியும் ஒரு வித்தியாசமான நூல் இது. தமிழுக்குப் பெருமை சேர்க்கும் வரவு.

திருப்பூர் கிருஷ்ணன்

முன்னுரை

இந்தத் தொடரில் நான் பதில் சொல்ல மிகவும் கஷ்டப்பட்ட கேள்வி... முதல் கேள்வி... கேட்டது கல்கி ஆசிரியர் சீதா ரவி... வாராவாரம் கல்கியில் வாசகர்கள் கேள்விக்கு பதில் சொல்ல முடியுமா...? அன்றிரவு கனவில் நான் மகாபாரத ‘நச்சுப்பொய்கை’ கரையில் நின்று கொண்டிருக்கிறேன்... கீழே தரையில் தருமன் உட்பட பாண்டவர் ஐவரும் மயங்கி மாண்டு கிடக்கின்றனர்...

அப்போது ஒரு அசரீரி குரல் ‘கிரேஸி... ‘யக்ஷ ப்ரச்னம்’ என்றால் என்ன...?’... ‘அது ஒரு தீபாவளி பட்சணம்’ என்று நான் உளற... அப்போது பாண்டவர்கள் சார்பாக என்றும் எதற்கும் மயங்காத பொதிகை வேளுக்குடி கிருஷ்ணன் தோன்றி ‘அட! சமத்தே’ என்பது போல என்னைப் பார்த்து சிரித்துவிட்டு ‘யக்ஷன் என்றால் யக்ஷன்... ப்ரச்னம் என்றால் கேள்வி’ என்று சொல்லிவிட்டு வேய்ங்குழல் கிருஷ்ணனாக மாறி மறைந்து விட்டார்...

அதேசமயம் விக்கிரமாதித்தியன் தோன்றி ‘கிரேசி... கம்ப ராமாயணத்தை எழுதியது யார்...?’ என்று கேட்க... நான் அதற்கு ‘யக்ஷன்’ என்று சொல்ல, விக்கிரமாதித்தன் பட்டி மவனே... கேள்வியிலேயே பதில் இருப்பது தெரியவில்லையா.. கம்பராமாயணத்தை எழுதியது கம்பர் என்று பகர்ந்துவிட்டு அந்த கேள்வியை சாய்ஸ்ல விட்டதா நினச்சுக்கிறேன்...

மணிமேகலையை எழுதியது யார் என்று கேட்டு வேதாளம் போல என் தோளில் குந்தினார்... பளு தாங்காமல் நான் ‘மணி’ என்று பதில் சொல்ல என் தலை ரெண்டாயிரம் சுக்கல்களாக வெடித்தது...

கனவும் கலைந்தது... என் மனைவி என்னை எழுப்பி அந்த வாரக் கல்கியைக் காட்டினாள்... அதில் அடுத்த வாரத்திலிருந்து ‘கிரேசியைக் கேளுங்கள்’ தொடர் ஆரம்பிப்பதாக விளம்பரம்..

அன்று ‘எல்லாம் நல்லபடியாக நடக்க’ நான் கபாலி கோவிலுக்குச் சென்றேன்... அங்கு தனது அமெரிக்க பேரனுடன் வந்த எனது எதிர் வீட்டு அங்கிள் பேரனின் கேள்வியால் ‘பட்’டபாட்டைப் பார்த்தேன்... ஸ்வாமிக்கு அபிஷேகம்... பேரன் தாத்தாவைப் பார்த்து ‘தாத்தா... வாட் ஈஸ் கோயிங் ஆன்’ என்று கேட்க, எ. வீ. தாத்தா ‘காட் ஈஸ் டேகிங் பாத்’ என்று அபிஷேகத்தை ஆங்கிலத்தில் மொழிபெயர்த்தார்...

அடுத்ததாக ஸ்வாமிக்கு அலங்காரம் செய்ய திரை போட்டார்கள்... ஸஸ்பென்ஸ் தாங்காத சிறுவன் ‘தாத்தா... இப்ப வாட் ஈஸ் கோயிங்

ஆன்...?' என்று கேட்க, எ.வீ. தாத்தா 'உம்மாச்சிக்கு டிரஸ் பண்ண றாங்க...' என்று அலங்காரத்தை அரைகுறை ஆங்கிலத்தில் மொழி பெயர்த்தார்...

'என்ன தாத்தா... உம்மாச்சி குளிக்கறதை (அபிஷேகம்) பாக்க அலவ் பண்ணவங்க டிரஸ் (அலங்காரம்) பண்ணிக்கறதை மட்டும் ஏன் பாக்க அலவ் பண்ணல...' என்று கேட்க, மொழிபெயர்த்த எ.வீ.தாத்தா பதில் சொல்ல முடியாமல் என்னைப் பார்த்து முழி பெயர்த்தார்.

விளையாட்டுப் பையன் கேள்விக்கே பதில் சொல்ல முடியாதபோது வாசகர் கேள்விக்கு நான் எப்படி பதில் சொல்லப் போறேங்கறதை நினைத்த எனக்கு அன்று கர்பக்கிரகத்தில் கர்ப்பம் கலங்கியது... ஆழம் தெரியாமல் காலை விட்ட நான் முடவன்... இருந்தாலும் கல்கி என்ற கொம்புத்தேனுக்கு ஆசைப்பட்டேன்.

கல்கி ஒரு போஜ ராஜ சிம்மாசனம்... அதில் உட்கார்ந்தவர்கள் கட்டுத்தறியாக இருந்தாலும் கம்பன், காளிதாசன் போல கவிபாட ஆரம்பித்து விடுவார்கள்... வழக்கமாக பேட்டிகளிலும், நேருக்கு நேர் நிகழ்ச்சிகளிலும் 'கிரேசி... உங்கள் மறுபக்கம் என்னவோ'... என்று கேட்பார்கள்... நான் பரிதாபமாக 'புறமுதுகைக்' காட்டுவேன்... நான் கற்றது கையளவு (அதுவும் என்னை ஊக்குவிக்கும் நண்பர்கள் கையளவு)... கல்லாத உலகளவைக்கு இந்த கேள்வி-பதிலுக்காகக் கற்று, முதுகைக் காட்டாமல் முதன்முறையாக என் ஓரளவு மூளையைக் (ஈசான்ய மூளையில் ஈஷிக்கொண்டிருந்ததை) காட்டினேன்...

கிட்டத்தட்ட மூன்று வருடங்கள் இந்த கேள்வி-பதில், வேள்வி பதிலாக வெற்றிகரமாக நடந்தது என்றால் அதற்கு பிரசுரரித்த கல்கியும் கேள்விகளைப் பிரசவித்த வாசகர்களும்தான் காரணம்... மற்ற காரணங்கள்...

சரித்திரத்தில் நான் தருமி அளவு தரித்திரம்... ஹாய் மதன் ஆக முடியாது... ஜலதோஷ சயனஸ் தெரிந்த அளவு சயன்ஸ் தெரியாது... ஆக சுஜாதா லெவலுக்கு 'ஏன்? எதற்கு? எப்படி?'

பாடறியேன் படிப்பறியேன்... காமெடி கலக்கியம் தெரிந்த அளவுக்கு கருத்தாழமான இலக்கியம் இம்மியும் தெரியாது... சிரிப்பூர் சாக்லேட் கிருஷ்ணனான என்னால் அமுதசுரபி திருப்பூர் கிருஷ்ணனாக ஆவது துர்லபம்... அந்துமணி எதார்த்தம், துக்ளக் சோவின் துல்லியம் இப்படி எந்தப் பக்கம் போனாலும் இடி... எதேச்சையாக என் நண்பன் ச.ரவி சொல்ல 'கண்டேன் கி.வா.ஜவை' ... அவரது கலைமகளில் வெளியான 'விடையவன்பதில்களை காலையும் மாலையும் நாக்கில் வேல் குத்திக் கொண்டு பாராயணம் செய்தேன்...'

அவரது வார்த்தை ஜாலத்தைக் கையாண்டு, நானும் கி.வா.ஜ. (கிரேசி வார்த்தை ஜாலம்) ஆக நப்பாசைப் பட்டேன்... கி.வா.ஜவின் மகன் முருகன் என் பால்ய நண்பன் என்பதால், வேறு வழி இல்லாமல் கி.வா.ஜவின் ஆன்மா 'தொலையறது போ ரீதியில் எனக்கு வழி காட்டியது...'

தமிழ், ஆங்கிலம், இந்தி, லத்தீன், இத்தாலி ஏன் மௌனம் இப்படி எல்லா மொழிகளுமே ஒரு தாய் வயிற்றுப் பிள்ளைகள்... உற்றுப் பார்த்தால் ஜாடை தெரியும்... உரசிப் பார்த்தால் சிலேடை புரியும்... உதாரணம்... சமர்ப்பணம்... SOMEONEக்கு அர்ப்பணமே சமர்ப்பணம்... இந்தக் கேள்வி பதில் வெற்றிக்குக் காரணமான SOMEONE கள் அன்றிலிருந்து இன்று வரை SOMEONE ஆக இருக்கும். எனது புனே நண்பன் சு.ரவியும், திந(தி.நகர்) நண்பன்' என்னைப் போல் ஒருவனாகிய இரா. முருகன்... சுடச்சுட நான் செல்லில் அனுப்பும் கேள்விக்கான பதில்களை ஆற அமர படித்து அப்பிராயமும் தருவார்கள். அழகு படுத்தியும் இருக்கிறார்கள்... இந்தக் கேள்வி பதில்களில் நிறைய வெண்பாக்களைப் பார்க்கலாம்...

புனேவிலிருந்து CELL வழியாக எனக்கு வெண்பா இலக்கணத்தை சொல்லிக் கொடுத்தவன் சு.ரவி... 'நட்புக்கும் உண்டோ அடைக்கும் நாதாங்கி'... நன்றி நண்பர்களே...

எனக்கு வந்த கேள்விகளிலேயே அதிகமாக வந்த கேள்வி 'கிரேசி... உங்களுக்குப் பின் நகைச்சுவையில் உங்கள் வாரிசு, யார்...?' இந்தக் கேள்விக்கு விடை காண, எனது இரண்டாவது மகன் பத்மனாபனிடம், சில கேள்விகளைக் கொடுத்து வேடிக்கைப் பார்ப்பேன்... 'காட்டுக்கு போன ராமரை கொசு கடிக்காதா...?' என்ற வாசகரின் விபரீதக் கேள்விக்கு 'கடித்து மலேரியா பரப்பும் கொசு பெண்கொசு...பெண் கொசு ராமரைக் கடிக்காது... ஏனென்றால் அவர் ஏக-பத்தினி விரதன்' என்ற பதிலைக் கூறி ஜாலிம்லோஷன் தடவிக் கொள்ளும் அளவுக்கு என் மகன் புல்லரிக்க வைத்தான்... 'பெத்தபொழுதில் பெரிதுவக்கும் தந்தை தன் பிள்ளையைஇத்தரைக்கு வாரிசெனும் போது'... குறள் கூறி மகிழும் அளவுக்கு எனக்குக் கிடைத்த போனஸ் இது... 'உன் நன்றி வேண்டாம்... சொத்தில் பாதியை சன்மானமாகக் கொடு' என்கிறான்... வாயுள்ள பிள்ளை...

முகம் தெரியாத ஆனால் முகவரி தெரிந்த, கேள்வி கேட்டு என்னைக் குடைந்த கல்கி வாசகர்கள், போஜ ராஜ சிம்மாசனத்தில் ஏறும் போவது இரு புறமும் இருந்து வினாக்கள் தொடுத்து விழி பிதுங்க வைக்கும் பதுமைகள்... 'கேள்வி கேட்பது கஷ்டமா...? பதில் சொல்வது கஷ்டமா?' என்ற கேள்விக்கு 'யாமறிந்த பதில்களிலே

கேள்வி கேட்பது போல கஷ்டமானது எங்கும் காணோம்' என்பதுதான் என் பதிலாக இருக்கும்...

'சார் என் வயது இருபத்தியெட்டு' என்ற என் நாடகக் கதாநாயகன் மாதுவின் பதிலுக்கு ஏற்ற கேள்வியை நான் ஒரு இரவு முழுக்க முழித்தேன்... 'மாது உனக்கென்ன ஒரு இருவத்தியேழு வயது இருக்குமா...?' என்று மாதுவின் வீட்டுக்காரர் கேட்க, அதற்கு மாது 'கூட ஒண்ணு சேத்துக்குங்க சார்' என்று சொல்ல, பதிலுக்கு வீட்டுக்காரர் 'இருணூத்தியெழுவத்தி ஒண்ணா' என்று கேட்க, அரங்கம் ஜோக்கால் அதிரும்...

தோல் Vயில் 'V. FOR VICTORY' இருப்பது போல கேள்வியில் 'வி' FOR விடை இருக்கிறது... கல்கி வாசகர்கள் கேள்வி வீசகர்கள்... 'கிரேசி நீ பெண்ணாக மாறினால்... கிரேசி நீ காணாமல் போனால்... கிரேசி நீ கடவுளானால்' என்று கேள்விகள் கேட்டு, அதற்கு சமயோசிதமான பதிலை யோசிக்க இல்லாத கந்தை மூளையை கசக்க வைத்து கட்டிக் கொள்ள வைத்து கெட்டிக்காரனாக்கிய கல்கி வாசகர்களுக்கு வடிவே லுவாக ஒரு கேள்வி 'என்ன வச்சு காமெடி கீமடி பண்ணலியே...!'...

வாசகர் தபாலில் வாராவாரம் வழக்கமாக ஒருவராவது இந்தக் கேள்வியைக் கேட்டிருப்பார்கள்... 'உங்கள் நகைச்சுவைக்கு யார் காரணம்...?' 'யார்' என்பதை பொருத்தமாக இந்த முன்னுரையில் முழங்க விரும்புகிறேன்... நான் கும்பிடும் சாமி, நகைச்சுவைக்காக பிரத்தியேகமாக அவதரித்து, அப்புசாமியைப் பெத்த சாமி திரு. பாக்கி யம் ராமசாமி'...

கடவுள் உண்டு என்று சொல்லும் ஆஸ்திகளையும், இல்லை என்று சொல்லும் நாஸ்திகளையும் நகைச்சுவையால் 'உண்டுஇல்லையென்று' ஆக்கும் ஹாஸ்திகன் இவர்...

ஆள் பாதியான எனக்கு அணிந்துரையைக் கட்டிவிட்டு ஆடை பாதி தந்த அந்த ஆயிரங்காலத்து பயிருக்கு இந்த நேற்று முளைத்த நகைச்சுவைப் புல்லின் நன்றி...

பாதி ஆடை தந்தது பாக்கியம் என்றால் அணிந்துரையாக மீதி ஆடை தந்து இந்த புத்தகத்தை மேம்படுத்தியவர் அமுதசுரபி ஆசிரியர் 'திருப்பூர் கிருஷ்ணன்' சார்...

அமுதசுரபியில் வெண்பாக்களில் 'ராமணாயணத்தை' எழுதவைத்து, என்னுள் இருக்கும் கவிஞனை எனக்கே கண்டுபிடித்து காட்டிக் கொடுத்த 'இலக்கிய கொலம்பஸ்'

திருப்பூரார் எனக்கு வழிகாட்டி ஆற்றுப்படுத்தும் பொறுப்பூரார்... அவருக்கும் அடியேனின் நன்றி...

கடைசி கடைசியாக எனக்கு கணினியில் எழுத கற்றுக் கொடுத்த ச.ந.கண்ணனுக்கு நன்றி... போன வாரத்திற்கு அடுத்த வாரம் பதில் அனுப்பும் இந்த லேஸிமோகனை தலையெழுத்தே என்று தாங்கிக் கொண்ட கல்கி ஆசிரியர் குழுவைச் சேர்ந்த கதிர் 'பாரதி, சூர்யாக் களுக்கு', அடுத்த ஜென்மத்தில் ஆழ்வாராகப் பிறந்து 'பல்லாண்டு பாடி' வாழ்த்துகிறேன்... ஒவ்வொரு வாரமும் கல்கியைச் சேர்ந்த 'கண்ணப்பனும் - தாமுவும்' அடுத்தவார விடைகளுக்கான வினாக் களைக் கொண்டு வருவார்கள்... விடைகளுக்காக நான் இல்லாத முடியை பிய்த்துக் கொள்வதை வக்கிரமாக ரசிக்கும் என் வீட்டார் அப்போது 'வினா வேங்கடேசம் வராரே! வராரே!... விடை வேங்கடேசம் தராயோ! தராயோ!' என்று என்னை எழுப்பி சுப்ரபாதம் பாடுவார்கள்... சிரமத்தைப் பார்க்காமல் சீன யாத்திரிகர் 'யுவாங்-சுவாங்' போல வாசகர் கேள்விகளை ஏந்தி வந்த 'கண்ணப்பன்-தாமுவுக்கு நன்றி...

முடிவாக... கல்கி வாசகர்களுக்கு பகவான் ஸ்ரீ ரமண மகரிஷியின் 'நான் யார்' கேள்வியை வைக்கிறேன்... திருப்திகரமான விடை சொல்லும் வாசகருக்கு குருவாயூர் துலாபாரத் தராசில் குந்த வைத்து எடைக்கு எடை என்னையே தருகிறேன் போறுமா...!

க்ரேஸி மோகன்

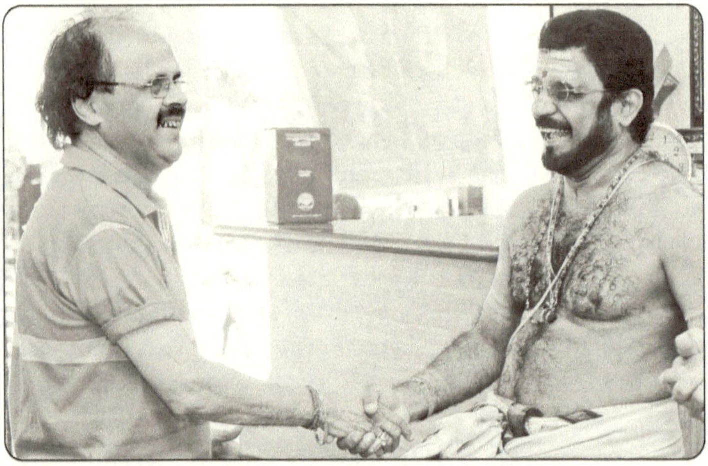

பாலாஜி கிட்ட பேசிட்டேன்

'சீனு! நான் கமலோட டிஸ்கஷன் டிஸ்கஷன்னு ரொம்ப பிஸியா இருக்கேன். ஆனால் பாலாஜி கிட்ட பேசிட்டேன். அவனை 'ஸ்க்ரிப்ட்' எல்லாம் எடுத்துண்டு வந்து உன்கிட்ட கொடுத்திட சொல்லியிருக்கேன்.' நான் எப்போதெல்லாம் மோகனைப் பார்க்கிறேனோ, அப்போதெல்லாம் அவரிடமிருந்து வரக் கூடிய பதில். மயிலாப்பூர் மாட வீதியில் உள்ள வெற்றிலை கடையாகட்டும், விழாவாகட்டும், நாங்கள் இருவரும் இருந்த விழா மேடையாகட்டும், திருமண நிகழ்ச்சியாகட்டும் எங்கு பார்த்தாலும் இதே பதில்தான்.

எனக்கும் மோகனுக்கும் 1992 முதலிலேயே தொடர்பு ஏற்பட்டது. அப்போது நாங்கள் 'சோ' அவர்களின் நாடகங்கள், கதைகள் எல்லாவற்றையும் புத்தகங்களாக வெளியிட ஆரம்பித்தோம். தமிழ் நாடக உலகில் பிரபலமாக இருந்த ஒய்.ஜி. மகேந்திரன், மௌலி, விசு, மெரீனா, எஸ்.வி.சேகர், கிரேஸி மோகன் போன்றவர்களின் நாடகங்களை எல்லாம் புத்தக வடிவில் கொண்டு வர எண்ணி, ஒவ்வொருவராக அவர்களது வீட்டிலேயே சென்று சந்தித்தேன். இவர்களில் சோ, மெரீனா ஆகியோரது நாடகங்களை வெளியிட்டோம். ஆனால், மற்றவர்கள் எல்லாம் அப்போதுதான் நாடகத்தில் வெற்றி பெற்று சினிமாவில் காலடி வைத்து மிகவும் பிஸியாக இருந்தார்கள். அந்த நேரத்தில்தான் எஸ்.வி. சேகரின் நாடகங்கள் எல்லாவற்றையும் ஒரே சமயத்தில், அன்றைய முதல்வர் ஜெயலலிதா வெளியிட்டார்.

சினிமாவில் நுழைந்த நாடக வெற்றியாளர்கள், அப்போது சென்னை தொலைக்காட்சியிலும் மிகவும் பிஸியாக இருந்தார்கள். இந்தச் சமயங்களிலும் மோகனை சந்திக்கும் போதெல்லாம், 'சீனு! பாலாஜி கிட்ட சொல்லிட்டேன்' என்ற பதில்தான். எவ்வளவு பிஸியாக இருந்தாலும் மோகன் நின்று பேசி விட்டுப் போவதோடு, எங்கள் வீட்டு மங்கல நிகழ்ச்சி, எங்கள் நிறுவன புதிய கட்டிட திறப்பு விழா, எங்கள் அலுவலகத்திற்கு ஸ்ரீ காஞ்சி பெரியவர் விஜயம் போன்ற நிகழ்ச்சிகளுக்குத் தவறாமல் வந்து விடுவார்.

ஒரு சமயம் சென்னை புத்தகக் காட்சியில் நான் செயலாளராக இருந்த போது, மோகனை சிறப்புப் பேச்சாளராக அழைத்திருந் தேன். அன்று நல்ல மழை. எல்லோரும் இந்த நிகழ்ச்சி ரத்து ஆகி விடும் என்று எண்ணினர். ஆனால், மோகனுடைய பேச்சைக் கேட்க வந்திருந்த கூட்டத்தைப் பார்த்ததும், குடையை பிடித்துக் கொண்டு, மோகன் மேடையேறி, 'மழை பெரியதாக இருக்கிறது. மழையை விட நீங்கள் அதிகமாக இருக்கிறீர்கள். நீங்கள் பேசச் சொன்னால் நான் பேசுகிறேன்' என்று 'மைக்'ல் பேசியவுடன், கூட்டத்தினரும் குடையுடன் பேச்சை ஆர்வமுடன் கேட்கத் தொடங்கினர். இயற்கை மழையுடன், நகைச்சுவை மழையையும் சேர்த்து அறுசுவை அவியல் போல் மக்கள் ரசித்தனர். மறக்க முடியாத நிகழ்ச்சி இது. மோகனுக்கும் மிகவும் மகிழ்ச்சி.

அங்கேயும் புறப்படும் போது, 'சீனு! பாலாஜிகிட்ட சொல்லிட் டேன்' என்ற பதில்தான். நாட்கள், மாதங்கள், வருடங்கள் ஓடின. மோகனும் சிரித்து, சிரிக்க வைத்து இயற்கை எய்தி விட்டார். பிறகு பாலாஜியை, கபாலி கோயிலில் சந்திப்பேன். நீண்ட நேரம் பேசுவோம், பேசுவோம், பேசிக் கொண்டேயிருப்போம். இப்படியே ஒரு சில வருடங்கள் ஓடின. எல்லாவற்றிற்கும் நேரம் வர வேண்டுமே! இப்போதுதான் வந்தது. அதுவும் சாதாரணமாக இல்லை. பாலாஜி தங்களது நாடக ஸ்க்ரிப்டையெல்லாம் தேடும் போது, மோகன் எழுதிய டைரியை படித்து, உடனே எனக்கு போன் செய்து, 'சீனு! மோகன் தன் டைரியிலேயே, 'என்னுடைய புத்தகங்கள் எல்லாம் அல்லயன்ஸ் கம்பெனியில் தான் வர வேண்டும்' என்று எழுதியிருக்கான் என்று தழுதழுத்துக் கூறினார். டைரி மூலமாக தனது நிலையை தெரிவித்த மோகனுக்கும், அதை என்னிடம் அன்புடன் தெரிவித்த பாலாஜிக்கும் எனது மனமார்ந்த நன்றி. கிரேஸி மோகன் பாலாஜியிடம் பேசி விட்டார்; பாலாஜியும் ஸ்க்ரிப்டையெல்லாம் தந்து விட்டார்; புத்தகங்களும் வந்து விட்டன. வாசகர்கள் எல்லாவற்றையும் வாங்கி ஆதரவு தெரிவிப்பார்கள் என நிச்சயம் நம்புகிறேன்.

அல்லயன்ஸ் ஸ்ரீநிவாஸன்

125வது ஆண்டில்...

தமிழில் நல்ல நூல்களை வெளியிட்டு வரும் அல்லயன்ஸ் ஸ்தாபகர் ஸ்ரீ வி. குப்புஸ்வாமி ஐயரை நான் பாராட்டுகின்றேன்.

- மகாத்மா காந்தி

நீதிகளைக் கற்பிக்கும் சிறுகதைகளையும், புதிய நாடகங்களையும், பல மொழிபெயர்ப்புக்களையும், இன்னும் பல விஷயங்களையும் எளிய அழகிய நடையில் வெளியிட்டுவரும் அல்லயன்ஸாரை நான் பாராட்டுகின்றேன்.

- மகாமகோபாத்தியாய டாக்டர் உ. வே. சுவாமிநாத ஐயர்

தமிழில் பல அழகிய புத்தகங்களை வெளியிட்டுவரும் அல்லயன்ஸாருக்கு நன்றி செலுத்தி அவர்களைத் தமிழ் மக்கள் ஆதரிக்க வேண்டுகின்றேன்.

- சி. ராஜகோபாலாச்சாரி

உலக சிரேஷ்டர்களின் சரிதையை எழுதுவதும் படிப்பதும் நமக்கு நல்லதையே செய்யும். அறிவை ஊட்டுவதற்கு இதுபோன்ற நூல்கள் பேருதவியாக இருக்கும். அல்லயன்ஸ் கம்பெனியாரோ பல பெரியோர்களின் சரித்திரத்தை வெளியிட்டவர்கள். மக்கள் நன்மையைக் கருதி உயர்ந்த நூல்களை வெளியிடும் அல்லயன்ஸ் கம்பெனியாருக்கு தக்க ஆதரவு கிடைக்குமென நம்புகிறேன். வந்தே மாதரம்.

- எஸ். சத்தியமூர்த்தி

இம்மாதிரியான புத்தகங்களை நமது பள்ளிகளில் இருக்கும் மாணவர்களுக்குக் கொடுப்பது அவசியம். இவைகளின் வழியாக நமது இளைஞர்கள் தேச சேவையைச் செவ்வையாகக் கற்றுக் கொள்ளலாம். இதுபோன்ற நூல்களை வெளியிடும் அல்லயன்ஸ் கம்பெனியாருக்கு தமிழ்நாடு என்றும் கடமைப்பட்டுள்ளது.

- முன்னாள் மத்திய மந்திரி டாக்டர் ப. சுப்பராயன்

நம் நாட்டுக்கு ஏற்பட்ட தனிப்பெருஞ் செல்வம் அதற்குக் கிடைத்த தலைவர்கள் என்று சொல்லலாம். வேறு எந்த நாட்டிற்கும் கிடைக்காத தலைமை நமக்கு உண்டு. தக்க சமயம் பார்த்து அல்லயன்ஸ் கம்பெனியார் இதுபோன்ற தேசபக்தர் நூல்களை வெளியிடுவதை நான் பாராட்டுகின்றேன்.

- முன்னாள் முதலமைச்சர் எம். பக்தவத்சலம்

தற்போது அல்லயன்ஸ் கம்பெனியார் தமிழ் உலகத்திற்குத் தந்துள்ள இதுபோன்ற அரிய ஜீவிய சரித்திரம் உண்மையில் நமது நாட்டிற்கு படிப்பினையை பூர்வாங்கமேனும் அடைவதற்குப் பெரிதும் உபயோகமாக இருக்குமென்று நான் நிச்சயமாக நம்புகிறேன்.

- 'ஹிந்து' முன்னாள் ஆசிரியர் ஏ. அரங்கசாமி ஐயங்கார்

தலைவர்களின் வாழ்க்கைச் சரித்திரப் புத்தகங்கள் எந்த இலக்கியத்திலும் ஒரு முக்கிய அம்சமாகும். அல்லயன்ஸ் கம்பெனியார் மற்ற பிரசுரகர்த்தர்களைவிட அதிகமான வாழ்க்கைச் சரித்திரப் புத்தகங்களை வெளியிட்டு, இந்திய சுதந்திரப் போராட்டத்தை இதன் மூலம் ஊக்குவித்தனர்.

- 'தினமணி' முன்னாள் ஆசிரியர் ஏ.என். சிவராமன்

நமது பிற்கால சந்ததிகள் தெரிந்து கொள்ளுவதற்காகத் திறம்பட நமது பெரியோர்களின் சரிதைகளை சரியாக எழுதி வைக்கும் வழக்கம் நமது தேசத்தில் இல்லாமலிருந்து வருவது வருந்தத்தக்கதாகும். இந்தக் குறையைத் திறம்பட போக்கி வரும் அல்லயன்ஸ் கம்பெனியார் நமது பாராட்டுதலுக்கும் நன்றிக்கும் உரியவர்களாகிறார்கள்.

- ஆர்.கே. ஷண்முகம் செட்டியார்

தேச பக்தர்களின் நூல்களை மிகவும் உயர்ந்த முறையில் பிரசுரித்திருக் கிறார்கள்.

- ஆனந்த விகடன்

நல்ல புத்தகங்களை, தகுந்த ஆசிரியர்களைக் கொண்டு எழுதி வெளியிடும் தன்மையில் அல்லயன்ஸ் கம்பெனியார் சிறந்தவர்கள். இத்தகைய பொறுப்பும் பிரயோஜனமுமான வேலையை அல்லயன்ஸ் கம்பெனியார் மேலும் மேற்கொள்வார்களாக.

- குமரன் (பத்திரிகை)

அல்லயன்ஸ் கம்பெனியாரது ஊக்கம் மேன்மேலும் அதிகரிக்கும் வண்ணம் தமிழ் மக்கள் இதுபோன்ற தேசபக்தர்களின் புத்தகங்களுக்கு ஆதரவு அளிப்பார்கள் என நம்புகிறோம்.

- சுதேசமித்திரன்

மிகவும் சொற்ப விலையில் இப்புத்தகத்தை பிரசுரிக்க அல்லயன்ஸ் கம்பெனியார் முன்வந்திருக்கிறபடியால், அவர்களுடைய எதிர்கால தேசிய சேவைக்கு ஊக்கங் கொடுக்கும் விதத்தில், இப்புத்தகத்தைத் தமிழர்கள் ஏராளமாய் வாங்கி ஆதரிப்பார்களென்று நம்புகிறேன்.

- 'தினமணி' முன்னாள் ஆசிரியர் டி.எஸ். சொக்கலிங்கம்

The publishers have done a service to Tamil Nadu by publishing in Tamil the biography of one who was the foremost leader of Indian opinion in modern times - Mahatmaji - whose sacrifices and services in the cause of the country were unprecedented.

- The Hindu

We trust that the students and youth will make the best use of the Publication.

- The Indian Express

No library of modern literature will be complete, it can be safely affirmed, without the excellent books of The Alliance Company.

- The Free Press

The Alliance Co., that enterprising publishers of Madras deserves the thanks of all lovers of Tamil for the service to the language.

- Sunday Times

மயிலை அல்லயன்ஸ் கம்பெனியாரின் வெளியீட்டுத் திறத்தை ஈண்டு விரித்துக் கூறவேண்டியதில்லை. அதை நாடறியும். அவர்களால் வெளியிடப்பெற்ற நூல்கள் தமிழ் நாட்டுக்குப் பலவகைகளிலும் பயன் விளைத்து வருவது கண்கூடு. நாட்டு நலங்கருதி ஒழுங்கு முறையில் உழைக்கும் அவர்களுக்கு நாடு கடமைப்படுவதாக.

- திரு. வி. க.

அல்லயன்ஸார் யாதொரு இடையூற்றையும் பொருட்படுத்தாது சிறிதும் ஊக்கம் குன்றாது நடத்திவரும் இந்த நிறுவனத்தின் மூலம் ஈடு செய்ய முடியாத அளவிற்குத் தமிழிற்குச் செய்திருக்கும் தொண்டு மிகவும் வியந்து பாராட்டுதற்குரியது.

- பெ. நா. அப்புஸ்வாமி

Books Published by Alliance Co., are highly popular books.

- Rt. Hon'ble V. S. Srinivasa Sastri

கிரேஸி மோகன்

எழுதிய நூல்கள்...

அலாவுதீனும் 100 வாட்ஸ் பல்பும்
அன்புள்ள மாதுவிற்கு...!
பிவேர் ஆஃப் மாது
சாக்லேட் கிருஷ்ணா
கிரேஸி கோஸ்ட்
கிரேஸி கிஷ்கிந்தா
கீதா உபதேசம்
கூகுள் கடோத்கஜன்
ஜ்ூராசிக் பேபி
மாது மிரண்டால்
மதில் மேல் மாது
மாது + 2
மேரேஜ் மேட் இன் சலூன்
மீசை ஆனாலும் மனைவி
மிடில் கிளாஸ் மர்டர்
ஒரு பேபியின் டைரிக் குறிப்பு...
ரிடர்ன் ஆஃப் கிரேஸி தீவ்ஸ்
ஸாடிலைட் சாமியார்
ஹனிமூன் கப்பிள்
ஹியர் இஸ் காசி
அய்யா...! அம்மா...! அம்மம்மா...!
கிரேஸியைக் கேளுங்கள் – 1
கிரேஸியைக் கேளுங்கள் – 2
கிரேஸியுடன் சிரியுங்கள் – 1
கிரேஸியுடன் சிரியுங்கள் – 2

கிரேஸியைக் கேளுங்கள் – 1

1. ஆப்பிள் காரணம்!

கே: வழுக்கை நீங்க வழி சொல்லு தலைவா?

ப: ஆரம்பமே வழுக்கையா? ம்.. எப்படி 'முடி'யும்னு பார்க்கலாம். பர்ஸ்ட் ஆஃப் ஆல் நான் 'தலை'வா இல்லை. 'தலை'போ! 'பசு நாக்கால் நக்க பாழும் வழுக்கை போய் புசுபுசு முடி வளருமாமே'ங்கிற வெறுந்தலை சீத்தனார் செய்யுள் படிச்சேன். உடனே எங்க வீட்டுக்குப் பால் ஊத்துற கோனா ரோட பசு மாட்டை ஒரு வாரம் வாடகைக்கு எடுத்து, என் தலை வழுக்கையை விடாம நக்கச் சொன்னேன். வாரக் கடைசியில் கோனார் வந்து என்னைக் கெட்ட வார்த்தையில் திட்டி பசுவை வாய் திறக்கச் சொன்னார். என் தலையெழுத்து பாருங்க, பசு நாக்குல புசுபுசுன்னு முடி.

கே: விவாகரத்துகள் அதிகரிக்கிறதே?

ப: கணவன்-மனைவிக்கு இடையே விவகாரங்கள் ரத்தானால் விவாகம் ரத்தகாது. என் தாத்தா பார்க்க செக்கச் செவேல் என்று ராஜா மாதிரி இருப்பார். என் பாட்டி நிழலுக்கு சேலை கட்டி பொட்டு வைத்தது போல கருப்பாக இருப்பார். ஆனால் அறுபது வருடங்களாக என் தாத்தா தனது ராணியான பாட்டியை நிழல் போல தொடர்ந்தார். சொல்லித் தெரிவதில்லை தாம்பத்யக் கலை.

கே: மருந்து சாப்பிடும்போது குரங்கை நினைக்கலாமா?

ப: மறக்காம நினையுங்க. நாம நினைச்ச குரங்கு அனுமாரா இருந்ததுனா, நாம சாப்பிட்ட மருந்து சஞ்சீவியா மாறும்.

கே: முத்தம் கொடுத்து அறை வாங்கியதுண்டா?

ப: வெளியூர் சென்றிருந்தபோது ஒரு ஹோட்டல் ஓனர் நிர்தாட்சண்யமாக ரூம் கொடுக்க மறுத்தார். அப்போது எதேர்ச்சையாக அங்கு வந்த ஓனரின் பெண்ணை ஓஹோ என்று பாராட்டி ஸாரி கொஞ்சம் ஓவராகக் கட்டிப் பிடித்து முத்தமும் கொடுத்துவிட்டேன். ஈன்றபொழுதில் பெரிது உவந்த ஓனர் முத்தாய்ப்பாக எனக்குத் தங்க அறை கொடுத்தார். என்ன அறை வாங்கிக் கொடுத்த அந்தப் பெண்ணின் வயது ஆறு அல்ல அறுபது. அதற்காக

ஆறிலிருந்து அறுபது வரை முத்தம் கொடுத்து விடாதீர்கள். பிறகு அறை அல்ல முழுசே கிடைக்கும். ஜாக்கிரதை.

கே: நீங்கள் யோகாசனம் பழகுவதுண்டா?

ப: கடந்த இருபது வருடங்களாக நான் பழகும் ஒரே ஆசனம் கமலஹாசனம் மட்டுமே.

கே: இறந்த பிறகு எரிக்கணுமா புதைக்கணுமா?

ப: புதைத்துவிடுவது பெட்டர். வள்ளுவரே அடிச்சு சொல்லியிருக்கிறார். 'அடக்கம் அமரருள் உய்க்கும்'னு. எரிச்சா எங்கு உய்க்குமோ... எதுக்கு ரிஸ்க்கு?

கே: அண்ணே Fast Food சாப்பிட்டு வவுத்து போக்கா ஆயிடுச்சு. ஏன்?

ப: தம்பி நீ சாப்பிட்டது Past foodனு நினைக்கறேன்... பழையன கழிதல் கேள்விபட்டதில்லையா நீ!

கே: அது என்ன மச்சி கணக்கு 36-36-36?

ப: "36-26-36' ஒரு நாள் "Delete' ஆகப் போற ஜியாமெட்ரிகா லட்ஷணம்...

ப: அகத்தின் அழகுதான் அழியாமல் Save ஆகும் சாமுத்ரிகா லட்ஷணம்...

கே: நீங்கள் ரசித்த டயலாக்?

ப: அந்திமக்காலத்தில் ரமண மகரிஷியை காணச் சென்ற அன்பர் ஒருவர் கரிசனமாக 'பகவான்... உடம்பு எப்படி இருக்கு' என்று கேட்க 'நாலு பேர் சுமக்கப் போறதை, நான் ஒருத்தன் சுமந்திண்டிருக்கேன்' என்றார் யதார்த்தமாக.

கே: கிரேஸி, உங்களுக்குத் தெரிஞ்சுருக்கணுமே, தசாவதாரம் எப்பொழுது முடியும்?

ப: கல்கி அவதாரம் எடுத்தவுடன்!

கே: கோஸ்ட் ரைட்டிங் எழுதியதுண்டா? எழுதுவீர்களா?

ப: என்னது, கோஸ்ட் ரைட்டர் நானா? செத்தாலும் மாட்டேன்!

கே: அதென்ன ஸ்டோரி - ஸ்கிரீன் பிளே - டயலாக்?

ப: மைக்கேல் மதன காமராஜன் படத்தில் காமேஸ்வரன் ஒரு குக். இது ஸ்டோரி. சாம்பாரில் தவறுதலாக மீன் விழுந்து காமேஸ்வரனின் திண்டாட்டம் ஸ்கிரீன் பிளே. வாட் டூ யூ மீன், ஐ மீன் வாட் ஐ மீன் என்று காமேஸ்வரனின் வெந்த சாம்பாரில் வேலைப் பாய்ச்சுவது டயலாக்.

கே: செல்போன் தொல்லையா?

ப: இறந்தவர் வீட்டுக்குப் போயிருந்தேன். அவருடைய செல் அடித்தது.

துக்கத்தில் இருந்த உறவுக்காரர் போனை எடுக்க எதிர்தரப்பில் 'அண்ணாச்சி இருக்காரா' என்று கேட்க, இவர் வேத னையுடன் 'இல்லை, போயிட்டார்' எனச் சொல்ல, 'எங்கே போயிருக்கார்' என்று அவர் திருப்பிக் கேட்க, இவர், 'தெரியலையே' என்று அழுதபடி சொல்ல, அந்த ட்யூப்லைட் ஆசாமி விடாமல் தொடர்ந்து, 'அவருக்கு நேத்து மிஸ்டு கால் விட்டேனே' என்று கழுத்தறுக்க, இவர் கடுப்பாகி, 'யோவ் ஆளே மிஸ்டுயா' என்று அலற, அவர் அதையும் புரிந்து கொள்ளாமல், 'சரி நான் மேசேஜ் வேணா அனுப்பட்டுமா' என்று கேட்க, இவர் கொந்தளித்து 'முடிஞ்சா ஹிந்துவுல ஆபிச்சுவரியில் மெஸேஜ் கொடுடா' என்று போனை கட் பண்ண... இந்தக் கூத்தைப் பார்த்து இறந்தவரே லேஸாக சிரித்ததாக எனக்கு ஞாபகம்...

கே: பெண்...?

ப: எங்கே வர்றீங்கனு புரியுது. பெண், ஆணுக்குத் தாழ்ந்தவளும் அல்ல. உயர்ந்தவளும் அல்ல. சமமான வளும் அல்ல. பெண் வேறானவள். ஆணின் வளர்ச்சிக்கு வேரானவள்.

கே: அதென்ன ஆப்பிள் மட்டும் அவ்வளவு ஒஸ்தி?

ப: ஆதாம்-ஏவாளின் 'புலன் ஈர்ப்புக் கும்', நியூட்டனின் 'புவி ஈர்ப்புக்கும்' ஆதாரமே ஆப்பிள்தானே சாமி!

கே: எது இளமை?

ப: முதுமையை விரும்பி ஏற்ற ஔவை இளைஞர்களுக்காகப் பாடி னார் ஆத்திச்சூடி, கொன்றைவேந்தன். இதுதான் இளமை. மற்றதெல்லாம் 'யாயாதி சின்ட்ரோம்'.

கே: கடவுள்... ஆண் பால், பெண் பால். எது சரி?

ப: இரண்டுக்கும் அப்பால்...

கே: ஆண்கள் எப்படி இருக்க வேண்டும்?

ப: போற ரேட்டுல படம் வரைந்து பாகங்களைக் குறிக்கச் சொல்வீங்க போலருக்கே! ஓகே... குணத்தில் பெண்

மீகம் போற்றும் 'ஆண்மீக வாதிகளாக' இருத்தல் அழகு...

கே: எல்லா மண்டையோடுகளும் சிரித்தபடியே தெரிவதைப் பற்றி...?

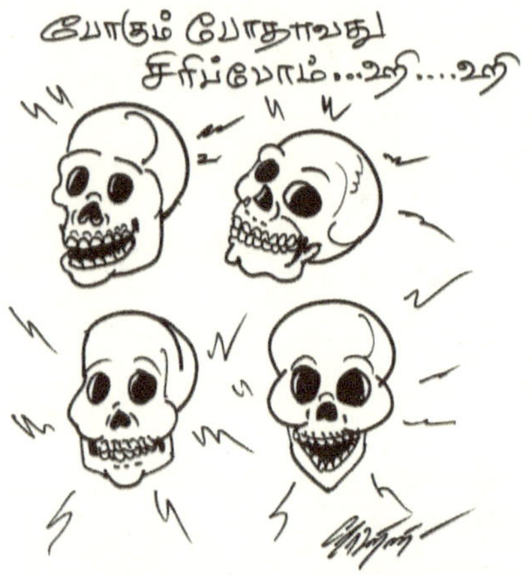

ப: அட, பொறக்கும் போதுதான் அழுதோம்... ஒரு சேஞ்சுக்கு போகும் போதாவது சிரிப்போமேன்னு மண்டை யோட்டுல உறைச்சிருக்கலாம். பிறவிப் பிணி தீர்ந்த சந்தோஷமாகவும் இருக்க லாம்...

கே: " ATTITUDE DETERMINES THE ALTITUDE...'. இதற்கு இணையாக தமிழில் உண்டா?

ப: 'வெள்ளத்தனைய மலர் நீட்டம் மாந்தர்தம் உள்ளத்தனையது உயர்வு' வள்ளுவரின் இந்தக் குறளுக்கு இணை யாக உருவானது தான் உங்கள் ஆங்கிலக் குரல்...

கே: கற்றது கையளவு... கல்லாதது என்ன அளவு கிரேஸி? (கடலளவு கேட்டு அலுத்து விட்டது)

ப: கல்லாததில் கற்கக் கூடியது ராமனாதனின் நம்பிக்'கை' அளவு...

கே: மனைவியிடம் அடி வாங்கி யிருக்கிறீர்களா?

ப: என்ன இது சிதம்பரம் இப்படி மதுரையாகி விட்டது...? முத்துகுமாரா இல்லை மனைவியால் தாக்கப்பட்ட மொத்துகுமாரா...! சார்... பல பொண்ஜாதிங்க புருஷன் சொல்லை வேதவாக்கா எடுத்துக்கும்... நீங்க ஆசைல ஆம்படையாளை செல்லமா 'அடியே அடியேன்னு' கூப்பிட்டு ருப்பீங்க... அவங்களும் உங்க பேச்சை தட்ட வேணாமேன்னு உங்களை தட்டி நொறுக்கிட்டாங்க போலருக்கு... விடுங்க... அடிக்கற கைதான் அணைக் கும்...

கே: மனைவியைக் கண்டு பயப் படுவீர்களா?

ப: In fact... மனைவியைக் காணாத போதுதான் அதிகம் பயப்படுவேன்... பர்சேஸ் என்ற பெயரில் என் பர்ஸை சேஸ் செய்யும் அவள் எந்தக் கடையில் என்ன வாங்கப் போயிருக்கிறாளோ என்பதை நினைக்கையில் எனக்கு கர்ப்பம் கலங்கும்...

2. ஞானம் பெறும் வழி!

கே: நான் ஸ்வீட் எக்கச்சக்கமாக சாப்பிடுவேன்... நிறுத்த வழி சொல் லுங்காணும்?

ப: இதே கேள்வியை ராமகிருஷ்ண

கே: ஐஸ்வர்யாராய் அபிஷேக் பச்சன் கல்யாணத்துக்கு போயிருந்தீர்களா?

ப: இந்த நக்கல்தானே வேணாங்கறது... கல்யாணத்துக்கு சேர்ந்து போகலாம்னு சொல்லிட்டு இப்படி கடைஸி நிமிஷத்துல டபாய்ச்சுட்டீங்களே... ‘பழய விரோதத்தை மனசுல’ வச்சுண்டு இப்படி பழி வாங்கிட்டானே படவா வரதுனு’ அமிதாப் ஹிந்தில கேட்டு தமிழ்ல அவர் உசரத்துக்கு விட்ட கண்ணீர் மழை மாதிரி பெஞ்சு என் தலையை நனைச்சுது தெரியுமா...! பத்தாத குறைக்கு ஜெயா பச்சன் ‘சின்ன வயசு அபிஷேகுக்கு உசரம்னா பயம்... அமிதாப்ஜிக்கு பதிலா சின்ன ஸ்டுல் மாதிரி இருக்கற ‘வரதுஜி’ தான் தோள்ள தூக்கி வளத்தார்’ என்று கட்டுசாத கூடையின் போது எங்கிட்ட மாஞ்சு மாஞ்சு புலம்பிட்டா... என்னை சுத்தி அமீர்கான், சல்மான்கான், ஷாருக் கான்னு கும்பல் வேற... வரது உன்னால எனக்கு ரொம்ப அவமானமா போயிடுத்து தெரியுமா...

பரமஹம்சரிடம் ஒரு பெங்காலி ராமானுஜம் கேட்ட போது ‘ஒரு மாதம் கழித்து வா’ என்றார். அடுத்த மாதம் போனவரிடம் ‘ஸ்வீட் சாப்பிடாதே உடம்புக்கு கெடுதல்’ என்று சொல்ல ‘இதை அப்பவே சொல்லியிருக்கலாமே’ என்றார் கேட்டவர். ‘அப்போது நானும் உன்னைப் போல அதிகம் ஸ்வீட் அதிகம் சாப்பிட்டுக் கொண்டிருந்தேன்... அட்வைஸ் பண்ண அருகதையில்லை’ என்று பதிலளித்தார் பரமஹம்ஸர்... உங்களுக்கு நான் சொல்லும் பதில் ‘அடுத்த ஜன்மத்தில் வாருங்கள்...’

கே: சமஸ்க்ருதம், தமிழ், ஆங்கிலம், ஹிந்தி இதில் எது சிறந்த பாஷை?

ப: இன்றைய தேதிக்கு எல்லோராலும் பாராட்டிப் பேசப்படும் பாஷை ‘மொழி...’

கே: தர்மம் தலை காக்குமா?

ப: ஓஸில யாராவது தர்மமா கொடுத்தாலும் சரி இல்லை நாமே காசு கொடுத்து வாங்கினாலும் சரி... ஓரளவு ‘ஹெல்மெட்’ நம்ம தலையைக் காக்கும்...

கே: TVயில் விரும்பிப் பார்க்கும் நிகழ்ச்சி?

ப: காலையில் எழுந்தவுடன் ‘பொதிகையில்’ வேளுக்குடி... அப்பாலதான் காப்பிகுடி... ஒருவேளை மகாபாரதத்தில் கண்ணனுக்கு பதிலாக ‘வேளுக்குடி கிருஷ்ணன்’ அர்ச்சுனனுக்கு கீதையைக்

கூறியிருந்தால் அதை ஒட்டுக்கேட்டு துரியோதனனே மனம் திருந்தி பாண்டவர்களைக் கட்டித் தழுவி 'நிங்களொடு நூற்றி ஐவரானோம்' என்று கூறியிருப்பான்...

கே: கவிஞர் வாலி பற்றி...

ப: எதுகை இவருக்கு எழுதும் கை... மோனை இவரது பேனா முனை... சந்தம் இவர் கூடப் பிறந்த சொந்தம்... வாலி தமிழைத் தாலாட்டு தூளி... கம்பன் வீட்டுக் கட்டுத்தறி கவிபாடுமென்றால் வாலியின் வெற்றிலைப் பெட்டி வெண்பா, விருத்தம் கூறும்... கதர் ஜிப்பா அணிந்த கலைவாணி... உங்களைக் கவர்ந்த இளைஞர் யாரென்று கேட்டிருந்தால் 'வாலி(பன்)' என்று வாய் நிறைய சொல்லியிருப்பேன்...

கே: எது இலக்கியம்?

ப: ஒரு இலக்கை 'AIM'மாகக் கொண்டு எழுதப்படுவது 'இலக்கியெய்ம்...' மற்றதெல்லாம் பொழுது போக்கு கலக்கியம்...

கே: அதிகாலையில் கண்ட கனவு உங்களுக்கு பலித்திருக்கிறதா?

ப: சாமி எனது நீண்ட நாள் கனவே ஒரு நாளாவது அனைவரும் போற்றும் அந்த அதிகாலையைக் காண வேண்டும் என்பது தான்... உங்க வாய் முகூர்த்தம் கூடிய சீக்கிரம் நான் அதிகாலையில் எழுந்திருப்பது போல கனவும் வந்து அது பலிக்கவும் செய்தால் டிக்கெட் வாங்கி உங்களை 'சிவாஜி' அதிகாலை ஷோவுக்கு அழைத்துப் போகிறேன்...

கே: சமீபத்தில் படித்த புத்தகம்?

ப: நான் படித்த புத்தகங்கள் எல்லாமே சமீபத்தில் படித்தது தான்... எதுக்கு வேலை மெனக்கெட்டு தள்ளி வைத்து படித்து கண்ணைக் கெடுத்துக் கணும்...

கே: வெற்றிகரமான ஆணுக்குப் பின்னால் ஒரு பெண் இருக்கிறாள் என்கிறார்களே... யார் அந்தப் பெண்?

ப: ஆய கலைகளுக்கு அதிபதியான அன்னை சரஸ்வதி...

கே: ஹாலிவுட் படத்தில் நடிக்க கூப்பிட்டா போவீங்களா?

ப: ஸாரி மன்சுக்கப்பா.. ஆஸ்கார்

விருதை வச்சுக்க எங்க வூட்டு அலமாரில இடம் இல்லை கண்ணு... ஹவுஸ் ஃபுல்...

கே: தூக்கத்தில் நான் குறட்டை விடுவேன்.. மனைவி அலுத்துக் கொள்கிறாள்... என்ன செய்ய?

ப: காசிக்குப் போனால் எதையாவது விட வேண்டும் என்பார்கள்... நீங்கள் உங்கள் குறட்டையை காசிக்குப் போய் விடுங்கள்... சென்னையில் இருக்கும் மனைவி காதில் விழாது...

கே: எல்லோரையும சிரிக்க வைக்கும் தங்களை சிரிக்க வைத்தது யார்?

ப: அப்புசாமி தாத்தாவைப் பெத்து அவரை சீதா பாட்டிகிட்ட மாட்ட வச்ச நகைச்சுவையில் பாக்கி வக்காத கொள்ளுத் தாத்தா பாக்கியம் ராமசாமி...

கே: குழந்தைகளை எப்படி வளர்ப்பது?

ப: தள்ளி நின்னு வேடிக்கை பாருங்க.. அதுங்களே தன்னால வளரும்... 'அப்பா புடிக்குமா? இல்ல அம்மா புடிக்குமா?' என்று அச்சுபிச்சு கேள்விகளை கேட்டு குழந்தையை குழப்பாம இருங்க... நீங்க கழுத்தை அறுக்கறீங்களேன்னு அது சில சமயம் 'அப்பா புடிக்கும்'னு சொல்லும்... சில சமயம் 'அம்மா புடிக்கும்'னு சொல்லும்... அதே குழந்தை கிட்ட 'உனக்கு அப்பாவைப் பிடிக்காதா? இல்ல அம்மாவைப் பிடிக்காதான்னு' கேட்டு பாருங்க... கம்முனு இருக்கும்... உங்க பொழுது போக்குல அது பொறந்துருக்கலாம்... ஆனா உங்க பொழுது போக்குக்காக அது பொறக்கல...

கே: கற்பனை வளம் உள்ளவர்களுக்கு நிஜம் ஞாபகம் இருக்குமா?

ப: வளமான கற்பனை நிஜமுமல்ல... பொய்யுமல்ல... நாளைய நிஜத்திற்காக ஏங்கும் இன்றைய நல்ல பொய்... 'காசி நகர்ப் புலவர் பேசுமுரை தான் காஞ்சியிற் கேட்பதற்கோர் கருவி செய்வோம்' என்ற பாரதியாரின் வளமான கற்பனை நிஜமாகி இன்று நாம் 'செல்ஃபோன்' வைத்தபடி வளைய வருகிறோம்...

மேலும் 'இடைஇடாது அணுக்களெலாம் சுழலுமென இயல் நூலார் இயம்பக் கேட்போம்' என்று 'sub atomic particle' 'ஸ்பின்' பற்றிப்பாடிய பாரதியார் நிஜத்தைக் கற்பனையில் கண்ட விஞ்ஞான 'தீர்க்கதரிசி...'

கே: தொட்டில் பழக்கம் சுடுகாடு வரை. கட்டில் பழக்கம்...?

ப: இதுவும் சுடுகாடு வரைதான்... மற்றவர்களுக்கு வேண்டுமானால் துக்கம்... நமக்கு நிம்மதியான நீண்ட தூக்கம்...

கே: வாய்விட்டுச் சிரித்தால் நோய்

விட்டுப் போகும் என்பது உண்மையா, பொய்யா?

ப: அறுவை சிகிச்சையின் போது வலி தெரியாமல் இருக்க அளிக்கும் 'அனஸ்தீஷியா' போன்றது நகைச்சுவை... எந்தவித பக்க விளைவும் இல்லாத சர்வரோக வலி நிவாரணி... வலி மறக்கும் அளவுக்கு வாய் விட்டு சிரித்தபடி வைத்தியரிடம் செல்ல நோய் விட்டுப் போகும்... டென்ஷனாக நகச்சுவையை கடித்தபடி இருப்பவர்கள் நகைச்சுவையை நாடினால் அவர்கள் நோயும் விட்டுப் போகும்... என் நாடக 'டிக்கெட்டும்' வித்துப் போகும்...

கே: ஞானம் பெற என்ன வழி?

ப: ஞானம் பெற வழிதானே... 'ஷார்ட்கட்' சொல்கிறேன்... மைலாப்பூரிலிருந்து நந்தனம் வழியாக வெங்கட் ரமணா சாலை தாண்டி மாம்பலம் பாண்டிபஜாருக்கு 'பீக்ஹவரில்' மனைவியோடு புடவை வாங்க காரில் செல்லுங்கள்... 'டிராஃபிக் ஜாமில்' விரக்தி வரும்... மனைவி புடவை 'செலெக்ட்' செய்ய எடுத்துக் கொள்ளும் நேரத்தில் வைராக்கியம் வரும்.. புடவை விலையைப் பார்த்த 'ஷாக்கில்' எல்லாம் மாயை என்ற ரீதியில் ஞானம் என்ன, புத்தரின் நிர்வாணமே அடைவீர்கள்...

கே: காவேரி தாயை ஒரே சமமா பங்கு போட வழி என்ன?

ப: சாலப் பரிந்தூட்டும் அன்னையின் பாச(ன)த்திற்கு அணை போடாமல் இருந்தால் சரி...

கே: பட்டிமன்ற நடுவர், அழகிப் போட்டி நடுவர் இருவருக்கும் என்ன வேறுபாடு?

பட்டிமன்றத்தில் 'சொல்லுக்கு' தீர்ப்பு... அழகிப் போட்டியில் 'ஜொள்ளுக்கு' மார்க்கு... அழகிப் போட்டியே சரியா? தவறா? என்று பட்டிமன்றம் வைத்தால் என்ன செய்வீர்கள் என்று 'மல்லுக்கு' வராமல் இருந்தால் சரி....

கே: மச்சினிச்சியை சைட் அடிக்கலாமா?

ப: என்னமோ 'மசால் தோசை சாப்பிடலாமா' மாதிரி கூலா கேக்கறிங்க... பாத்து பெரியசாமி... தேளூர் மனைவி காதுல விழுந்து கிழுந்து வச்சுது, கொட்டிடுவாங்க...

கே: பெண் பேய் இருப்பதைப் போல் ஆண் பேய் இருக்கிறதா?

ப: இருக்கும் போதுதான் 'ஆண்' 'பெண்...' இறந்த பிறகு "None...' அலைபவர்கள் எல்லோருமே பேய்தான்... ஆண்டவன் பின் அலைந்தால் பேய் ஆழ்வார்... கண்டவன் பின் அலைந்தால் போய் எங்கினாச்சும் வீழ்வார்...

3. விடை சொல்ல முடியாத வினா!

கே: கடவுள் உங்கள் முன் தோன்றினால் என்ன வரம் கேட்பீர்கள்?

ப: நீண்ட நாள் தவம் செய்தால்தான்

கே: உங்கள் சொத்து என்று நீங்கள் கருதுவது எது...?

ப: ஆருயிர் கூட அல்ல; எனக்கு ஆறாயிரம் உயிர்த் தோழனான எனது பால்ய நண்பன் 'சு. ரவியின்' நட்பு... நம்மாழ்வார் கூறும் 'கிளரொளி இளமை' கெடுவதற்கு முன்பே என்னைத் தடுத்தாண்டு... என்னை கம்பன், காளிதாச னோடு கைக்குலுக்க வைத்து... ரவிவர்மாவின் வர்ணங்களை என் ரத்தத்தில் ஓட வைத்து... இளமையில் கல்லாக இருந்த என்னை இன்று சிலையாக மாற்றிய சிற்பி சு. ரவி... சித்திரமும் கைப்பழக்கம் செந்தமிழும் நாப்பழக்கம் என்றால்... சித்திரம், செந்தமிழ் இரண்டுமே எனக்கு ரகஸ்ய-ஸ்னேகிதன் 'ரவி'ப் பழக்கம்... எனக்கு 'கோஸ்ட்-ரைட்டர்' கிடையாது... ஆனால் என்னை எழுத வைக்கும் 'ஏஞ்சல்-ரைட்டர்' சு.ரவிதான்... கட்டை விரல் கேட்காத இந்த துரோணன்தான் எனக்கு இன்று சோத்தைப் போடும் சொத்து...

ஆண்டவன் வருவார்... அதற்குள் தாடி, மீசை எக்கச்சக்கமாக வளர்ந்திருக்கும்... SO அரிப்பு தாங்காமல் கடவுளிடம் என்னையும் அறியாமல் நான் கேட்கும் முதல் வரம் சவரம்...

கே: சிரிக்காதவர்களை 'உ.மூ'. அதாவது 'உம்மணா மூஞ்சிகள்' என்கிறோம்...சிரிப்பவர்களை...?

ப: 'உ.பி.' என்று சொல்லலாம்... அதாவது 'சி.மு.'வில் 'உ.மு...' 'சி.பி'யில் 'உ.பி...' மறுபடியும் அதாவது 'சிரிப்பதற்கு முன்' 'உம்மணா மூஞ்சி...' 'சிரித்த பின்' உற்சாகப் பிரியன்...

கே: கிரேஸியைக் கவர்ந்த பொன்மொழி...?

ப: 'மின்னுவதெல்லாம் பொன்னல்ல...'

கே: பெண்களை நிலவோடு ஒப்பிடுவது ஏன்...?

ப: பொதுவாக பெண்கள் உணர்வு பூர்ணமானவர்கள்... சின்ன வருத்தத்திற்குக் கூட அவர்கள் முகம் 'அம்மா வாசை'யாக இருண்டு விடும்... அதே போல எளிமையான சந்தோஷத்தில் 'பௌர்ணமி'யாக பிரகாசிப்பார்கள்...

கே: காதல் சைவமா? அசைவமா...?

ப: காதலிக்காக கொலைப் பட்டினியோடு காத்திருக்கும் 'ஏகாதஸி விரதம்...'

கே: ''நாற்பது வயதில் நாய் குணம்'

என்று ஏன் சொல்லப்படுகிறது...?

ப: ஜாக்கிரதை நாற்பது வயதாகி விட்டது... இனி நீங்கள் உப்பைக் குறைக்கணும், சர்க்கரையைக் குறைக் கணும், சோத்தைக் குறைக்கணும், சுக போகங்களைக் குறைக்கணும் என்று டாக்டர் நம்மை நோய் வராமல் தடுக்க குறைக்கச் சொல்லுவார்.. நாம் நமது வசதிக்காக குறைத்தலில் உள்ள பெரிய 'ற'வை சின்ன'ர'வாக்கி... நோயை நாய்' ஆக்கிவிட்டோம்... வைத்தியர் சொல் படி உப்பு, சர்க்கரை இத்யாதிகளைக் குறைத்தால் 'நாற்பது வயதில் நோய் குணம்' ஆகும்...

கே: குழந்தையின் பொக்கை வாய் சிரிப்பு... முதியவரின் பொக்கை வாய் சிரிப்பு... உம்மைக் கவர்ந்த சிரிப்பு எது?

ப: வாசல் திண்ணையில் பொ.வா. பேரனோடு அமர்ந்திருக்கும் பொ.வா தாத்தா வானில் பறக்கும் 'ஏரோப்பி ளேனைக்' காட்டி 'அயோ போயுயு பாயு அயுயான் ஏயோபேன்' என்று பொ. வாயால் குழற... எண்பது வயதான தாத்தா தன்னைப் போல மழலையில் பேசுவது கண்டு அடக்கமுடியாமல் சிரிக்கும் பேரக் குழந்தையின் பொக்கை வாய் நக்கல் சிரிப்பு...

கே: அம்மா செல்லமா? ஆத்துக்காரி செல்லமா...?'

ப: அம்மா பத்மாஸினி என்கிற பத்மா... ஆத்துக்காரி நளினி என்கிற ராஜலஷ்மி.. எங்க வூட்ல 'செல்லம்னு' யாரும் கிடையாது...

கே: இன்றைய சூழ்நிலையில் எப்படி கிரேஸி கெடாமல் இருப்பது...?

ப: பால், பழத்தோடு 'ஃப்ரிட்ஜுக் குள்ள' போய் குந்திக்குங்க... எந்த சூழ்நிலையிலும் கெடாமல் ஆயுசுக்கும் அழுகாம அன்று பார்த்த அதே சீதா ராமனா இருப்பீங்க...

கே: கவிஞர் கண்ணதாசன் பாடல்க ளில் உங்களைக் கவர்ந்த வரிகள்...?

ப: சமுத்திரத்தை சீஸாவில் அடக்கச் சொல்கிறீர்கள்... பதம் சோறு சொல்கி றேன்... கந்தன் கருணை சினிமாவில் 'சொல்லச் சொல்ல இனிக்குதடா' பாடலின் சரணத்தில் வரும் வரிகள்... 'உயிரினங்கள் ஒன்றையொன்று வாழ்த்திடும் போது அதன் உள்ளிருந்து வாழ்த்துவது உன் குரலன்றோ...' அந்தக் குரல் 'தெய்வத்தின் குரல்...' இது போல கவிஞரின் பல வரிகள் ராமன் அணிலின் முதுகில் போட்ட வரிகளுக்கு சமமா னவை...

கே: ஆதாரமில்லாமல் வதந்தி களைப் பரப்புகிறார்களே...?

ப: வதந்தி பரவாமல் இருக்க காதில் தடுப்பு ஊசி போட்டு கொள்ளுங்கள்..

அதையும் மீறி வதந்தி தொத்திக் கொண்டால்… ‘இடுக்கண் வருங்கால் நகுக’ மாதிரி ‘Rumour வருங்கால் Humour…’ உதாசீனமாகச் சிரித்து, உத்வேகத்தோடு பரப்ப வந்தவரை சிந்திக்க வையுங்கள்…

கே: ‘கல்கி’ வாசகர்களுக்காக ஒரு பிரத்யேக ‘நகைச்சுவை மரபுக் கவிதை’ வழங்குங்களேன் ப்ளீஸ்…?

ப: எனது வாடிக்கையான செங்கழுநீர் பிள்ளையாரிடம் வேடிக்கையாக வேண்டுகிறேன் வெண்பாவில்… ‘பாலும் தெளிதேனும்’ மெட்டில் பாடிப் பார்க்கவும்…

‘கமர்கட், கடலையுண்டை, குச்சி ஐஸ் மூன்றும்
சமர்ப்பிப்பேன் நானுக்கு என்றும்- அமர்ந்திட்டு
செங்கழுநீர் பிள்ளையாரே சாப்பிட்டு ஜல்தியாய்
சங்கத் தமிழ் மூன்றும் தா…’

கே: எழுதும் போதே நீங்கள் ரசித்த நாடக ஜோக்…?

ப: கிரேஸி கோஸ்ட் நாடகத்தில்… ஆவி உலகத்தில் ‘அப்பா பேய்-தாத்தா பேய்’ சம்பாஷணை… அப்பா பேய்: டேய் அப்பா… இங்க வாடா…! தாத்தா பேய்: அடப்பாவி.. உன்னை விட 20 வயசு பெரியவன்… என்னை ‘டா’ போட்டு பேசறியே…! அப்பா பேய்: செத்த கணக்கை வச்சு பாத்தா Infact நான்தான் உன்னைவிட 20 வயசு பெரியவன்… நீ சாகறச்சே உனக்கு நாப்பது வயசுதான்… ஆனா நான் அறுபது வய'தான் செத்தேன்… 60 பெரிசா…? 40 பெரிசா…? சொல்லு பெருசு…? (பதில் சொல்ல முடியாமல் தாத்தா பேய்முழி முழிக்கும்)…

கே: நீங்கள் ‘ஸ்கூட்டரில்’ போய்க் கொண்டிருக்கிறீர்கள்… ‘பஸ்-ஸ்டாப்பில்’ கமல், ரஜினி.. யாருக்கு ‘லிஃப்ட்’ கொடுப்பீர்கள்…?

ப: கமலிடம் ‘ஸ்கூட்டரைக்’ கொடுத்துவிடுவேன்… கமல் தனது நண்பர் ரஜினிக்கு ‘லிஃப்ட்’ கொடுத்து விட்டு தன் வீட்டில் இறங்கிக் கொள்வார்… மறு நாள் வழக்கம் போல கமல் வீட்டுக்குச் செல்லும் நான் என் ‘ஸ்கூட்டரை’ எடுத்துக் கொள்வேன்… வரும் வழியில் ‘பஸ்ஸ்டாப்பில்’ ஐஸ்வர்யா ராயும், ராணி முகர்ஜியும் ‘லிஃப்ட்’ கேட்டால்… ராணிமுகர்ஜிக்குத் தான் ‘லிஃப்ட்’ கொடுப்பேன்… ஐசுக்கு கல்யாணமாயிடுத் தோல்லியோ…!

கே: நானும் வெற்றிலை, பாக்கு, புகையிலை போடுவேன் நாடகம் எழுத பட்டணம் வரலாமா…?

ப: வெற்றிலை, பாக்கு, புகையிலை பழக்கத்தை நான் விட்டு விட்டேன். உங்களுக்கு அந்த டெக்னிக்கை சொல்லித் தர நான் உறையூர் வரலாமா…?

கே: இன்று வரை ‘விடை’ சொல்ல முடியாத ‘வினா’வாக இருப்பது எது…?

ப: ‘கடவுளால் முடியாதது எதுவுமில்லை’ என்று தன் பேரனிடம் கூறினார் ஒரு பெரியவர்… ‘தன்னாலேயே நகர்த்த முடியாத அளவுக்கு ஒரு கல்லைக் கடவுளால் படைக்க முடியுமா…? முடியாதா…?’ என்று எதிர்

கேள்வி போட்டான் பேரன்...'முடியும்' என்றால் கடவுளால் கல்லை நகர்த்த 'முடியாது' என்று ஆகிவிடும்... 'முடியாது' என்றால் கடவுளால் அப்பேர்ப்பட்ட கல்லைப் படைக்க 'முடியாது'என்று ஆகிவிடும்... 'கல்லுளி மங்கன்' போல் முழித்தார் பெரியவர்...

கே: கரப்பான் பூச்சிக்கு எல்லா பெண்களும் பயப்படுகிறார்களே ஏன்...?

ப: நான் புலிக்கு பல் தேய்த்து விடுவேன்... சிங்கத்துக்கு தலை சீவி விடுவேன்... ஆனால் பாத்ரூமில் 'க.பூச்சி' இருந்தால் போலீஸ் பந்தோபஸ்த் தோடுதான் குளிக்கச் செல்வேன்... அப்ப நான் என்ன பொம்பளையா...?

கே: 'ஃகாபிடைம் வித் அனு' எப்படி இருக்கு கிரேஸி...?

ப: அனுவின் 'அனு'சரணையான பேச்சால் ஃகாபிடைம் டிகிரிஃகாபியாக மணக்கிறது...

4. முதுகில் மேப்!

கே: விசாகா ஹரியின் சுந்தர காண்டம் டிவிடி பார்த்தீர்களா...?

ப: வால்மீகியின் சுந்தர காண்டத்தில் அனுமான் 'சீதையைக் கண்டேன்' என்று சமஸ்கிருதத்தில் சொல்வார்... விசாகா ஹரியின் சுந்தரகாண்டத்தைப் பார்த்ததில் நான் 'வால்மீகியைக் கண்டேன்', 'கம்பரைக் கண்டேன்', 'தியாகய்யரைக் கண்டேன்', 'துளஸிதாசரைக் கண்டேன்...' ஆறுதலான விஷயம்... வயதாகிக் கொண்டிருக்கிறது என்று நினைத்த நான் விசாகா ஹரியின் ஞானத்துக்கு முன்னால் பொடிப் பையனாகி விட்டேன்...

கே: கம்ப்யூட்டரால் முடியாதது என்ன...?

ப: போன மாதம் மனைவியோடு ஒரு திருமணத்துக்கு சென்றிருந்தேன்... அங்கு வந்த நடுத்தர வயதுப் பெண் மணியைக் காட்டி 'அவளை ஞாபகமிருக்கா... அதாங்க பத்து வருஷம் முன்னாடி நம்ம வத்ஸலா வளைகாப்புல பாத்தோமே... ராமர் கலர் புடவைக்கு துளி கூட மேட்ச் இல்லாம கழுதை கலர்ல ஜாக்கெட் போட்டுக் கிட்டிருந்தாளே... நெத்தில் குங்கும டப்பாவை கவுத்தாமாதிரி பாதம் ஸைசுக்கு பொட்டு வச்சுண்டு... ஹைஹீல் ஷு போட்டுண்டு விந்தி விந்தி தத்தக்கா பித்தக்கான்னு நடந்தாளே... அட! அவ ஹஸ்பண்ட் அந்த நெட்டை கொக்கு சாப்பிடறச்சே ஏகமா ரஸத்தை இதை விட்டுண்டு அது விழலுக்கிரைத்த நீர் போல எல்லார் இலைக்கும் ஓடித்தே... மறந்துட்டேளா...!' பர்ஸனல் மனைவியின் இந்த 'மெமரி' பி.ஸி.க்கு உண்டா...?

கே: 'அன்பே சிவம்...' அப்போ சக்தி...?

ப: அந்த அன்பை வெளிப்படுத்தும் 'பண்பே சக்தி...'

கே: 'ராமன்' காலத்தில் தம்பியுடையான் படைக்கு அஞ்சான் என்பார்கள்... 'மோகன்' காலத்தில் எப்படி...?

ப: மாது பாலாஜி போல தம்பியுடையான் மேடைக்கு அஞ்சான்...

கே: உங்கள் புது நாடகம் என்ன கிரேஸி...?

ப: 'கண்டேன் கடவுளை' அல்லது 'சன்ஃஆப் சூப்பர்மேன்...' எழுத ஆரம்பித்து விட்டேன்... ஜூலையில் 'தங்க மேடையில்' (வெள்ளித் திரை மாதிரி) கடவுளைக் காணலாம்... சங்கு, சக்கரத்துக்கு பதிலாக 'ஸெல்ஃபோன்', 'லாப்டாப்' கம்ப்யூட்டர் ஏந்தி 'கஸ்டமர் சர்வீஸுக்காக,' கதாநாயகன் மாதுவை சந்திக்க வருகிறார் கடவுள்... இதற்கு மேல் கதையைச் சொல்ல மாட்டேன்... ஏன்னா எனக்கே தெரியாது... முதன் முறையாக சினிமாவுக்காக எழுதும் ஸ்பெஷல் நாடகம் இது...

கே: குழந்தையின் மழலைப் பேச்சு... குடிகாரனின் உளறல் பேச்சு... என்ன வித்தியாசம்...?

ப: முன்னது வள்ளுவரின் 'குழல்' இனிது... பின்னது கள்ளுவனின் 'குழறல்' கொடிது...

கே: முன்னே பின்னே பார்க்காமல் காரியம் செய்ததுண்டா...?

ப: ஸாரி... நான் ஆட்டோ ஓட்டியதில்லை...

கே: தொப்பையுடன் அதிகம் காணப் படுவது ஆண்களா...? பெண்களா...?

ப: ஆணின் தொப்பை 'கர்வம்...' பெண்ணின் தொப்பை 'கர்பம்...' நான் தொப்பையும், தப்பையும் பார்ப்பதில்லை...

கே: 'சோ'விடம் தங்கள் மனம் கவர்ந்த விஷயம்...?

ப: பூதக் கண்ணாடி வைத்து துருவிப் பார்த்தாலும் 'சே' என்று சொல்ல முடியாத ஒரே எழுத்தாளர் 'சோ...'

கே: மொட்டைக் கடுதாசி எழுதியிருக்கிறீர்களா...?

ப: முடி உதிரும் வேகத்தைப் பார்த்தால் (இப்ப எனக்கு தலையுதிர் காலம்) நான் எழுதும் எந்த கடுதாசியும் மொட்டைக் கடுதாசியாகத்தான் இருக்கும் போலிருக்கிறது... பள்ளி நாளில் என்னைப் பாடாய்ப் படுத்திய பூகோள வாத்யாரைப் பற்றி ஒரு 'மொ.க' எழுதினேன்... எழுத்து சுவாரஸ்யத்தில் கடுதாசின் கடைசியில் 'இப்படிக்கு பெயர் சொல்ல விரும்பாத மாணவன் மோகன்' என்று எழுதி மாட்டிக் கொண்டேன்... பூகோள வாத்யார் என் முதுகில் அறைந்தது இன்னமும் 'மேப்' போல அழியாமல் இருக்கிறது...

கே: 'தராசு பதில்கள்' 'கிரேஸியைக் கேளுங்கள்...' ஒப்பிடவும்...?

ப: முன்னது சீர் தூக்கிப் பார்க்கும் 'தராசு...' பின்னது சிரிக்க வைக்க முயலும் 'தமாசு...'

கே: வெய்யிலை எப்படி சமாளிக்கிறீங்க...?

ப: ஒரு சின்ன ஃப்ளாஷ்பேக்... அறுபது எழுபது ஆண்டுகளுக்கு முன்பு இதே சூரியன்... இதே வெய்யில்... கல்கி, தேவன் போன்றவர்கள், உச்சியில் ஒப்புக்கு முணுமுணுக்கும் மின் விசிறிக்கு அடியில் அமர்ந்து, 'பொன்னியின் செல்வன்', 'சிவகாமியின் சபதம்', 'துப்பறியும் சாம்பு', 'மிஸ்டர் வேதாந்தம்' போன்ற ஆச்சரியங்களை, வேர்த்தாலும் விறுவிறுப்பு குறையாமல் எழுதினார்கள்... இன்று உங்கள் கேள்விக்கு பதில் சொல்ல இந்த பாழாப் போன 'கிரேஸிக்கு' 'ஏஸி' தேவைப்படுகிறது... 'ஏஸிஃப்ட்ஜ்ஏர் கூலர்' போன்ற 'பொய்யில்' வாழும் வரை நம்மை 'வெய்யில்' வாட்டும்...

கே: நீங்க எந்த கட்சி கிரேஸி...?

ப: வாழ்க்கைக்குப் பகைச்சுவையான எதிர் கட்சிகளை நகைச்சுவையால் ஆளும் கட்சி...

கே: நகைச்சுவையாகச் சொல்லும் விஷயங்கள் எடுபடுமா...?

ப: என்ன அப்படி கேட்டுட்டீங்க... கிருஷ்ணதேவராயர், அக்பர் போன்ற மாமன்னர்களின் அமைச்சரவையில் 'பிஸ்தா' அறிஞர்கள் இருந்தாலும் நம் நினைவில் நின்றவர்கள், நகைச்சுவையோட நயம்பட உரைத்த 'தெனாலி ராமன்'களும், 'பீர்பால்'களும்தான்... அதே போல அந்நாளில் கேரளாவில் 'சாக்கியார்கூத்து' என்ற stand up comedyல் தான் அரசரின் அலட்சியங்கள் அம்பலப் படுத்தப்பட்டன... போறுமா...!

கே: ஏழையின் சிரிப்பில் இறைவனைக் காணலாம்... கோழையின் சிரிப்பில்...?

ப: தைரியத்தின் வெளிப்பாடுதான் சிரிப்பு... கோழை சிரிப்பதுகூட தான்

தைரியமாக இருப்பதாக காட்டிக் கொள் வதற்காகத்தான்... சிரிப்பில் ஏழையாக இருப்பவர்கள் கோழையாக நடித்து குலுங்க வைத்த 'வின்னர்-வடிவே லுவைப்' பார்த்தால் சிரிப்புக்கு இரை(றை) யாவார்கள்...

கே: சந்யாஸியாகப் போயிடணும்னு எப்போதாவது தோணியதுண்டா...?

ப: பரணீதரனின் 'அருணாசல மகிமை யைப் படித்து விட்டு உடனடி யாக 'ரமணர்' ஆகும் வெறியில் திருவண்ணாமலைக்கு ஓடிப் போக முடிவு செய்தேன்... புதன் கிழமை ஒரு சின்ன வேலை இருந்ததால் ஓடிப் போவதை வியாழனுக்கு ஒத்திப் போட்டேன்... அதன் பிறகு என்னால் திருவண்ணாமலைக்கு போக முடி யாமலே போய்விட்டது... அந்த புதன் கிழமைதான் நான் பெண் பார்த்தேன்...

கே: ஒரு நாளில் பணக்காரன் ஆக நான் என்ன செய்ய வேண்டும்...?

ப:முக்கியமாக முந்தின நாள் ஏழை யாக இருக்க வேண்டும்...

கே: சினிமாவில் எப்பத்தான் நீங்க ஹீரோவாக நடிக்கப் போறீங்க...?

ப: என்ன இப்ப அவசரம்... இன்னும் கொஞ்சம் வயசாகட்டும்... சினிமா வுக்கு...!

கே: கடந்த கால நிகழ்வுகளை அசை போடுவதால் நன்மையா? தீமையா...?

ப: நிகழ்காலத்துக்கு நன்மை... பொழுது போகும்... எதிர்காலத்துக்குத் தீமை... பொழுது பாழாய்ப் போகும்...

கே: ஹெல்மெட்-மனைவி... ஒப்பிடவும்...?

ப: ஹெல்மெட்-தலை கட்டு... மனைவி கால் கட்டு...!

கே: நீங்களும் எஸ்.வி.சேகரும் சேர்ந்து நாடகம் போட்டீர்கள்... ஏன் பிரிந்தீர்கள்...?

ப: ஊர் ரெண்டு பட்டால் கூத்தா டிக்கு கொண்டாட்டம்... சில சமயம் கூத்தாடி ரெண்டு பட்டால் ஊருக்கு கொண்டாட்டம்... நாங்கள் பிரிந்ததால்

நகைச்சுவை விரும்பிகளுக்கு தீனி போட இரண்டு நாடகக் குழுக்கள் கிடைத்தன அல்லவா...

கே: 'பொம்பளை சிரிச்சா போச்சு' என்கிறார்களே...?

ப: அட... பதிலுக்கு 'ஆம்பிளை சிரிச்சா ஆச்சு'னு சொல்லிட்டு போய்க் கினே இருங்க...

கே: 'இச்' எத்தனை வகைப்படும்...?

ப: 'இச்'சையைப் பொறுத்து வேறு படும்... நாள் கணக்கில் 'இச்'சியபடி கி(ன்ன)ஸ் சாதனை படைத்தவர்க ளைக் கேட்டால் வகைகளைக் கூறுவார் கள்... அட... இதுதான் 'இச்'சா சக்தி என்பதா...?

கே: ஆன்மீகத் தேடலுக்கு வயது *16-36-56*... எது ஏற்றது...?

ப: எந்த தேடலுக்குமே ஏற்ற வயது '16'தான்... '56'ல் தேட ஆரம்பித்தால் நீங்களே காணாமல் போய் விடுவீர்கள்... அப்புறம் உங்களைத் தேட வேண்டிய தாகிவிடும்...

5. கேள்வியின் தொடக்கம்?

கே: வசூல் ராஜா MBBS அருணாச் சலம்... ஒப்பிடவும்...?

ப: எப்போதும் கிடைக்கும் வீட்டு சாப்பாடு எதேச்சையாகக் கிடைத்த விருந்து சாப்பாடு...

கே: கிரேஸி உங்கள் வெற்றிக்குப் பின்னால் உள்ள பெண்மணி யார்...?

ப: இன்னொருவரின் மனைவி... 'திருமதி பிரும்மா...'

கே: விவேக் - வடிவேலு காமெடி... ஒப்பிடவும்...?

ப: விவேக் சிரிக்கவைத்து சிந்திக்க வைப்பவர்... வடிவேலு சிந்திக்க நேரம் கொடுக்காமல் சிரிக்க வைப்பவர்...

கே: தங்களின் மானசீக குரு யார்...?

ப: 'நகரேஷு-காஞ்சியில்' உள்ள 'நாரீஷு-காமாட்சியை' தனது 'புஷ்பேஷு - நெஞ்சில்' கொண்ட 'புருஷேஷு-மஹாபெரியவர்...'

கே: குழந்தைகளுக்கு நிலாவைக் காட்டி சோறு ஊட்டுவது ஏன்...?

ப: இந்த காலத்துக் குழந்தைகளுக்கு 'ஐ-க்யூ' கொஞ்சம் ஜாஸ்தி... 'ஏம்மா... காலைல' நிலா கிடையாதே... அப்ப சோறும் கிடையாதானு?' கேக்குங்க... எதுனா ஐடியா பண்ணி ஊட்டுங்க...

கே: வத்த குழம்பு, சுட்ட அப்பளாம், மிளகு குழம்பு, பருப்பு துவையல்... இதில் எது தங்களுக்குப் பிடித்த காம்பினேஷன்...?

ப: சுட்ட மிளகு, வத்த அப்பளாம், துவையல் குழம்பு பருப்பு, மொத்த சோறு, அத்தை கையால... அய்யோ... கேள்வியைப் படிச்சவுடனேயே நாக்குல ஜலம் ஊறுது...வாய் குழறுது...ஸாரிங்க ஜெயந்தி...

கே: இந்த கேள்வி கேட்கும் பழக்கத்தை யார் துவக்கியிருப்பார்கள்...?

ப: 'ஏவாளா'க இருக்கலாம்... தொணதொணவென்று கேள்வி கேட்கும் மனைவி 'ஏவாளை' அடக்க, கணவன் 'ஆதாம்' அவள் வாயில் ஆப்பிளை திணித்திருக்கலாம்...

கே: 'இடுக்கண் வருங்கால் நகுக...' ஏன் மற்ற நேரங்களில் 'நகுக' செய்யக் கூடாதா...?

ப: புயலுக்கு முன் அமைதி போல... எனக்கென்னமோ கலகலப்பாக சிரித்து 'நகுக' செய்யாமல், முகத்தை தூக்கி

வைத்துக் கொண்டு மயான அமைதியில் இருக்கும் நேரத்தில்தான் இடுக்கண் புயலே வீசும் என்று தோன்றுகிறது... ஒரு வேளை 'நகுக'வையும் மீறி இடுக் கண் வந்தால் அந்த இடத்தை விட்டு 'நகருக...'

கே: உங்களிடம் இல்லாத ப்ளஸ் - பாயிண்ட் மைனஸ்-பாயிண்ட் எது? எது...?

ப: என் கிட்ட இருக்கற, இல்லாத ப்ளஸ் பாயிண்ட், மைனஸ் பாயிண்ட் எல்லாமே நான் எழுதும் 'பால்-பாயிண்ட்...'

கே: கிரேஸி அண்ணே... பாட்டி வடை சுட்ட கதையில... பாட்டி சுட்ட வடை...! பாட்டியிடமிருந்து காகம் சுட்ட வடை...! ரெண்டு வடைக்கும் என்ன வித்யாசம்...?

ப: உங்கள் கேள்விக்கான வடையை... ஸாரி விடையை... வள்ளுவர் ஸ்டைலில் குறளாகக் கூறிவிடுகிறேன்...

'தீயினால் சுட்டவடை திங்க ;
அதைக் காகம்
வாயினால் சுட்டவிதம் தீங்கு...'

கே: செக்ஸ்... அசிங்கமானதா...? புனிதமானதா...?

ப: சிலர் எப்போதும் 'செக்ஸ்'ஸையே விரும்புவார்கள். சிலர் கட்டம், கிட்டம் போடாத ப்ளெயின் ஷர்ட்டைதான் அணிவார்கள்... ஓ... சிவா சார் நீங்க கேட்டது 'ஸெக்ஸா...' வள்ளுவனின் காமத்துப்பால் படித்தால் புனிதம் புரியும்... அந்தப் பாலே திரிந்து கெட்டுப் போனால்... பால் பலானதாகி அசிங்கமாகும்...

கே: குசேலன், கர்ணன் , குகன்... இவர்களில் யாருடைய நட்பு உயர்ந்தது...?

ப: எந்தவித எதிர்பார்ப்புமின்றி வந்த மீனவநண்பன் குகனைத் தழுவிடத் தோளும் கொடுத்து... ஜாதி, மதம், இனம் பாராது 'நின்னொடு ஐவரானோம்' என்று சகோதரத்துவமும் அளித்த ஸ்ரீராமனின் நட்பு...

கே: நகைச்சுவை எழுத்துக்கு உங்களுக்கு 'இன்ஸ்பிரேஷன்' யார்...?

ப: வேகமாகக் கதவைத் திறந்து வேகமாக அறைக்குள் நுழைந்த கதாநாயகன் அதே வேகத்தில் அறையை விட்டு வெளியே வந்தானாம்... எந்த அளவுக்கு வேகம் என்றால் 'அறையை விட்டு வெளியேறும் போது அவன், அறைக்குள் நுழையும் தன்னையே பார்த்து ஹலோ சொல்லிக் கொண்டானாம்...' பி.ஜி.வுட்ஹவுஸின் இந்த உயர்வுநகைச் சுவையணி, நான் தினம் உண்ணும் ஊட்டச்சத்து... இந்த உத்தியை எனது நாடக, சினிமா வசனங்களில் அதிகம் கையாளுவேன்... உதாரணத்திற்கு ஒரு வசனம்... 'டெய்லர் பேண்டை ரொம்ப லூஸாக தைத்து விட்டார்... எந்த அளவுக்கு அது லூஸு என்றால்... ஹோட்டலில் டிபன் சாப்பிட்டு விட்டு அவன் எழுந்து விட்டான்... ஆனால் அவன் பேண்ட் மட்டும் எழுந்திருக்கவில்லை...'

கே: தாங்கள் சகுனம் பார்ப்பது உண்டா...?

ப: தன்னுடைய வயலுக்கு ராமசாமி சேதம் விளைவித்து விட்டதாக, பக்கத்து வீட்டுப் பெரியசாமி மூலம் கேள்விப்பட்ட சின்னசாமி, அரிவாளோடு ராமசாமியை வெட்ட ஆயத்தமானான்... அப்போது பூனை ஒன்று குறுக்கே போனது... 'சின்னசாமி... சகுனம் சரியில்லை... பத்து நிமிஷம் கழிச்சு போ...' என்றார் சின்னசாமியின் அப்பா... ஐந்தாவது நிமிடம் வீட்டிற்குள் நுழைந்த ராமசாமி 'சின்னசாமி... பத்து நாள் பட்டணம் போயிருந்தேன்... நேர உங்க வீட்டுக்குத்தான் வரேன்... இந்தா நீ பாக்கணும்னு ஆசைப்பட்ட விருமாண்டி கேஸட்டு' என்று வெகுளியாகக் கூறினான்... ராமசாமி அரிவாள் வெட்டால் சாகாமலும், சின்னசாமி ஜெயிலில் கம்பி எண்ணாமலும் தடுத்தது பெரியவர் கெட்ட சகுனம் என்ற பெயரில் போட்ட முட்டுக்கட்டை அல்லது ஸ்பீட்பிரேக்கர்...

கே: முகம் பார்க்கும் கண்ணாடிகளே இல்லாமல் போனால்...?

ப: அலங்காரமும் குறையும்... அகங்காரமும் குறையும்...'

கே: 'டென்ஷன்' ஓவராகப் போனால் எப்படி குறைத்துக் கொள்வது...?

ப: 'டென்ஷன்' தரும் காரியத்தில் கொண்ட 'அட்டென்ஷனைக்' குறைத்துக் கொள்ளுங்கள்...

கே: 'கிரேஸி மோகன் எதில் மிகவும் கிரேஸி...?'

ப: உங்கள் பெயரில்... எனது நாடகம், சினிமா எல்லாவற்றிலும் கதாநாயகியின் பெயர் உங்கள் பெயர்தான்...

கே: லாலு பிரசாத்தைச் சந்தித்தால்... இந்தியில் நீங்கள் என்ன கேட்பீர்கள்...? அவர் தமிழில் என்ன பதில் சொல்வார்...?

ப: 'லாலுஜி... 'ராஜீவ்காந்திக்கு', 'இந்திராகாந்தி' என்ன உறவு என்று உங்கள் ஊர் பீஹார் மாட்டிடம் கேட்டால்!... அதற்கு அந்த மாடு என்ன பதில் சொல்லும்...? என்று இந்தியில் நான் கேட்பேன்... அதற்கு லாலுஜி...' ம்மாநூநூநூ' என்று பசு(ந்) தமிழில் பதில் பகர்வார்...

கே: கோவிலின் தத்துவம் என்ன...?

ப: 'ALL&I&AM' என்பதை உணர்த்த வந்ததே 'ஆலயம்...'.

கே: கவிஞர் கனிமொழியிடம் உங்களுக்குப் பிடித்த குணம்...?

ப: சிங்கப்பூருக்கு நாடகம் போடச் சென்றபோதும், 'தமிழ்முரசு' பத்திரிகை யிலிருந்து என்னைப் பேட்டி காணப் போவதாக அமைப்பாளர்கள் கூறினார்கள்... நான் தங்கியிருந்த ஓட்டல் ரூம் காலிங்பெல் அடித்தது... கதவைத் திறந்த நான் ஆச்சரியத்தில்... கனவா...? நிஜமா...? என்று என் கையைக் கிள்ளிப் பார்த்துக் கொண்டேன்... முகம் மலர நின்று கொண்டிருந்தவர் (முதல்) மந்திரி குமாரி... பேட்டி எடுத்தார்... நாடகம் பார்த்தார்... உள்ளே வந்து மனதாரப் பாராட்டினார்... எளிமையாக இருப்பது கனிமொழிக்கு இயல்பாகவே எளிதாக இருக்கிறது...

6. வாய் விடாமல் சிரித்தால்...?

கே: காலிஃப்ளவரை ஏன் 'காலிப்பூ' என்று சொல்வதில்லை...?

ப: சொல்லித்தான் பார்ப்போமே என்று நேற்று மார்கெட்டுக்குச் சென்றேன்... அங்கு என்னைப் போல் தமிழில் கறிகாய் வாங்க வந்த ஒருவர் கடைக்காரனிடம் 'பெண்களின் விரல் அரை கிலோ போடுப்பா' என்று லேடீஸ்-ஃபிங்கர், வெண்டைக்காயைக் கேட்க... 'சாமி...என்ன நர-மாமிச பட்சிணியா...? இல்லை நக்கல் பண்ண வந்தியா...? என்னை என்ன காதுல 'காலி-பூ' வச்சவன்னு நெனச்சியா...?' என்று கெட்ட வார்த்தையில் தொடர... நான் சந்தடி செய்யாமல் 'கனியிருக்க காய், பூ கவர்ந்தற்று' என்ற பாலிஸியோடு பழக்கடைக்குத் தாவினேன்...

கே: சிக்கனம்-கஞ்சத்தனம்... என்ன வித்யாசம்...?

கே: சரித்திர நாவல் எழுதும் ஆற்றல் தங்களுக்கு உண்டா...?

ப: சுமார் இருபது ஆண்டுகளுக்கு முன்பு... 'மோகன், நீங்கள் ஜூனியர் விகடனில் ஒரு சரித்திர நகைச்சுவை நாவல் எழுதுங்களேன்...' என்று கூறி ஆனந்தவிகடன் ஆசிரியர் திரு. பாலசுப்ரமணியன், என்னை ஸ்ரீவத்ஸ கோத்திரத்திலிருந்து சாண்டில்ய கோத்திரத்திற்கு மாற வற்புறுத்தினார்... 'சார்... இந்த விளையாட்டுக்கு நான் வரலை...! சோழ நாட்டை ஆண்டது சோழர்கள், பாண்டிய நாட்டை ஆண்டது பாண்டியர்கள் போன்ற அடிப்படை சரித்திர ஆதாரங்கள் மட்டுமே தெரிந்த அளவுக்குத்தான் எனக்கு சரித்திர அறிவு...' என்று பதறியபடி நான் புறமுதுகு காட்டினேன்... அருகிலிருந்த இணைஆசிரியர் 'ஹாய்மதன்' என்னை 'டாய்மோகன்' என்று சிம்மக் குரலில் கர்ஜித்து மிரட்டி, கனிவாக ஊக்குவித்தார்...' 'கே.பி.டி. சிரிப்பு ராஜ சோழன்' என்ற சரித்திர நகைச்சுவை நாவலை இருபத்தைந்து வாரங்களுக்கு வெற்றிகரமாக எழுதினேன்... விரல்கள் தினவெடுக்க 'சரித்திர நாவலைத் தொடர்ந்து பூகோளநாவல், கணிதநாவல் என்று எழுதட்டுமா...?' என்று கேட்டதற்கு அவர்கள் ஏனோ பதில் சொல்லவில்லை...

கே: 'ஹெல்மெட்' இதைப்பற்றி நகைச்சுவை சம்பவம், கவிதை சொல்ல முடியுமா...?

ப: நானும், எனது பக்கத்து வீட்டுக்காரர் ஓவியர் மணியன் செல்வமும், யாரையும் காக்காய் பிடிப்பதில்லை... அதனால்தானோ என்னவோ, எங்கள் இருவரையும் காக்காய்களுக்குப் பிடிப்பதில்லை... காலையில் மொட்டை மாடியில் 'வாக்கிங்' போகும்போது எங்கள் தலையில் தனது மோதிரஅலகால் குட்டிப் புண்ணாக்கி விட்டு பறந்து, மரக்கிளையில் அமர்ந்து 'காக்கைக்கு தன் குட்டு புண் குட்டு' என்ற ரேஞ்சில் சககாக்கைகளிடம் பீற்றிக்கொள்கின்றன... இந்த அவஸ்த்தையை சமாளிக்க நானும், ம.செவும் ஹெல்மெட் போட்டு கொண்டு வாக்கிங் போகிறோம்... பூலோகத்தில், எனக்குத் தெரிந்து ஹெல்மெட் அணிந்து நடப்பவர்கள் நாங்கள் இருவராகத்தான் இருப்போம்... ஹெல்மெட் போட்டுக் கொண்டுவிட்டோம் என்பதற்காக ஸ்கூட்டரில் வாக்கிங் போக முடியுமா...? அப்படியே போனாலும் மொட்டை மாடியில் ஸ்கூட்டர் விடமுடியுமா....? காக்கை, குருவி எங்கள் ஜாதி என்று பாடிய பாரதியார் எங்கள் காலனியில் குடியிருந்தால் தலைப் பாகைக்கு பதிலாக ஹெல்மெட் அணிந்து 'காலையில் செய்கின்ற வாக்கைகெடுக்க பறக்குதடா காக்கை தாழப் பறந்து தன் மூக்கால்தலையில் குட்டுதடா நேக்காய்' என்று பாடியிருப்பார்...

ப: திருமணத்திற்குப் பிறகு மனைவி யுடன், தேன்நிலவுக்கு கூடப் போகாமல் இருப்பது கஞ்சத்தனம்... தான் மட்டும் சென்று, 'ஹனிமூனைத்', 'தனிமூன்' ஆக்கி மிச்சம் பிடிப்பது சிக்கனம்...

கே: மனைவிக்கு பயப்படுதல்- அனுசரித்துப் போதல்... ஒப்பிடுங்க ளேன்...?

ப: மனைவிக்கு பயப்படுதல் 'ஏமாறு தல்' - அனுசரித்துப் போதல் 'ஏமாற்று தல்...'

கே: 'ஜோஸ்யத்தில்' நம்பிக்கை உண்டா...?

ப: நான் 'ஹாஸ்யத்தை' நம்புகிற வன்...

கே: உங்கள் பெயருக்கு முன்னால் 'கிரேஸி' இருப்பதால் உங்களிடம் 'கிரேஸி'த்தனமான கேள்விகளை மட்டுமே கேட்க வேண்டுமா என்ன...?

ப: உங்கள் பெயருக்கு முன்னால்

'வே.ந' இருப்பதால், உங்கள் கேள்விகளுக்கு மட்டும் பதில் சொல்ல 'வே நாம்' என்று நான் சொல்லி தப்பிக்க முடியுமா...?!

கே: பெண்ணுக்குப் புடவை அழகா...? புடவைக்குப் பெண் அழகா...?

ப: பெண்ணுக்குப் புடவையும் ஒரு அழகு... புடவைக்குப் பெண்தான் அழகு... 'அவ்வை ஷண்முகி' விதி விலக்கு...

கே: ஒரு பெண்ணுக்கு எப்படிப் பட்ட ஆணைப் பிடிக்கும்...?

ப: 'ஆணை'யிடாத 'ஆணை'ப் பிடிக்கும்...

கே: நீங்கள் அப்பாவிடம் 'அடி' வாங்கியது உண்டா...?

ப: செல்லமாக 'அங்குலம்' கூட வாங்கியது கிடையாது... அன்புதான் 'மகன்தந்தை' உறவுக்கு 'அடிப்படை.. அதனால்தான் இந்த ஐம்பது வயதிலும், எனது அப்பாவின் அன்புக்கு 'அடி' பணிந்து, 'அடி'யேன் அவர் பேச்சை மீறி, ஒரு 'அடி' கூட எடுத்து வைத்தது கிடையாது...

கே: கோடியில் ஒருவர்தானே கோடீஸ்வரனாக முடிகிறது... என்ன காரணம்...?

ப: திருவண்ணாமலையில் அதுவும் ஸ்ரீ ரமணாசிரமத்தில் இருந்து கொண்டு 'கோடியில் ஒரு கோடீஸ்வரனாக' இருக்க ஆசைப்படலாமா...?. 'லட்சத்தில் ஒரு லட்சியவாதியாக' இருங்க 'சாமி...'

கே: இசையமைப்பாளர் இளையராஜா சங்கீதத்தில் கணக்கு இருக்கிறது என்கிறாரே...?

ப: 'அம்மா என்றழைக்காத உயிரில்லையே' பாடலின் த்வனி நல்ல பாதையை 'வகுக்கும்...'

'நின்னைச்சரணடைந்தேன்' ட்யூன் பக்தியைப் 'பெருக்கும்...''

கே: திருக்குறள் காமத்துப் பாலில் தங்களைக் கவர்ந்த குறள் எது...? ஏன்?

ப: **'நீங்கின் தெறூஉம் குறுகுறுங்கால் தண்ணென்னும்**
தீயாண்டுப் பெற்றாள் இவள்...'

'அவளை நீங்கி விலகிச் செல்லச் செல்ல வெப்பம் கூடுகிறது... இதே அவள் அருகில் வர வர குளிர்ச்சி கூடுகிறது... இத்தகைய அதிசயமான நெருப்பை இவள் எங்கிருந்து பெற்றாள்' என்று காமத் தீயின் 'தெர்மோடைனமிக்ஸை' கூறும் குறள்... இதே போல இன்னொரு குறளில் 'என்னவள் விழிகளால் இரண்டு விதமான பார்வை பார்க்கிறாள்... ஒரு பார்வையால் காமம் என்ற நோயைக் கொடுக்கிறாள்... மற்றொரு பார்வையால் அந்த நோய் தீரமருந்தைக் கொடுக்கிறாள்' என்று முரண்பாடான இரண்டு விஷயங்களை முடிச்சுப் போடுகிறார் வள்ளுவர்... அறத்து பாலிலும், பொருட் பாலிலும் அறிஞனாகக் காட்சியளிக்கும் வள்ளுவர்... காமத்து பாலில் கவிஞனாகக் கொந்தளிக்கிறார்... கவிதைகளைக் குறிப்பாக, காதல் வகையறாக்களை Paradox எனப்படும் முரண்பாடு உத்தி மெருகேற்றும்... இந்த விளையாட்டில் காமத்துப் பால் வள்ளுவருக்கு இணையான கிராமத்துப்பால் வல்லவர் நமது வைரமுத்து... ஒரு சோறு உதாரணம்... 'நெஞ்சுக்குள் தீயை வைத்து மோகம் என்பாய் தண்ணீரில் மூழ்கிக் கொண்டே தாகம் என்பாய்...' 'கண்ணுக்குள் முள்ளை வைத்து யார் தைத்தது தண்ணீரில் நிற்கும் போதே வேர்க்கின்றது' போன்ற வரிகள்...

'ஜனனி ஜனனி'யின் இசை ஆன் மீகத்தைக் 'கூட்டும்...'

'நிற்பதுவே நடப்பதுவே' ராகம் அறியாமை மாயையைக் 'கழிக்கும்...' நமது 'பௌதீகத்தில்' 'ரஸாயன' மாற்றம் ஏற்படுத்தும் அளவுக்கு 'கணக் கில்லாமல்' மெட்டமைத்தவர் அந்த 'இசை-விஞ்ஞானி...'

கே: இறைவன் எங்கே இருப்பதாக நீங்கள் நினைக்கிறீர்கள்...?

ப: பக்திப் பசி உள்ளவர்களுக்கு, எங்கும் எப்போதும் கிடைக்கும் 'இரை' யவன்...

கே: கிரேஸி அது என்ன 'மூச்சு வாங்கறது...'.?

ப: 'அஹம்ஸஹ' அதாகப்பட்டது 'நானேஅது' என்ற அத்வைத தத்து வத்தை ஓயாமல் ஓதிக் கொண்டிருப்பது மூச்சு...

ப: ஒழுங்கான பிராணாயாமப் பயிற்சியால் இதை உணரலாம்... நம் உள்ளிருக்கும் இந்த ஆனந்தத்தை அனுபவிக்க 'வாஎன்கிறது' மூச்சு... இதை 'வாங்கறது மூச்சு' என்று மூச்சு வாக்கில்... ஸாரி பேச்சு வாக்கில் சொல்கிறோம்...

கே: ஆண்-பெண் இருவரில் யாரி டம் பாராட்டு வாங்குவது சுலபம்...?

ப: பொதுவாக 'இமோஷனல்டைப்' பான பெண்களுக்கு எதிர்பார்ப்புகளும்

அதிகம்... அது சற்று குறைந்தாலும், ஏமாற்றமும் அதிகம்... ஒரு வேளை 'வசிஷ்டர் வாயால் பிரம்ம-ரிஷி'க்கு பதிலாக 'அருந்ததி வாயால் ஆர்டினரி -ரிஷி' பட்டத்திற்கு விஸ்வாமித்திரர் மெனக்கெட்டிருந்தால், பாவம் அவர் இன்று வரை தவம் செய்து செய்து நொந்து போயிருப்பார்...

கே: பிஸ்தா, ரவுடி இருவருக்கும் என்ன வித்தியாசம் வாத்யாரே...?

ப: 'பூமிங்-குப்பத்துல...' பிஸ்தா கடவுள்... ரவுடி-சைத்தான்...!

கே: வாய் விட்டு சிரித்தால் நோய் விட்டுப் போகும்... வாய் விடாமல் சிரித்தால்...?

ப: நோய் விட்டுவிட்டு தவணை முறையில் போகும்... அட சிரிப்பு என்னமோ வந்தாச்சு... அதை என் மனசுக்குள்ள சிரிச்சுக்கறீங்க... மனம் விட்டு சிரிங்க சார்...

7. ஷாப்பிங் அனுபவம்!

கே: ஆசாரமாக இருந்தால் வியாதி வெக்கைகள் வராதாமே...?

ப: எனக்கு ஒரு தூரத்து உறவினர் ஒருவர் இருக்கிறார்... நெருங்கிய உறவுதான்... ஆசாரம் காரணமாக எப்போதும் சற்று தூரத்தில் தள்ளியே நிற்பார்... அதனால் தூரத்து உறவினர் ஆகிவிட்டார்... டம்பளரை எச்சல் பண்ணாமலிருக்க காப்பியை மாடியி லிருந்து ஊற்றச் சொல்லி கீழே நின்று அண்ணாந்து குடிப்பார்... இவ்வளவு ஏன் எச்சில் கூடாது என்பதற்காக மனை விக்கு ஆசையாக முத்தம் கூட கொடுக்க மாட்டார்... அப்படியே கொடுத்தாலும் அது 'ஃப்ளையிங்கிஸ்' ஸாகத்தான் இருக்கும்... 'மெட்ராஸ்ஐ', 'சிக்கன் குனியா' போன்ற இம்சைகள் ஊருக்குள் நுழைந்ததும் லாட்ஜில் ரூம் போடுவது போல முதல் காரியமாக இவரிடம்தான் குடிபுகும்... இப்போதிருக்கும் 'பொல்யூ ஷனை' சமாளிக்க ஒரே 'சொல்யூஷன்...' ஊழலோடு ஒன்றுபட்டு வாழ்...

கே: பெண்களின் கூந்தலுக்கு இயற்கையிலேயே மணம் உண்டா...?

ப: சங்ககாலக் கேள்வி இது... செயற் கையான இந்த காலத்தில் பெண்கள், மாயமான் விளம்பரங்களால் வசீகரிக் கப்பட்டு 'ஷாம்பூ', 'கண்டிஷனர்', 'ஹேர்-ஆயில்' இத்யாதிகளால் இயற் கையான கூந்தலை இம்சிக்கிறார்கள்... இந்த முடி விளையாட்டு முடிவில்லாமல் தொடர்ந்தால், இருபது வருடத்திற்குப் பிறகு இதே 'கிரேஸியைக் கேளுங்கள்'

கே: எப்போது-எதற்காக-ஏன் அழுதீர்கள்...?

ப: சூப்பர்ஸ்டார் ரஜினி நடித்த ஸ்ரீ ராகவேந்திரர் படத்திற்கு எழுதும் பணி முதலில் என்னிடம்தான் கொடுக்கப்பட்டது.

ப: இயக்குனர் எஸ்.பி.முத்துராமன் அவர்கள் கொடுத்த ஊக்கத்தால் உந்தப்பட்டு.. மறைந்த ஹரிகதா மேதை பாலகிருஷ்ண சாஸ்திரிகளிடம் ஒருமாத காலம் 'ஸ்ரீராகவேந்திரர்' உபன்யாசம் கேட்டு திரைக்கதைவசனத்தை எழுதி முடித்தேன்... சில காரணத்தால் என்னால் அந்த படத்தில் பங்கேற்க முடியாமல் போய்விட்டது... அழவில்லை... ஆதங்கத்தை அந்த மந்திராலய மகானிடமே வெளியிட்டேன்... பல வருடங்களுக்குப் பிறகு ரஜினிசாரின் 'அருணாச்சலம்' படத்திற்கு கதைவசனம் எழுதும்போது எனது பழைய புலம்பலை அவரிடம் ஒப்பாரி வைத்தேன்... 'ராகவேந்திரர் அருளால அருணாச்சலம் வாய்ப்பு கிடைச்சிருக்குனு பாஸிடிவா எடுத்துக்குங்க' என்றார் அவர்... ரஜினிசொன்ன வார்த்தைகளையே சற்று மாற்றிப் போட்டு 'ஆண்டவன் (ராகவேந்திரர்) சொல்றான் அருணாச்சலம் முடிக்கிறான்' என்ற 'பன்ச்-டயலாக்' எழுதியபோது ஆனந்தக் கண்ணீர் வந்தது...

பகுதியில் 'பெண்களுக்கு கூந்தல் இயற்கையிலேயே உண்டா?' என்ற கேள்வி கேட்கப்படலாம்...

கே: அமெரிக்காவில் 'ப்ராட்-வே' ஷோ நிகழ்ச்சிகள் பார்த்தேன்... சீன்செட்டிங்ஸ் சூப்பராக இருந்தது... நமது நாடகங்களில் மட்டும் ஏன் சுமார் ரகம்...?

ப: இங்கு 'ஏழைக்கேத்த எள்ளு ருண்டை'... அமெரிக்காவில் 'டாலருக் கேத்த டாம்பீகம்...' அம்புடுதேன்...

கே: மன்னிக்க முடியாத குற்றம் எது...?

ப: செய்த குற்றத்திற்கு மன்னிப்பு கேட்காமல் இருப்பது...!

கே: உங்களுக்கு எதன்மீது பொறாமை...?

ப: நடத்தையில் நிதானம்... நீண்ட நாள் வாழும் சாகஸம்... சுற்றுப்புற வம்புதும்புகளில் மாட்டிக் கொள்ளாமல் 'தான் உண்டு தன் ஓடு உண்டு' என்று ஒதுங்கும் சாதுர்யம்... இதற்கெல்லாம் மேலாக வள்ளுவரே 'ஒன்றினுள் ஆமை போல் ஐந்தடக்கல் ஆற்றின்' என்று பாராட்டிய ஆமை மீது எனக்கு பொறாமை...

கே: மரபுக் கவிதையில் ஒரு புதுக் கவிதை சொல்லுங்களேன்...?

ப: வெண்பாவுக்கு அழகு இலக்கணம்... அழகுக்கு இலக்கணம் பெண்... பெண்ணுக்கு அழகு மரபு... இதோ என்னால் முடிந்த புதுக் கவிதை 'பெண்பா...'

'சுடிதார், ஜீன்ஸ்பனியன், காலில்
சொகுசாய்
அடிடாஸ் புதுக்கவிதை ஆனாள்-
மடிசார்
யுகத்துக்காய் மாறினாலும் யூனிவர்சல்
ப்யூட்டி
அகத்தின் அழகே மரபு...'

கே: மனிதர்களுக்கு உயர்வைத் தருவது குலமா...? குணமா...?

ப: 'குலத்தளவே ஆகுமாம் குணம்' என்பார்கள்... எனக்கென்னமோ 'குணத்தளவே ஆகுமாம் குலம்' என்பதுதான் சரியெனப் படுகிறது... பக்க துணைக்கு, கர்ணன் படத்தில் வரும் 'கண்ணுக்கு குலமேது' பாடலில் உள்ள 'பாலினில் இருந்தே நெய் பிறக்கும்பரம்பொருள் கண்டே மெய் சிறக்கும்' கவிஞர் கண்ணதாசனின் வரிகளைக் கொள்கிறேன்...

கே: உங்களுக்குப் பிடித்த விளையாட்டு...?

ப: தமிழ் தாத்தா உ.வே.சாவின் தமிழ்த் தாய் வயிற்றுப் பேரன் 'வாகீச கலாநிதி கி.வா.ஜ.' அவர்களின் வார்த்தை விளையாட்டு... கலைமகள் ஆசிரியராக அவர் இருந்தபோது அவரைக் காண 'ரூர்கி' நகரிலிருந்து 'நாதன்' என்ற 'வாசகன்' வந்திருந்தார்... அவரைப் பார்த்தவுடனேயே பளிச்

கே: தாங்கள் மட்டும் ஷாப்பிங் சென்று விட்டு வீட்டில் வாங்கிக் கட்டிக் கொண்ட அனுபவம் உண்டா...?

ப: மனைவியை அசத்த ஒரு முறை மார்க்கெட்டுக்குச் சென்றேன்... வீராப்பாக நான் வாங்கிக் கொண்டு வந்த வெண்டைக் காய்களை, வியாதியஸ்தனைப் பார்ப்பது போல பார்த்த அவள் 'அய்யய்ய... என்ன இது... இப்படி பிஞ்சு வெண்டைக்காயா வாங்கிட்டு வந்துருக்கீங்க... அதுல பாதி பிஞ்சு போன வெண்டைக்காயா வேற இருக்கு' என்று கூறி விட்டு தன் தோளால் தன் முகவாயை இடித்துக் காட்டினாள்... ரோஷமோ ரோஷமான நான் மறு நாள் பிஞ்சு காய்களை பகிஷ்கரித்து வாங்கி வந்த வெண்டைக் காய்களை, நடு கூடத்தில் பரப்பி வைத்து, பாவப்பட்டஜன்மங்களைப் பார்ப்பது போல பரிகாசமாகப் பார்த்த பத்தினி 'அய்யய்ய... என்ன இது... இப்படி முத்தலா வெண்டைக்காயை வாங்கிட்டு வந்துருக்கீங்க' என்று தீர்ப்பளித்து விட்டு, தண்டனையாக தனது தோளால் எனது முகவாயை இம்முறை இடித்துக் காட்டினாள்...சற்றும் மனம் தளராத விக்கிரமனாக நான், அதற்கு அடுத்த நாள், பூதக்கண்ணாடியோடு மார்கெட்டுக்கு மெனக்கெட்டு சென்று, பிஞ்சுமுத்தலைத் தவிர்த்து மீடியமாக வாங்கி வந்த காய்களைப் பார்த்த அவள் மௌனம் சாதித்தாள்... மௌனம் சம்மதத்திற்கு அறிகுறி என்று நான் மார் தட்டிக் கொள்வதற்குள் 'அய்யய்ய... என்ன இது... எப்பபாரு வெண்டைக்காயா... உங்களுக்கு வெண்டைக்காயை விட்டா வேற கறிகாயே தெரியாதா...?' என்று கூறி கேலியாக எனது வெந்த புண்ணில் வெண்டைக்காயைப் பாய்ச்சினாள்... வெண்டைக்காயால்' வெய்யிலில் மண்டைகாய்ந்த நான் அன்றிலிருந்து ஷாப்பிங்கைப் பொறுத்த அளவில் 'படிதாண்டாப் பத்தனனானேன்...'

கே: மோகன் தம்பி... உனக்கு ஒருநாள் 'கிச்சன் கிங்' பதவி கிடைத்தால்...?

ப: அதை ஏன் கேக்கறீங்க கோமதி அக்கா... சமீபத்தில் தனது மருமகளைப் பார்க்க எனது 'கிச்சன் குயின்' பெங்களூருக்குச் சென்றபோது அடியேனுக்கு 'கிச்சன் சிங்' ப்ரமோஷன் கிடைத்தது... பாவம் என் ப்ரமோஷனால் 'மோசம் அண்ட் மோஷன்' போனது என்னை நம்பி சாப்பிட்ட என் அப்பா, என் பசங்க.. என் வசதிக்காக உளுத்தம் பருப்பை உ.ப. பயத்தம் பருப்பை ப.ப என்று லேபில் ஒட்டி டப்பாக்களில் என் மனைவி வைத்து விட்டு போனாள்... உப்பு டப்பா லேபிலில் 'ப்' அழிந்தது அறியாத நான் உளுத்தம் பருப்பு என்று நினைத்து உப்பை அள்ளிப் போட்டு சத்தியாகிரக லெவலில் சாம்பார் வைத்தேன்... அதிக அளவு உப்பால் சாம்பாரில், சமுத்திரம் போல அலை அடித்தபோது எனக்கு லேஸாக சந்தேகம் வந்தது... சந்தேகத்துக்கு சாம்பாராக நான் மேலும் உப்பை அள்ளிப் போட... சாப்பிட்ட என் அப்பாவும், பசங்களும் உப்பிட்ட என்னைக் கரித்துக் கொட்டினார்கள்... அன்றிலிருந்து என் பிள்ளைகள் என்னை 'அப்பா' என்பதற்கு பதில் 'உப்பா' என்றுதான் அழைக்கிறார்கள்...

சென்று 'நான் இந்த 'ஊர் கி.வா. ஜகன்னாதன்...' நீங்க 'ரூர்கி வாச(ஜ) கன் நாதன்' என்றாராம்... கலைமகள் ஆசிரியருக்கு தமிழும், நகைச்சுவையும் அமுத சுரபியாகக் கொட்டும்...Pun எனப்படும் வார்த்தை விளையாட்டில் இவர் விற்Punனர்... நான் அறிந்து தமிழில் MASTER OF PUN AND FUN 'வாகீச'கலாநிதி கி.வா.ஜ. அவர்கள் தான்... இவருக்கு கிடைத்தப் பட்டத்திலேயே வார்த்தை விளையாட்டு இருக்கிறது... 'வாகீச'வைச் சற்று மாற்றிப் போட்டால் 'கிவாச(ஜ)' வருகிறது... இவருடைய 'கவி பாடலாம்' நூலைப் படிக்கும் கத்துக்குட்டி வீட்டுக் கட்டுத்தறியும் கம்பனாகும்.

கே: தாயை வர்ணிக்கும் பாடல்களில் தங்களைக் கவர்ந்தது எது...? ஏன்...?

ப: ரவீந்திரநாத் டாகூரின் 'ஜன கணமன' தேசிய கீதம்... பக்கிம் சந்திர சட்டர்ஜியின் 'வந்தே மாதரம்...' ஏன் கவர்ந்தது என்பதைத் தெரிந்து கொள்ள என் போன்று பெங்காலி தெரியாதவர்கள் பாரதியாரின் கைவண்ண மொழி பெயர்ப்பு ரங்கோலி (நளிர்மணி நீரும் நயம்படு கனிகளும்...) கவிதைக் கோலத்தைப் படித்து பாருங்கள்...

கே: திருமணத்திற்குப் பின் பழைய காதலியை நலம் விசாரிக்கலாமா...?

ப: தாராளமாக நலம் விசாரிக்கலாம்... நெருக்கமாகப் பழகலாம்... ஏன் குழந்தை குட்டிகள் கூட பெத்துக் கொள்ளலாம்... உங்களுக்கு இல்லாத உரிமையா...? அப்புறம் சார்... அது என்ன பழைய காதலி... அதான் திருமணம் ஆகிவிட்டதே... புது மனைவி என்று சொல்ல வேண்டியதுதானே...

கே: அசடு வழிதல் பற்றி ஒரு விளக்கம் தர முடியுமா...?

ப: ஒருமுறை 'செக்கை' மாற்றி பணம் எடுக்க என் மனைவி வங்கிக்குள் சென்றாள்... அன்று மனைவிக்கு டிரைவர் உத்யோகம் பார்த்த நான் வங்கி வாசலில் எனது பால்ய நண்பனை எதேச்சையாகப் பார்த்தேன்... மனைவி வரும் வரையில் பொழுதைக் கழிக்க நினைத்த நான் பால்ய நண்பனை பிடித்து வைத்து பழைய கதைகள் பேசி அவன் பிராணனை வாங்கினேன்... அறுவை தாங்காத அவன் ஒரு கட்டத்தில் 'உன் பேச்சு கா' சொல்லிவிட்டு வங்கிக்குள் ஓடினான்... சிறிது நேரத்தில் வங்கியிலிருந்து வெளியே வந்த என் மனைவியிடம் 'என்னம்மா... ஒரு செக்கை மாத்த, இவ்வளவு நேரமா...? வரவர பாங்குல கஸ்டமர் சர்வீஸ் ரொம்ப மோசமாயிடுத்து' என்று கத்த... பதிலுக்கு என் மனைவி 'சும்மா பாங்கை தப்பு சொல்லாதீங்க... கவுண்டர்ல இருக்க வேண்டிய கேஷியரை யாரோ ஒரு கழுத்தறுப்பு பிடிச்சு வச்சுண்டு சாவடிச்சுட்டானாம்... நீங்க வெளிலதானே இருந்தீங்க... யாருங்க அந்த லூஸு...' என்று கேட்க நான் பதில் சொல்ல முடியாமல் அ.வழிந்தேன்...

8. வாசிக்கத் தெரியுமா?

கே: 'நிஜ சிங்கம்' சிங்கிளாக வராதாமே...?

ப: யாம் அறிந்து சிங்கிளாக வந்த ஒரு சிங்கம்... ஸாரி அரை சிங்கம்... 'நரசிங்கம்...!'

கே: நான்கு வரியில் 'குழப்பமான' ஒரு கதை சொல்ல முடியுமா...?

ப: ஒரு கதை என்ன... இரண்டு கதைகளைக் கலந்து கட்டி கூடுதலாகக் குழப்புகிறேன்... 'நரி காகத்தை பாடச் சொன்னது. அப்போது அங்கு வந்த முயல், நரி பார்ப்பதற்குள் காகம் வாயிலிருந்து விழுந்த வடையைக் கவ்வி புதருக்குள் பதுங்கியது. பின்னால் வந்த ஆமையை சந்தேகப்பட்டு, நரி அதைத் துரத்தியது. நரிக்கு பயந்து தலை தெறிக்க ஓடிய ஆமை போட்டியில் வென்றது...'

(பி.கு: அந்த வடையைத்தான் ஆமைவடை என்கிறோமோ...?)

கே: சினிமாவின் ஆதிக்கம் பற்றி நீங்கள் என்ன நினைக்கிறீர்கள்...?

ப: அந்த கால சினிமா 'ஹரிச்சந்திராவை' பல ஆத்மாக்கள் பார்த்தன... அதில் ஒன்றுதான் 'மகாத்மா' ஆனது...

கே: பில் கேட்ஸ், பின் லேடன்... என்ன வித்தியாசம்...?

ப: பில் கேட்ஸ் SOFT WARE... பின் லேடன் HARD WARE...

கே: மொபைலுக்கு தமிழாக்கம் என்ன...?

ப: 'கை-பேசி என்கிறார்கள்... நான் பார்த்த வரையில் பாதி பேர் செல்ஃ-போனில் 'சாரி நான் இப்ப ஒரு மீட்டிங் குல இருக்கேன்...' என்று சுபமாக ரீல் விடுகிறார்கள்... இதைப் பார்க்கும் போது 'பொய்பேசி' என வைத்திருக்கலாமோ என்று தோன்றுகிறது...

கே: உங்களுக்கு எந்த வாத்தியம் வாசிக்கத் தெரியும்...?

ப: வீணை, வயலின், மிருதங்கம், தபேலா இப்படி எந்த வாத்தியமாக இருந்தாலும் பேப்பரில் எழுதிக் காட்டினால், பார்த்து கடகடவென்று ஸ்பெஷ்டமாக 'வாசித்துக்' காட்டுவேன்...

கே: கந்தையானாலும் கசக்கிக் கட்டு என்கிறார்களே...?

ப: கந்தையாகும் அளவுக்குத் துணியை ஏன் வெறித்தனமாக கசக்குகிறீர்கள்...? நிதானமாகத் துவைத்து நிழலில் உலர்த்துங்கள்... நெடுநாள் கட்டலாம்.

கே: ஒரு 'ஹைக்கூ' சொல்லுங்களேன்...?

ப:

'பிரம்ம முகூர்த்தத்தில்
சரஸ்வதியுடன் சாந்தி முகூர்த்தம்
பிறந்தது கவிதை...'

கே: சாத்தான் உங்கள் முன் தோன்றி என்ன சாபம் வேண்டும் என்று கேட்டால்...?

ப: ஏழு வயது அண்ணங்காரன் தனது ஐந்து வயது தங்கச்சிப் பாப்பாவை விளையாட்டாக பயமுறுத்த, முகமூடி அணிந்து வந்தானாம். 'அய்யோ... பூதம்' என்று ஏமாந்து தங்கை பயந்து அழ, அண்ணங்காரன் முகமூடியைக் கழட்டி, 'அசடே... இப்பப் பாரு' என்றானாம். 'ஹைய்யா... அண்ணன்' என்று சந்தோஷமாக சிரித்தபடி தங்கச்சி அண்ணனைக் கட்டித் தழுவியதாம். நிற்க... கேள்விக்கு வருவோம்... ஏமாந்து போக நான் ஐந்து வயது தங்கை அல்ல... ஐம்பது வயது தடியன்... முகமூடியைக் கழட்டாமலேயே நான் புரிந்து கொண்டு விடுவேன்...கேள்வியில் வந்த சாத்தான், மாறு வேடத்தில் வந்த கடவுள்தான் என்று... SO அந்தப் பெரியண்ணனிடம் 'எனக்குத் தெரிந்த பதில்களுக்கு ஏற்ற மாதிரியான கேள்விகளை அடுத்த வாரம் அனுப்பி வை அண்ணே' என்ற வரத்தைக் கேட்பேன்...

கே: ஆகஸ்ட் 15ல் பிறந்த நாள் காணும் எனக்கு கிரேஸியாரின் வாழ்த்து என்ன...?

ப: ஒரு பயல் 'கேள்வி' கேட்க முடியாத அளவுக்கு உயர்வும்... உங்களுக்கு 'பதிலாக' அயன்புரத்தில் வேறு ஆள் கிடையாது என்னும் அளவுக்கு அந்தஸ்த்தும் உங்களுக்கு கிடைக்க பிரார்த்தித்துக் கொள்கிறேன்.

கே: படிக்கும் போது ஆசிரியரிடம் அடி வாங்கிய அனுபவம் உண்டா...?

ப: தமிழ் ஆசிரியர் 'விழாப் பல்...' இதற்கு இலக்கணக் குறிப்பு என்ன...?' என்று என்னைக் கேட்டார்... தயங்கிய படி நான் 'ஈறு கெட்ட எதிர் மறைப் பெயரெச்சம் சார்...' என்றேன். என்னைக் கட்டித் தழுவிய அவர் 'எப்படி கண்ணா கரெக்டா சொன்னே...?' என்று கேட்க... நான் குன்சாவாக 'சார்... ஈறு கெட்டு போச்சுன்னா பல் விழும்... விழாப் பல் எதிர் மறை... பல் வாய்க் குள்ள இருக்கறதால எச்சம்... அதனால ஈறு கெட்ட எதிர் மறைப் பெயரெச்சம்' என்று கூறி முடிக்க, அவர் என் கன்னத்தில் கோட்டை அறை அறைய... என் பல் ஒன்று விழுந்தது.

கே: ஏன்தான் ஆம்பளையாய்ப் பொறந்தோம்னு வருத்தப்பட்ட துண்டா...?

ப: மனைவியுடன் பட்டுப் புடவை வாங்க மாம்பலம் நல்லிக்குச் சென்றிருந்தேன். பாஞ்சாலிக்காக, பரந்தாமன் கண்ணன் புடவையாகச் சொரிந்த 'வில்லிபாரதம்' எழுதிய வில்லி புத்தூரார், அதையே பனகல்பார்க் பெஞ்சில் அமர்ந்து எழுதியிருந்தால் சத்தியமாக அதற்கு, 'நல்லிபாரதம்' என்றுதான் பெயர் சூட்டியிருப்பார்... கொட்டிக் கிடக்கும் கலர் கலரான சேலைகளைப்

பார்க்கும்போது, இவைகளைக் கட்டி அனுபவிக்க நாம் 'பொண்ணப் பொறக்க லையே' என்ற ஆதங்கம் பீரிட... அதற்கு மேட்சிங்காக ஸாரி ஸாரியாக வந்த அழுகையை அடக்கிக் கொள்ள வாயை வேட்டி நுனியால் பொத்திக் கொண்டேன்...

கே: கிரேஸி சார்!... நீங்க வீட்ல எலி, வெளில புலி டைப்பா? அல்லது வீட்டுல புலி, வெளில எலி டைப்பா...?

ப: நான் வீட்டுல 'லேஸி...' வெளில 'கிரேஸி...!'

கே: ஆபாசம் இல்லாமல் ஒரு 'ஏ' சமாச்சாரம் சொல்ல முடியுமா...?

ப: 'அ' for Adamam and 'ஏ' for ஏவாள், 'அ' for anacoda (பாம்பு) வசியத்தில் மயங்கி, 'அ' for appleஐ சாப்பிட... அதனால் வந்த விபரீதம் 'அ' for adults & only...

கே: சனிப் பெயர்ச்சியாமே கிரேஸி...?

ப: இரண்டு நாட்களாக மூச்சு விடமுடியாமல், சரியாகத் தூங்க முடியா மல் இருந்தது... ஜோஸ்ய நண்பனைக் கேட்டபோது காரணம் 'சனி' என் றான்... குடும்ப டாக்டரைக் கேட்ட போது மார்ல 'சளி' என்று கூறி, மருந்தும் தந்தார்... குணமான கையோடு ஜோஸ்ய எதிரியை ஸாரி நண்பனைப் பார்த்தேன்... 'ஸாரிடா மச்சான்.. நீ கேட்ட அன்னிக்கு எனக்கு செம்ம ஜல தோஷம்... சரியா பேச முடியலை... நான் 'சளி'னு சொன்னது உன் காதுல 'சனி'னு விழுந்துருக்கும்... எனக்கு அன்னிக்கு நாக்குல 'சனி'னு வருத்தப் பட்டான்... தெய்வம் தீங்கு செய்யாது... தீங்கு செய்தால் அது தெய்வமாக இராது... சனி பகவான் தெய்வம்.. கோயிலுக்கு வந்து தன்னை வணங்கி நல்ல பலன் பெற வேண்டும் என்ப தற்காக, கருணையோடு எல்லோருக்கும் வசதியாக இம்முறை தனது சனிப் பெயர்ச்சியை ஞாயிற்றுக்கிழமை விடு முறை நாளில் வைத்துக் கொண்டி ருக்கிறார் என்றால் பார்த்துக் கொள் ளுங்களேன்...

கே: ஜால்ரா போடுவது, காக்கா பிடிப்பது, பாலீஷ் பண்ணுவது, முகஸ் துதி... இவற்றில் எளிதானது எது...?

ப: எளிதை விடுங்கள்... எளிமை யானது, மேலும் இவையெல்லா வற்றையும் விட கௌரவமானது 'அம்மா தாயே!' என்று பிச்சை எடுப்பது தான்...

கே: 'ந்யூமராலஜியில்' தங்களுக்கு நம்பிக்கை உண்டா...?

ப: நான் நம்புவது 'ஹ்யூமராலஜி...'

கே: ஹைக்கூ எப்படி தோன்றியது? அதன் பிறப்பிடம் என்ன...?

ப: ஜப்பானில் தோன்றியது... அதனால்தானோ என்னமோ ஹைக்கூ அவர்கள் சைசுக்கு சின்னதாக இருக்கிறது... சுமார் இரண்டாயிரம் வருடங்களுக்கு முன்பே, நாம் நம் வாழ்நாளில் கற்க முடியாத உலகளவை, கையளவு ஒன்றரை அடியில் இலக்கண சுத்தத்தோடு, உள்ளங்கை நெல்லிக் கனியாக வைத்தவர் வள்ளுவர்... குறள் ஹைக்கூவையும் மிஞ்சிய "High&Iq...'.

கே: ஜி.பி.எஸ் செயற்கைக் கோள் மூலம் இருப்பிடம் அறியும் வசதி பற்றி...?

ப: மைலாப்பூர் மாடவீதியில் வெற்றிலை சீவல் கடை வாசலில் இருபத்தி நாலு மணி நேரமும் புகையிலையைக் குதப்பியபடி ஒரு ஜி.பி.எஸ். உண்டு... இந்த ஜி.பி.எஸ், மைலாப்பூரில் 'யார் யார் எங்கு இருக்கிறார்கள், அவர்கள் எப்படிப் பட்டவர்கள், தற்சமயம் என்ன செய்து கொண்டிருக்கிறார்கள்' என்று போற வரவனிடமெல்லாம், இன்னாரது ஜெனரல்-பர்சனல்-சென்சேஷனல் தகவல்களை வத்தி வைக்கும் 'இயற் கைக் கோள்' மூட்டி... இன்னாரது இருப்பிடம் அறிய இவரிடம் கேட்டால் போதும் 'லெப்டுல போய், ரைட்டுல போய், காணாமப் போய், கெட்டுப் போய், செத்துப் போய்'னு அட்ரஸைத் துல்லியமாகக் கூறி, இன்னாரைப் பற்றிய கிசுகிசுவையும் கூறிவிடுவார்... எல்லா ஏரியாக்களிலும் இது போன்ற ஜி.பி. எஸ்கள் இருப்பதாக செயற்கை கோளிலேயே பதிவாகியிருப்பதாக நம்பத் தகாத வட்டாரங்களில் பேசிக் கொள்கிறார்கள்...

9. பிடித்த பெண்கள்?

கே: கிரேஸிக்கு பரத நாட்டியம் ஆட வருமா...?

ப: என்ன அப்படி கேட்டுட்டீங்க... பரத நாட்டியம் முறையாகப் பயின்று, உங்க ஊர் சுப்புடுவே வியக்கும் அளவுக்கு அரங்கேற்றமும் செய்தேன்... என் துரதிர்ஷ்டம் எனது அரங்கேற் றத்தை யாரும் பார்க்க முடியாமல் போய் விட்டது... காரணம்... நான் ஆடியது ஆல்இந்தியாரேடியோவில்... கொத்தமங்கலம் சுப்பு மட்டும் எனது ஆட்டத்தைப் பார்த்திருந்தால், சத்திய மாக 'தில்லானா (கிரேஸி) மோக னாம்பாள்' என்று புதுசாக ஒரு கதையே எழுதியிருப்பார்...

கே: அதிக சந்தோஷத்தின் போது அழுகை வருகிறது... ஆனால், அதிக துக்கத்தின் போது சிரிப்பு வருவதில் லையே...?

ப: 'அளவுக்கு மீறினால் அமிர்த மும் விஷமாகும்...' இது ஆனைக்கு அர்ரம்... உடனே, குதிரைக்கு குர்ரமாக, 'அளவுக்கு மீறிய விஷம் அமிர்தமாகும்'

என்று சொல்லமுடியுமா...? பாதாம் அல்வா அதிகமாக சாப்பிட்டால் பயங்கரமாக வயிற்றை வலிக்கும்... அதற்காக, பயங்கரமான வயிற்று வலி பாதாம் அல்வா போல இனிக்கும் என்று கூற முடியுமா...கே: ஆனால் ஒன்று... சமீபத்தில் திருமணமான எனது நண்பனைப் காணச் சென்றிருந் தேன்... அவனது புது மனைவி தந்த காப்பி இந்த மோகனுக்கு, விஷம் போல இருந்தது... மோகத்தில் இருந்த நண்பனோ அதை அமிர்தமாக எண்ணி அருந்தினான்... அந்த துக்கத்தில் எனக்கு சிரிப்பு வந்தது...

கே: சிலர் சிரிப்பார்? சிலர் அழு வார்...? நீங்கள்...?

ப: அழும் அந்த சிலரை, சிரிக்கும் சிலர் ஆக்க முயல்வதல்லால் வேறொன் றும் அறியேன் பராபரமே...

கே: 'கிரேஸி' என்ற அடைமொழி உங்களை அடைந்தது எப்படி...?

ப: அது என்னமோ தெரியவில்லை, ஒவ்வொரு கட்டத்திலும் எனது எல்லா வெற்றிகளுக்கும் பின்னால் ஒரு ஸ்ரீனிவாசன் இருப்பார்... பால்யத்தில் என்னை வளர்த்தது தாய்மாமன் ஸ்ரீனிவாசன்... பள்ளி நாட்களில், நான் காப்பியடிக்க வசதியாக, என் பக்கத்து சீட்டில் படித்த ஸ்ரீனிவாசன்... நாடகத் துறையில் எனது வலது கரமாக விளங்கும் நண்பன் ஸ்ரீனிவாசன்... சினிமாத் துறையில் என்னை சீராட்டியது முக்தா ஸ்ரீனிவாசன்... தொடர்ந்து என்னை உச்சியில் கொண்டு போய் நிறுத்தியது பரமக்குடி ஸ்ரீனிவாசன் பெற்ற கமலஹாசன்... பத்திரிகைத் துறையில் என்னைப் பதப்படுத்தியது ஸ்ரீனிவாசன் (எஸ்.எஸ்.வாசன்) ஸ்தாபித்த ஆனந்த விகடன்... 'கிரேஸி' என்ற இலவச இணைப்பை எனக்கு அளித்த புண்ணியவானும், அந்நாளைய ஆனந்த விகடன் பொறுப்பாசிரியர் ஸ்ரீனிவாசன் (வீயெஸ்வீ)... எனது ஸ்ரீனிவாச புராணம் முழுவதும் சொல்ல வேண்டுமென்றால் எனக்கு கல்கி தீபாவளி மலர் தேவைப்படும்.

கே: சுதந்திர தினம் என்றதும் காந்தி ஜியைத் தவிர்த்து தங்கள் நினைவில் தோன்றுபவர் யார்...?

ப: ஆகஸ்ட் 15சுதந்திர தின நன்னா ளில் அவதரித்து, நமது ஆன்ம விடு தலைக்கு வழிகாட்டிய பகவான் ஸ்ரீஅரவிந்தர்...

கே: மனித உருவத்தின் 'டிஸைன்' கடவுளுக்கு எப்படி கிடைத்தது...?

ப: 'நீரில் மட்டுமே வாழும் மீன், நீரிலும் நிலத்திலும் வாழும் ஆமை, நிலத்தில் வாழும் பன்றி, பாதி சிங்கம் பாதி மனிதனாக நரசிம்மம், குள்ள வாமனன், கோடாரிக்கார பரசுராமன், குண நலத்தில் சிறந்த முழு மனிதனாக இராமன், மனிதனில் மேம்பட்ட சூப்பர் மேனாக கிருஷ்ணன்' என்று விஞ்ஞான பூர்வமாக, படிப்படியாக பரிணாம வளர்ச்சியில் மனித உருவை தசாவதார மாக 'டிஸைன்' மனிதனுக்கு எப்படி கிடைத்தது என்பது அந்த கடவுளுக்குத் தான் வெளிச்சம்...

கே: கூலி-சம்பளம் இரண்டுக்கும் உள்ள வேறுபாடு என்ன...?

ப: செய்த வேலைக்குக் கிடைப்பது கூலி... செய்தாலும், செய்யாவிட்டாலும் கிடைப்பது சம்பளம்...

கே: ஒன்றை இழந்துதான் இன்னொன்றைப் பெற முடியுமா...?

ப: கடவுளிடத்தில் தன்னை இழந்து பக்தன் மோட்சம் பெறுகிறான்... கணவனிடத்தில் தன்னை இழந்து மனைவி தாய் ஸ்தானத்தைப் பெறுகிறாள்...

கே: உங்களைப் பொறுத்தவரையில் ஆண்டவன் என்பவர்...?

ப: என் வேலைகளை செவ்வனே செய்து முடிக்கும் எனது எஜமானன்...

கே: 'வல்லவனுக்கு புல்லும் ஆயுதம்' சரியா...?

ப: ராமாயண காலத்தில் சீதையை காகம் தீண்டித் துன்புறுத்தியது... வில்லவன் ராமன் நினைத்திருந்தால் அம்பு எய்து அந்த காகத்தைக் கொன்றிருக்கலாம். வில்லவன் ராமன் வல்லவனும் கூட.. தர்ப்பை என்கிற புல்லை அவன் எறிய அது அக்காகத்தை ஈரேழு லோகம் துரத்தியடித்து, இறுதியில் அதன் ஒரு கண்ணைப் பறித்தது... இதைத்தான் தவறு செய்தால் 'உம்மாச்சி சாமி கண்ணைக் குத்தும்' என்கிறோம்... இந்தக் காலத்தில் Pullம், Pushம் இருந்து கூடவே காக்காய் பிடிக்கத் தெரிந்தவனே வல்லவன்...

கே: கிரேஸி நீங்கள் முதன்முதலில் எழுதிய ஜோக் எது...?

ப: கல்லூரி நாட்களில் 'மாணவரிசம்' என்ற பத்திரிகையை என் நண்பன் ஓ.ரவியும், அவன் மனைவி செய்தி அறிவிப்பாளர் ஷோபனா ரவியும் வெற்றிகரமாக நடத்தி வந்தார்கள். அதில்தான் என் முதல் ஜோக் வந்தது... அது...

ஆசிரியர்: ராமு கம்பராமாயணத்தை எழுதியது யார்...?

ராமு: தெரியாது சார்..

ஆசிரியர்: முட்டாள் கேள்வியிலேயே பதில் இருக்கிறது. கம்பராமாயணத்தை எழுதியது கம்பர்... சரி போகட்டும், 'மணிமேகலையை' எழுதியது யார்...?

ராமு: மணி சார்...!

கே: பெண் புத்தி பின் புத்தி என்கிறார்களே...?

ப: செய்த தவறைக் குத்திக் காட்டும் Pinபுத்தி என்று பாராட்டாக எடுத்துக் கொள்ளுங்கள்...

கே: வரப்போகும் கண்ணன் பிறந்த நாளுக்காக (கோகுலாஷ்டமி) ஒரு கவிதை சொல்லுங்களேன்...?

‘வடமா மதுரை மன்னன்,
வேய்ங்குழல் ஊதும் கண்ணன்
வடமாய் ராதை மகள் தேர், இடையில்
மேயும் இடையன்
கடைவிழி காதல் கீதை, கிடைத்தால்
கொள்வான் போதை
அடடா இவனுக்கெதற்கு, அப்பம்,
சீடை, முறுக்கு...’

கே: யார் காலில் விழலாம்...?

ப: மாதா, பிதா, குரு, தெய்வம் தவிர யார் காலிலும் தயவு செய்து விழாதீர்கள்... உங்கள் காலைப் பிடித்து கெஞ்சிக் கேட்கிறேன்...

கே: அசட்டுத்தனம், முட்டாள்தனம், கோமாளித்தனம் விளக்கம் தருக...?

ப: விடலைப் பருவத்தில் ஜொள்ளு விடுதல், மன்னிக்கக் கூடிய ‘அசட்டுத் தனம்...’ விடக் கூடாத நடுவயதில் ஜொள்ளு விட்டு மாட்டிக் கொள்ளுதல் ‘முட்டாள்தனம்...’ எல்லாவற்றையும் விட வேண்டிய வயோதிகத்தில் ஜொள்ளு விட முயல்வது ‘கோமாளித் தனம்...’

கே: வாசகர்களுக்கு இரண்டே எழுத்தில் மெசேஜ் சொல்லுங்களேன்...?

ப: OK...!

கே: உங்களுக்கு எந்த வயது பெண்களைக் கண்டால் பிடிக்கும்...?

ப: தனது உண்மையான வயதை, ஒளிக்காமல் தைரியமாகக் கூறும், எந்த வயதுப் பெண்களையும் பிடிக்கும்...

கே: டிராமா-ஸ்டேஜ், கோமாஸ்-டேஜ் என்ன வித்தியாசம்...?

ப: நடிகராக இருந்தால் "I see you' in டிராமாஸ்டேஜ்... நோயாளியாக இருந்தால் "I.C.U' in கோமா ஸ்டேஜ்...

கே: வறுமையும் இல்லாமையும் ஒன்றுதானே...?

ப: மனைவி சுசீலை வற்புறுத்தியும், கண்ணனிடம் கையேந்தாமல் இருந்த குசேலனின் கௌரவம், வளமான வறுமை... கர்ணனிடமிருந்து கவச குண்டலங்களை திருட்டுத்தனமாக அபகரிக்க, இந்திரன் "ill&feeling' குடன் ஆமை போல் நுழைந்தது இல்லாமை....

கே: புதுக் கவிதையின் முன்னோடி என்று யாரைக் கருதுகிறீர்கள்...?

ப: புதுக் கவிதைக்கு தலைக்காவேரி, பாரதியாரின் வசன-கவிதைகள்... அது கொள்ளிடமாக பிரவாகமெடுத்து, ந. பிச்சமூர்த்தி, கவிக்கோ அப்துல் ரெஹ்மான், மீரா, கவிப்பேரரசு, வைரமுத்து, ந. காமராசன், மு. மேத்தா என்று பல பெயர்களில் காவிரியாக ஓடிக் கொண்டிருக்கிறது...

கே: கல்கியில் தாங்கள் விரும்பிப் படிக்கும் பகுதி எது...?

ப: ஸ்ரீரங்கத்து தேவதையின் வாரம் ஒரு பாசுரம். சுஜாதாவின் திவ்யப் ப்ரபந்த விளக்கம், வாரா வாரம் தேவாரமாக தித்திக்கிறது...

10. அட்சய பாத்திரமும் அற்புத விளக்கும்!

கே: நீங்கள் மிகவும் ரசித்த பதில்...?

ப: எனது நாடகக் குழுவைச் சேர்ந்த நண்பன் பார்த்திபன், ஜெயகாந்தன் அவர்களுக்கு மிகவும் நெருக்கமானவர்... அந்த பார்த்திபன் என்னிடம் சொன்னது... முட்டையைப் பற்றி பேச்சு வந்த போது 'உள்ளேயிருந்து உடைய ஜனனம்-வெளியேயிருந்து உடைய மரணம்' என்ற அற்புதமான பதிலை அளித்தாராம் அந்த அக்கினி குஞ்சு...

கே: பெண்ணாகப் பிறப்பது வரமா...? சாபமா...?

ப: பலரது வாழ்கையில் 'வரனாக' வந்து, 'சாப-விமோசனமாக' விளங்குபவள் பெண்...

கே: கான்சர் நோயை குணப்படுத்த முடியுமா...?

ப: குணமா...? கான்சரை விரட்டி அடிக்கும் வைத்தியரை நான் பார்த்திருக்கிறேன்... விஜயா ஹெல்த் -சென்டரில் உள்ள 'பேட்டர்- சன் கான்சர் -சென்டரைச்' சேர்ந்த டாக்டர். விஜயராகவனிடம் 'caneri குணப்படுத்த

கே: ஆதாம்-ஏவாள் கதையில் ஆப்பிளுக்கு பதில் பலாப்பழம் இருந்திருந்தால்...?

ப: ஆதாம்-ஏவாளுக்கிடையே ஈர்ப்பை உண்டாக்கியது ஆப்பிள். அதனால் உண்டானது மனித குலம். நீங்கள் கேட்டபடி ஆப்பிளுக்கு பதிலாக பலாப்பழம் இருந்திருந்தாலும், அதை சாப்பிட்டு ஆதாம்-ஏவாளுக்கிடையே ஈர்ப்பு ஏற்பட்டிருக்கலாம். மனித வம்சம் தழைத்திருக்கலாம். ஆனால் பிரச்சினை பழத்தில் இல்லை. அதை சாப்பிடுவதில்தான்... ஆப்பிளை அப்படியே கடித்து சாப்பிட்டு விடலாம். பலாப்பழத்தை நறுக்க வேண்டும். நறுக்க கத்தி வேண்டும். ஆதாம்ஏவாள் காலத்தில் பலாப்பழம் வெட்டும் கத்தி கண்டுபிடிக்கவில்லை. அதனால் அதை சாப்பிட்டிருக்க முடியாது. சந்ததியும் வளர்ந்திருக்காது. கேள்வி கேட்க நீங்களும் கிடையாது. பதில் சொல்ல நானும் கிடையாது. பாவம்...அழுகிய பலாப்பழத்தை உற்றுப் பார்த்தபடி என்ன செய்வதென்றே தெரியாமல் ஆதாமும் ஏவாளும் இன்று வரை அதே மரத்தடியில் அமர்ந்த வண்ணம் இருந்திருப்பார்கள்... அதனால் ஆப்பிள்தான் இதற்கேற்ற 'பலான' பழம்...

முடியுமா?' என்று நான் கேட்டபோது 'I can sir' என்று உற்சாகமாக அதே சமயத்தில் உறுதியாகக் கூறினார்... புற்று நோயோடு இவரிடம் செல்பவர்கள் பூரண குணமாகி கடவுள் பற்று நோயோடு திரும்பி வருகிறார்கள்...

கே: இவ்வளவு சீனிவாசன்களைப் பற்றி நினைவு கூர்ந்த கிரேஸி, 'என்னை மறந்தது ஏன்?' என்று திருப்பதி சீனிவாசர் ஒருநாள் துளஸி தீர்த்தம் மட்டும் அருந்தி உபவாசம் இருந்தாராமே... பிராயச் சித்தம் செய்து விட்டீரா...?

ப: திருப்பதி சீனிவாசரை நான் மறந்தாலும், ஞாபகம் வைத்து கொண்டிருந்தாலும் அவருக்கு ஒரு நஷ்டமுமில்லை... அவர் ஞாபகத்தில் நான் இருப்பதுதான் எனக்கு லாபம்... அவர் உபவாசம் இருந்த காரணம்... கொஞ்சனீரிங் அறிவு உள்ள எனக்கு இஞ்சினீரிங் கற்றுக் கொடுத்த கிண்டி பொறியியல் கல்லூரி பேராசிரியர் A.M. சீனிவாசனையும்... சுந்தரம் கிளேட்டனில் எனக்கு வேலையும் போட்டுக் கொடுத்து சுளையாக சம்பளமும், போனசும் அளித்த அதன் நிர்வாகஇயக்குனர் 'வேணு சீனிவாசனையும்' நான் மறந்ததுதான்... இந்த இரு சீனிவாசன்களிடமும் நான் திருப்பதி சீனிவாசர் வாங்கிய கடனை விட அதிகமாகவே நன்றிக் கடன் பட்டுள்ளேன்.. அப்பாடா... பிராயச் சித்தம் செய்தாகிவிட்டது... இனி திருப்பதி கோவிந்தன் குறையொன்று மில்லை என்றிருக்கலாம்...

கே: அதிர்ஷ்டம் ஒருமுறைதான் கதவைத் தட்டுமா...?

ப: ஒரு முறை கதவைத் தட்டும்... அடுத்த முறை காலிங்பெல் அடிக்கும்... இறுதியாக email, s.m.s. கூட கொடுத்து பார்க்கும்... இத்தனையும் மீறி நாம் தூங்கிக் கொண்டிருந்தால், 'தூர அதிர்ஷ்டம்' ஓடிவிடும்... 'துரதிர்ஷ்டம்' கதவை உடைத்துக் கொண்டு உள்ளே நுழைந்து விடும்...

கே: ஹலோ கிரேஸி... பூஜை-புனஸ்காரம் என்கிறார்களே... பூஜை சரி... அது என்ன புனஸ்காரம்...?

ப: செய்வது பூஜை... பூஜைக்குப் பிறகு திரும்பத் திரும்ப செய்வது

புனஸ்காரம். 108 தடவையோ 1008 தடவையோ சொல்லப்படும் மந்திர ஜபம்... இன்னும் விலாவரியாக உதாரணத்தோடு சொல்லவேண்டுமென்றால்... திருமணத்தை பூஜை என்று வைத்துக் கொண்டால், FirstNightல் ஆரம்பித்து ஆயுசு வரை ஒவ்வொரு இரவிலும் மனைவி சொல்லும் தலையணை மந்திரம் புனஸ்காரம்... ஒரு வித்தியாசம்... மந்திர ஜபம் நாமே சொல்வது. இனிமையானது.. தலையணை மந்திரம் மனைவி சொல்ல நாம் தலை ஆட்டியபடி கேட்பது. காரசாரமான புனஸ்காரம்...

கே: சங்கரதாஸ் சுவாமிகள்-நாடகத் தந்தை... ஆர்.எஸ். மனோகர்-நாடகக் காவலர்... 'கிரேஸி' மோகன்????

ப: அவர்கள் இருவரும் கட்டிய மாளிகையில் ஒண்டுக் குடித்தனம் செய்யும் 'நாடக Neighbour...'

கே: சித்திரவதை என்றால் என்னவென்று சொல்லுங்களேன்...?

ப: வீதிக்கு அழகு கூட்ட, அதிகாலையில் வீட்டு வாசலைக் கூட்டி, பெண்கள் சித்திரமாகப் போடும் அழகிய கோலங்களை, காரோ, ஸ்கூட்டரோ, தான் தோற்றித்தனமாக நடப்பவரோ அழித்து அலங்கோலமாக்குவதைப் பார்க்கையில் எனக்கு 'சித்திர'வதையாக இருக்கும்...

கே: அன்னபூரணியின் அட்சய பாத்திரமும், அலாவுதீனின் அற்புத விளக்கும் உங்களுக்கு கிடைத்தால் முதல் காரியமாக என்ன செய்வீர்கள்...?

ப: அற்புத விளக்கைத் தேய்த்து பூதத்தை வரவழைப்பேன்...வந்த பூதத்திடம் அட்சயபாத்திரத்தைக் கொடுத்து சுத்தமாகத் தேய்க்கச் சொல்லுவேன்... சுத்தம்தானே சோறு போடும்...

கே: பள்ளி ஆசிரியர்-பத்திரிகை ஆசிரியர்... என்ன வேறுபாடு...?

ப: இருவரும் படும் பாடில்தான் வேறு பாடு... தப்பு செய்தால் நம்மைத் திருத்த அடிப்பார் பள்ளி ஆசிரியர்... நாம் எழுதியதில் தவறு இருந்தால் அதை அடித்துத் திருத்துவார் பத்திரிகை ஆசிரியர்... தலை எழுத்தை மாற்றுபவர் பள்ளி ஆசிரியர்... கலை எழுத்தைக் கற்றுத் தருபவர் பத்திரிகை ஆசிரியர்...

கே: கும்பிடப்போன தெய்வம் குறுக்கே வந்தால்...?

ப: என்னதான் தெய்வமாக இருந்தாலும், இப்போது உள்ள டிராஃபிக்கில் குறுக்கே வந்தால் ஆக்ஸிடென்டிலிருந்து தப்ப முடியாது... அடிபட்டுக் கிடக்கும் தெய்வத்தை கும்பிடப் போனவர்கள் சுற்றி நின்று

'அட கடவுளே' என்று அங்கலாய்ப்பார்கள்...

கே: சிவபெருமான் மாம்பழத்தை முருகருக்குக் கொடுத்திருந்தால்...?

ப: சிவபெருமான் (கனிவாக) - 'கந்தா மாம்பழம் இந்தா...'

முருகன் (குறும்பாக) - 'இது சுட்ட பழமா...? இல்லை சுடாத பழமா...?'

சிவபெருமான் (கோபமாக) - 'முருகா நீ விளையாட நான் அவ்வையாரல்ல... உன் தந்தையார்...'

என்று கூறி நெற்றிக் கண்ணைத் திறக்க அந்த சூட்டில் மாம்பழம் சுட்ட பழமாகி சாம்பலாகும்... மகனுக்காகப் பரிந்து தாய் பார்வதி வேண்டிக் கொள்ள, சாந்தமான சிவன்' உமையவளே... பூவுலகில் பிள்ளை பெறும் எல்லா தாய்மார்களும் மசக்கைக்காக மாங்காயும், சாம்பலும் சாப்பிடுவார்கள் என்பதை உணர்த்தவேயாம் இந்த திரு விளையாடலைப் புரிந்தோம்' என்று பகர்வார்...

கே: நான் கவிதைகள் எழுதுவேன்... காதலிக்கலாம் என்றால் குண்டாக இருக்கிறேன்... என்ன செய்ய...?

ப: மகாகவி பாரதியார் போல கவிதைகள் எழுதி தேசத்தைக் காதலியுங்கள், மனித நேசத்தைக் காதலியுங்கள், பராசக்தியைக் காதலியுங்கள், பச்சைக் குழந்தையைக் காதலியுங்கள்... குண்டாக இருப்பதால் உங்களை வருங்காலம் 'மகாஹெவி பாரதியார்' என்று போற்றும்...

கே: அய்யா கிரேஸி... நீங்கள் ராஜாவாக பல்லக்கில் அமர்ந்தபடி, வாயில் ஜர்தாபீடா போட்டு குதப்பியபடி வீதியில் துப்பிக் கொண்டு பவனி வருவது போல கனவு கண்டேன்...?

ப: 'பல்-Luck'ல் பவனி வரும் இதே பார்த்திபன் கனவு எனக்கும் வந்தது... அதில் நீங்கள் பல்லக்குக்கு முன்னே 'கிரேஸி மன்னர்', 'பான்பராக்', 'பான்பராக் பராக்' என்று கட்டியங் கூறிக்கொண்டு அதே வீதியில் அங்கப் பிரதட்சிணம் செய்து கொண்டு போனீர்கள்...

கே: புலி பசித்தால் புல்லைத் தின்னுமா...?

ப: குஷியாக ஒரு குழப்பல்... பசி வெறியில் ஒருவேளை, புலிக்கு கொம்பு முளைத்தால் புலி பசுவாகும்... கொம்பு முளைத்த பசுத்தோல் போர்த்திய புலி புல்லைத் தின்னும்... அதே கொம்பு புல்லுக்கு முளைத்தால், புல் புலி ஆகிவிடும்... புலியாக மாறிய புல் பசுவாக மாறிய புலியைத் தின்று விடும்... இன்னும் இருக்கு.. புலியாக மாறிய அந்தப் புல்லுக்கு ஒரு பூனை பிறக்கலாம்... அந்தப் பூனை கண்ணை மூடிக் கொண்டு கணக்கு போடும் கெட்டிக்கார 'கணக்குல புலியாக' இருக்கலாம்... 'புலிக்குப் பிறந்தது பூனையாகுமா...?' என்ற கேள்விக்கும் நீங்கள் இதே பதிலை வைத்துக் கொள்ளலாம்...

கே: பெண்கள் நாட்டின் கண்கள் என்கிறார்கள்... அப்படியானால் ஆண்கள்...?

கண்ணுக்குள் இருக்கும் கருவிழியை 'பாப்பா' என்கிறோம்... பாப்பாவை ஆங்கிலத்தில் "Pupil' என்பார்கள்..."Pupil' என்பதற்கு நல்ல மாணவன் என்ற வேறு ஒருபொருளும் உண்டு... இன்றைய நல்ல மாணவர்கள்தான் நாளைய "People' அதாவது நாட்டு மக்கள்... "So... நல்ல பாப்பாக்களை பெற்றுத்தரும் பெண்கள் நாட்டின் கண்கள் என்றால், ஆண்கள் அந்தக் கண்களைக் காக்கும் இமைகள்... இமையும், விழியும் இணைந்தால்தானே 'பாப்பா...'

11. கத்திரிக்காய் சம்பந்தம்!

கே: எப்போதும் சந்தோஷமாகவே வாழ்க்கை இருந்தால், சுவாரஸ்யமாக இருக்குமா...?

ப: சந்தோஷம் வேறு... சுவாரஸ்யம் வேறு... வாங்கும் சம்பளம் சந்தோஷம்... செய்யும் வேலையில் job satisfaction சுவாரஸ்யம்... இன்னும் சரியாகச் சொல்ல வேண்டுமென்றால் காதல் சுவாரஸ்யமானது... கல்யாணத்தில் முடிந்தால் சந்தோஷம்... அதன் பிறகு பிள்ளைக் குட்டிகள், அவர்களுக்கு கல்யாணம் என்று சுவாரஸ்யம் வேறு ரூட்டில் போகும்... 'சுவாரஸ்யமான சந்தோஷம்' சித்தர்கள் சொன்னபடி 'சும்மா இருந்து சுகம் பெறுவதுதான்...'

கே: 'பிள்ளையார் பிடிக்க அனுமாராய் ஆனது...' என்ன அர்த்தம் சொல்வீர்கள்...?

ப: பிள்ளையார் என்றதும் நம் நினைவுக்கு வருவது யானைத் தலை... அனுமார் என்றால் அவரது வால்... எந்த காரியத்தையும் செய்வதற்கு முன்பு அது வெற்றி அடையுமா என்ற கவலையில், நாம் 'செய்யலாமா...? வேண்டாமா?' என்று மனதுக்குள் ஒரு head or tails போட்டுப் பார்ப்பது வழக்கம்... இந்தக் கவலையை விட்டொழித்து காரியம் துவங்கும் முன் 'பிள்ளையார் தலை' என்ற Head (Or) அனுமார் வால் என்கிற Tailsi நினைவில் நிறுத்தினால் நிச்சயம் வெற்றிதான்...

கே: புண்ணியத்தை சம்பாதிப்பது எப்படி...?

ப:சம்பாதித்த பாவத்தை செலவழித்து...

கே: தம்பதிகளுக்கிடையே பிரியம் கூட என்ன வழி...?

ப: பிறருக்காக, விளம்பர இடைவேளை கூட விடாமல் பிரியாமல் இருங்கள்... பிரியம் தானாகக் கை கூடும்...

கே: காமெடி நடிகர்கள் வாழ்க்கையில் சீரியஸாக இருப்பார்களா...?

ப: அப்படிப் பார்த்தால் வைத்தியர்கள் வாழ்க்கையில் நோயாளிகளாக இருப்பார்களா...? இல்லை வக்கீல்கள் தான் வாழ்க்கையில் குற்றவாளிகளாக இருப்பார்களா...? இதெல்லாம் வெறும் சங்ககால கர்ணபரம்பரை சந்தேகங்கள்...நாம் நம் உடம்பில் ஸெண்ட் போட்டுக் கொண்டால்தான் நம்மைச் சுற்றி நறுமணம் பரப்ப முடியும்... யாம்

கே: ஆண்கள் தமது 90வது வயதிலும் ஸெக்ஸ் உறவு வைத்துக் கொள்ளலாம் என்று அமெரிக்க மருத்துவர்கள் கண்டு பிடித்துள்ளனராமே...?

ப: அதே கிட்டத்தட்ட 90வது வயதில், தனது தள்ளாமையையும் பொருட் படுத்தாது மூதறிஞர் ராஜாஜி அமெரிக்காவுக்கு தூது சென்று, அதிபர் கென்னடியிடம் அணு ஆயுத தயாரிப்பைக் கைவிடுமாறு, உலக மக்கள் சார் பாக வற்புறுத்தினார்... அதே கிட்டத்தட்ட 90வது வயதில் மொரார்ஜி தேசாய் ஒரு கப்பலிலிருந்து இன்னொரு கப்பலுக்கு நூலேணி வழியாக தீரமாக தாவிச் சென்று இளைஞர்களையும் திகைக்க வைத்தார்... அதே கிட்டத்தட்ட 90வது வயதில் பி.ஜி.வுட்ஹவுஸ் சுறுசுறுப்பாக நாவல் எழுதி நகைக்க வைத்தார்... அதே கிட்டத்தட்ட 90வது வயதில் பிராட்மேன், டெண்டூல்கருக்கு கிரிகெட் நுணுக்கங்களை கற்றுக் கொடுத்தார்... மேற்கூறிய சாதனைகள் sucessful true stories...அமெரிக்க மருத்துவரின் கண்டுபிடிப்பு தேவையில்லாத sexcess ful ficition...

பெற்ற இன்பத்தைத்தான் இவ்வையகம் பெறத் தர முடியும்...

கே: கிரேஸி... திருமணம் என்றதும் அதிகமாய் சந்தோஷப்படுவது ஆண் களா...? பெண்களா...?

ப: பெண்களைப் பெற்ற ஆண்கள்...!

கே: இந்தக் காலத்தில் பதினாறு குழந்தை பெற்று 'பெருவாழ்வு' வாழமுடியுமா...?

ப: ஒரு குழந்தையைப் பெத்துக்க எப்படியும் ஒரு வருடம் தேவை... மறு குழந்தைக்குத் தயாராக அல்லது தாயாராக மனைவிக்கு மேலும் ஒரு வருடம் தேவை... ஆக ஒரு குழந்தைக்கு இரண்டு வருடம் என்ற கணக்கு வைத்து பார்த்தால், நீங்கள் சொன்ன பதினாறு குழந்தைகள் பெத்துக்க 32 வருடங்கள் ஆகும்... 28 வயதில் இந்த வம்ச விருத்தியை ஆரம்பித்த கணவனுக்கு பதினாறாவது குழந்தை பிறக்கும் போது 60வது வயதாகிவிடும்... இந்தக் கணக்கை வைத்துப் பார்த்தால், அவன் வாழ்க்கை 'பெருவாழ்வுக்கு' பதில் எப்போதும் குழந்தை 'பெறும் வாழ் வாக'ப் போய்விடும்...

கே: பாரதியார் வள்ளலார், இருவரிட மும் நீங்கள் கண்ட தனிச் சிறப்பு...?

ப: வாடிய பயிரை கண்ட போதெல் லாம் வாடி, அவற்றைக் கண்ணீரால் துளிர்க்க வைத்த கருணைக் கடல் வள்ள லார்... வறுமையில் வாடிய போதும், விடுதலைப் பசி தீர 'பாடிய பயிர்' பாரதியார்...

கே: காதலுக்கும் கத்தரிக்காய்க்கும் என்ன சம்பந்தம்...?

ப: காதல் என்னும் காய் கல்யாணத் தில் முடிந்தால் பழமாகிறது... 'சீச்சீ இந்தக் காய் புளிக்கும்' என்று சம்பந்தப்

பட்ட காதலர்களோ அல்லது 'பழ'மை வாதிகளான பெற்றோர்களோ, பழுக்கும் முன்பே கத்தரித்து விட்டால், காதல் கத்தரிக்காய் போல சூம்பி வாடி வதங்கி விடும்...

கே: வீடு வரை உறவு-வீதி வரை மனைவி காடு வரை பிள்ளை... கடைசி வரை...?

ப: கடைசி வரை முதல்... அந்த முதல் கடவுள் என்கிற 'முழு முதலாகவும்' இருக்கலாம்... இல்லை நாம் செய்த பாவ புண்ணியம் என்கிற 'கொள் முதலாகவும்' இருக்கலாம்...

கே: எது சொர்க்கம்...? எது நரகம்...?

ப: செத்து ஒருவன் வானுலகம் சென்றான்... அங்கு அவனை, அருந்த அமிர்தம், அசந்து உறங்க அம்சதூளிகா மஞ்சம், அணைத்து மகிழ அழகிகள் ரம்பா ஊர்வசி மேனகா, அள்ளி அள்ளி உண்ண அறுசுவை உணவு என்று சந்தோஷத்தில் திக்குமுக்காட வைத்தார்கள்... இந்த ராஜ உபசாரம் தினமும் தொடர்ந்தது... ஆறே மாதத்தில் அவனுக்கு, அமிர்தம் வாந்தியை வரவழைத்தது... அழகிகளின் அணைப்பு தீயணைப்பாய் சுட்டது... அம்சதூளிகாமஞ்சம் அம்புப் படுக்கையாய்க் குத்தியது... 'அய்யோ போதும் என்னை நரகத்திற்கு கொண்டு விடுங்கள்' என்று அலறினான்... அங்கு வந்த அதிகாரி 'அண்ணே நீ இப்போது இருப்பது நரகத்தில்தான்... நீ செய்த பாவத்திற்கு இந்த உபசாரங்கள் இன்னும் ஒரு மாமாங்கம் தொடரும்' என்றார்... 'அப்போ எது சொர்க்கம்' என்று நம்மாள் கேட்க... 'நீ வந்ததே பூமி என்கிற சொர்க்கத்திலிருந்துதான்' என்றார் நக்கலாக சிரித்த வண்ணம் அந்த அதிகாரி...

கே: 'சிவாஜி' என்றதும் உங்கள் ஞாபகத்துக்கு வருபவர் மராட்டிய மன்னரா, நடிகர் திலகமா, சூப்பர் ஸ்டாரா...?

ப: ஆனைமுகன்ஆறுமுகன் அப்பன் 'சிவா.G...' for good...

கே: தர்மம் எப்போது தலை காக்கும்...?

ப: அதர்மம் தலை தூக்கும்போது...

கே: AIDS - இதைத் தூய தமிழில் எவ்வாறு கூறுவது...?

ப: 'யாதும் ஊரே யாவரும் கேளிர்' என்று செல்லும் இடத்தில் சர்வ அலட்சியமாக இருந்து விடாதீர்கள்... 'தீதும் நன்றும் பிறர் தர வாரா' என நம்மை எச்சரிக்கிறார் சங்கத் தமிழ் புலவர் கணியன் பூங்குன்றனார்... AIDS வலியச் சென்று நாம் பெறும், பிறர் தரும் தீது... இது ஒரு 'தீவிரவியாதி' AIDS எனும் இந்த ஆங்கில அமங்கலத்துக்கு தூய தமிழில் எதற்கு அலங்காரம்... தமிழைப் போல தூய்மையாக இருந்தால் AIDS வரவே வராது... நார்மன்கஸின்ஸ் என்பவர் நகைச்சுவை படங்களைப் பார்த்து, தனக்கு வந்த 'பார்கின்ஸன் நோய்' என்னும் இடுக்கண்ணை நகுக செய்து, நகருக என்றாராம்... தமிழுக்கு அமுதென்று பேர்.. சிரஞ்சீவித்தனம் அளிக்கவல்ல, கம்பன், வள்ளுவன், இளங்கோவின் தமிழ் அமிர்தத்தை தாராளமாகப் பருகுங்கள்... நார்மன்கஸின்ஸ் நகைச்சுவையால் நோயை விரட்டியது போல, அப்படி ஒரு வேளை AIDS வந்து விட்டால், தமிழ்ச் சுவையில் திளைத்து, அதை வெல்லுங்கள்... மேலும் AIDS இறக்குமதியான அயல்நாட்டு சீமைச் சரக்கு... FOREIGN AIDS... வெள்ளையனை விரட்டியது போல, இந்த சனியனை SORRY 'பிணி'யனை வெளியேற்றி நமது வருங்கால சந்ததிக்கு விடுதலை வாங்கித் தருவோம்...

கே: பரமசிவன் உங்கள் முன் தோன்றி 'ஒரு கோடி ரூபாய் தருகிறேன்... ஆனால் ஒரு கண்டிஷன்... நீ பெண்ணாகி விடுவாய்' என்கிறார்... உங்கள் பதில் என்ன...?

ப: 'அரை கோடி வாங்கிக் கொண்டு உன்னைப் போல அர்த்தநாரியாக இருக்க அனுமதிப்பாயா...?' என்று பரமசிவனை முதலில் தாஜா செய்ய முயல்வேன்... பரமசிவன் மசியவில்லை என்றால், பெண்ணாக மாற நாணத்துடன் ஒப்புக் கொள்வேன்... என்ன இப்போ... பத்திரிகைகளில் அம்புக் குறியிட்டு 'மாறுவதற்கு முன்மாறிப் பின்' என்றெல்லாம் 'போடோ' டு என் அந்தஸ்த்தை உயர்த்துவார்கள்... 'டிராமா, சினிமா, டி.வி.சீரியல்' எழுதும் எந்திரம் ஆணாக இருந்தால் என்ன, பெண்ணாக இருந்தால் என்ன... 'கிரேஸி' மோகன் என்ற என் பெயரை 'ரோஸி' மோகினி என்று மாற்றிக் கொள்வேன்... 'ரோஸியைக் கேளுங்கள்' என்ற (புடவைத்) தலைப்பில் மங்கையர் மலரில் நீங்கள் கேட்கும் கேள்விகளுக்கு பதில் கூறிக் கொண்டிருப்பேன்...

கே: நா-நயம், நாணயம் இந்த இரண்டில் கிரேஸியைக் கவர்ந்தது எது...?

ப: பகவான் ரமண மகரிஷியின் 'நான் - I AM...'

12. அமரகாதல்!

கே: கிரேஸி சார்... கல்கியில் தராசுவிடம் கேட்கும் கேள்விகளுக்கு பரிசு கொடுக்கிறார்கள்... உங்களிடம் கேட்கும் கேள்வி எதற்கும் பரிசு தருவதில்லையே ஏன்...?

ப: தராசுவில் கேள்விகளை நிறுத்துப் பார்த்து, எடை மிகுந்த கேள்விக்கு சன்மானம் தருகிறார்கள்... நான் உங்கள் கேள்விகளை சிரித்துப் பார்த்து, விடை தெரிந்த கேள்விகளுக்கு பதில் சொல்லி என் தன்மானத்தை காப்பாற்றிக் கொள்கிறேன்... நியாயமாகப் பார்த்தால் நல்ல பதிலை வரவழைத்த கேள்வியைக் கேட்பவர், பரிசை எனக்குத் தரவேண்டும்...

கே: 'அமரக்காதல்களில்' தங்கள் மனம் கவர்ந்த காதல் எது...?

ப: கண்ணுக்குத் தெரியாத காலனை, பாவை நோன்பிருந்து, வாரணமாயிரம் கனவு கண்டு, அந்த ஆரா - அமுதனை, ஆற 'அமர-காதலித்து' தன் வலைக்குள் சிக்க வைத்த ஆண்டாளின் காதல்... 'அமரக்காதல்கள்', ரோமியோ -ஜூலியட், லைலாமஜ்னு, அம்பிகாபதி -அமராவதி மூன்றுமே டிராஜிடியில் முடிந்தது... பெற்றவர் பெரியாழ்வார் சம்மதத்துடன், அரங்கனை மணந்த ஆண்டாளின் காதல் தான் காமெடியாக (சுபமாக) கல் யாணத்தில் முடிந்தது...

கே: 'தீமை' செய்யும் வரம் உங்களுக்கு கிடைக்கிறது... என்ன தீமை செய்வீர்கள்...

ப: எனது அடுத்த நாடகத்துக்கான 'தீமை' (theme) முடிவு செய்வேன்...

கே: ஹலோ கிரேஸி... ஐஸ்வர்யா ராயின் கண்கள்-சுஷ்மிதா சென்னின் கன்னம்-ராணி முகர்ஜியின் உதடு... ஒப்பிடுங்களேன்...?

ப: ஹலோ தணிகாசலம்... மேற்

கே: இவரிடம் கை குலுக்க முடியவில்லையே என்று நீர் வருந்தும் மனிதர் யார்...?

ப: கை குலுக்க முடியவில்லையே என நான் ஏங்குவது மனிதரிடம் அல்ல; மகாவிஷ்ணுவிடம்... காரணத்துக்கான புராணக் கதை இதோ... மழலைப் பிள்ளையார், விளையாட்டாக மகாவிஷ்ணுவின் சக்கரத்தை எடுத்து வாய்க்குள் போட்டுக் கொண்டு விட்டாராம்... சக்கரத்துக்கு ஸ்டெப்னி இல்லாத மகாவிஷ்ணு, சமயோசிதமாக தனது நான்கு கைகளால், இரண்டு காதையும் பிடித்தவாறு, உட்கார்ந்து எழுந்து உட்கார்ந்து எழுந்து, கணபதியின் முன்பு காமெடி செய்தாராம் (தோர்பி என்றால் நான்கு, கர்ணம் என்றால் காது... இந்த தோர்பி கர்ணம்தான் சுருங்கி தோப்புக்கரணம் ஆகிவிட்டது).. விஷ்ணு காட்டிய வேடிக்கையைப் பார்த்து, வினாயகன் விழுந்து விழுந்து சிரிக்க, அவன் வாய்க்கு எட்டிய சக்கரம் கீழே விழுந்து விஷ்ணுவின் கைக்கு எட்டியதாம்.. சிறுவர்கள் ரசிக்கும் 'ஸ்லாப்ஸ்டிக்காமெடியை' கண்டு பிடித்ததற்காக, மாவிஷ்ணுவின் நான்கு கைகளையும் பிடித்து குலுக்கி 'வெல்டன் விஷ்ணு' சொல்லவேண்டும் என்பது எனது நீண்ட நாளைய மசக்கை..

கூறிய மங்கையர் திலகங்களுக்கு, கண்ணுக்கு மை-கன்னத்துக்கு பூச்சு-உதட்டுக்கு சாயம் என்று மேக்கப் போட்டு 'ஒப்பனையிடுங்களேன்' என்று உற்சாகப்படுத்துவதை விட்டு, ஒப்பிடுங்களேன் என்று சொல்லி என்னை பேக்கப் செய்து, இப்படி உதாசீனப் படுத்தி விட்டீர்களே... நீங்கள் அடுத்த ஜென்மத்தில், தண்ணியில்லா காட்டில் பிறந்து, 'தண்ணிகாட்டுஜலமாக' இருந்து தவிக்கக் கடவது..

கே: தாங்கள் விரும்பிக் கொண்டாடும் பண்டிகை எது... ஏன்...?

ப: அவதாரங்களில் குஷியான அவதாரம் கிருஷ்ணாவதாரம்... நவரஸங்களில் குஷியானது நகைச்சுவை... பகைச்சுவை நரகாசுரன் நகைச்சுவை கிருஷ்ணனால் அழிக்கப்பட்டதை கொண்டாடும் தீபாவளி.. இதிகாச கிருஷ்ணனை N.S. கிருஷ்ணன் என்றும் செல்லமாகக் கூறலாம்... N.S. for நகைச்சுவை...

கே: உடம்புல மச்சம் இருந்தால் யோகமாக...?

ப: என் நண்பனுக்கு மச்சான் ஒருவன் இருக்கிறான்... அவன் மச்சான் இல்ல மச்சன்.. அந்த அளவுக்கு அவனுக்கு முதுகில், யாரோ பேனாவால் 'ஏப்ரல்ஃபூல்' இங்க் தெளிச்சாப் போல மச்சம் மானாவாரியாக சிந்திக் கிடக்கும். எல்லோருக்கும் உடம்புல மச்சம் என்றால், இவனுக்கு மச்சத்துக்கு நடுவுல கொஞ்சம் உடம்பு இருக்கும்... ஆயிரம் மச்சம் இருந்தும், பாவம் இவனுக்கு 'நோ பீஸ் ஆஃப் யோகம்...' தெருவில் போட்ட கோலம் தடுக்கி, காலை முறித்து கொள்வான்...இவன் பேனாவுக்கு இங்க் போடும்போது, பூகம்பம் வரும்... ஒருவேளை மச்சத்துகான யோகத்தையெல்லாம் போன ஜென்மத்திலேயே வினியோகம் செய்து விட்டானோ...?

கே: மனிதன் எப்போது தெய்வமாகிறான்...?

ப: தலை வணங்கும்போது...

கே: சம்சாரத்தோடு சண்டை போடுவீர்களா...? அஃப்கோர்ஸ் வாய்ச் சண்டைதான்... சண்டையில் உங்கள் இருவரில் யார் ஜெயிப்பார்கள்...?

ப: கல்யாணத்தன்றே கட்டியவளிடம் கர்ணனாக, தைரிய கவசத்தை தாரை வார்த்துக் கொடுத்து, கோழைக் குண்டலத்தை காதில் அணிந்து கொண்ட, மர(த்துப் போன) தமிழன் நான்... அவள் என்னோடு போடும் சண்டையில், என் தரப்புக்கு அவ்வப் போது எப்போதாவது மனசுக்குள் மௌனமாக திக்கித் திக்கி பேசியபடி, மயான அமைதியில் மூழ்கி, பங்கு கொள்வேன்... நிராயுத பாணியாகப் புறமுதுகு காட்டி நின்ற என்னோடு, என் அந்தப்புர எதிரி போட்ட, சமீபத்திய 'பாணிக் கிரகணபட்' யுத்தம் அழுகையில் முடிந்தது... அழுதவர்கள்தான் தோற்றார்கள் என்று வைத்துக் கொண்டால், இருவருமே தோற்றோம்... பொலபொலவென கண்ணீர் விட்டு அழுதாள் என் பொண்டாட்டி.. சமாதானப்படுத்த, பட்டுப் புடவைக்காக கலகலவென கைக்காசை அழுதான் அவள் கணவன்...

கே: சாகா வரம் தரும் அமிர்தம் உங்களுக்குக் கிடைத்தால், அதை நீங்களே குடிப்பீர்களா…? அல்லது உங்கள்மனைவிக்குக்கொடுப்பீர்களா…?

ப: என் சம்சாரத்திற்கு தெரியாமல் நான் சாப்பிடுவது செவிக் குணவு ஒன்று தான்… மற்றபடி ஆவின் பால்லேருந்து அமிர்தம் வரை எதை என் மனைவிக்குத் தெரியாமல் சாப்பிட்டாலும், அது என் முகத்தில் அசடாக வழிந்து காட்டிக் கொடுத்து விடும்.. அய்யா ஒரு பேச்சுக்கு அந்த அமிர்தத்தை, அவளுக்குத் தெரியாமல், வாயும் வாயும் வைத்தாற்ப் போல சாப்பிட்டு விட்டேன் என்று வைத்துக் கொள்ளுங்கள்… 'சாகா வரம் தரும் அமிர்தத்தை எனக்கு ஏன் தரவில்லை நாதா'ன்று ஆயுசு வரை நச்சரிச்சு, என்னை சாவடிப்பா… அதுவும் தவிர, இருக்கற பவர்கட், பொல்யூஷன், டிராஃபிக்ஜாம்னு, ஆயிரெத்தெட்டு அவஸ்தைகளில் நாம் செத்து சுண்ணாம்பா ஆகிக் கொண்டிருக்கிறோம்… இதுல என்ன வெங்காயம் சாகா வரம்… சாகாம இருக்கறது வரமில்லை, சாபம்தான்னு தோன்றுகிறது… அமிர்தம் மட்டுமில்லை, அளவுக்கு மீறிய ஆயுசும் விஷம்தான்… அளவோடு வாழ்ந்து, வளமோடு சாவோம்…

கே: கணக்கில் தப்பு கணக்கு சரி… அது என்ன குருட்டு கணக்கு…?

ப: 'கிருஷ்ணர் தேவையில்லை, அவரது சேனை, பரிவாரங்கள் கிடைத்தாலே போதுமானது… நாம் பாரதப் போரில் வென்று விடலாம்' என்று துரியோதனன் போட்ட கணக்கு தப்புக் கணக்கு… துரியோதனன் போட்ட தப்புக் கணக்கை சரியென்று நம்பி பாரதப் போர் நடக்க, பர்மிஷன் கொடுத்த திருதராஷ்டிரன் போட்டது குருட்டுக் கணக்கு…

கே: மதயானையை வழிக்குக் கொண்டு வர ஒரு அங்குசம் தேவை… மனைவியை வழிக்குக் கொண்டு வர…?

ப: பாசாங்குசம்… அதாவது பாசம் என்கிற அங்குசத்தைக் காட்டி மனைவியை வழிக்குக் கொண்டு வரலாம்… பாசம் காட்ட முடியாதவர்கள், அட்லீஸ்ட் பாசாங்கு என்கிற அங்குசத்தையாவது காட்டி, மனைவியின் மனத்தை மாற்றுங்களேன்…

கே: இப்போதிருக்கும் பெற்றோர்களை விட வேறு யாருக்காவது மகனாகப் பிறந்திருந்தால், இன்னும் பெட்டராக இருந்திருக்குமே, என்று எப்போதாவது எண்ணியது உண்டா…?

ப: நீங்கள் கேட்ட கேள்விக்கு மரியாதை கொடுத்து 'வேறு யாருக்குப் பிள்ளையாகப் பிறந்திருந்தால் பெட்டராக இருக்கும்'னு நான் யோசித்துக் கொண்டிருக்கையில், எங்கப்பா வந்தார்… 'ஏண்டா மோகன்… வங்கிக்கு போய் பணம் கட்டிட்டு வாடான்னா, இப்படி பங்கி அடிச்சா மாதிரி எவனோ கேட்ட கேள்விக்கு பதிலை யோசிச்சிண்டு, உத்தரத்தை பாத்துண்டு உக்காந்துண்டிருக்கியே… உன்னை புள்ளையா பெத்ததுக்கு, லோகுவையோ (பக்கத்து வீடு), வாசுவையோ (பக்கத்து தெரு) சுந்தரையோ (பக்கத்து ஊரு), சுப்புவையோ (பக்கத்து நாடு) புள் ளையா பெத்து தொலைச்சிருக்கலாம்' என்று ஆவேசமாக எனக்கு பதிலாக அவர் ஒரு பட்டியலே போட்டார்.. எங்கே உயிலை மாத்தி எழுதி விடுவாரோ என்ற பீதியில், உங்கள் கேள்வியை உடைப்பில் போட்டு விட்டு, ஒழுங்கு மரியாதையாக வங்கிக்கு ஓடினேன்…

கே: ராமர் பாலம் கட்டினாரா...?

ப: தந்தைக்கும் மகனுக்கும் இடையே தலைமுறை இடைவெளி இல்லாமலிருக்க, 'தந்தை சொல் மிக்க மந்திரமில்லை' என்னும் 'இணைப்புப் பாலம்' கட்டினார்... முன் பின் தெரியாத குகனின் நட்பில் நெகிழ்ந்து, அவனை கட்டித் தழுவி, 'தோள் கொடுப்பான் தோழன்' என்னும் 'அணைப்புப் பாலம்' கட்டினார்... கணவன்மனைவி இருவர் மட்டுமே செல்லக்கூடிய, 'ஒருவனுக்கு ஒருத்தி' என்னும் ஒற்றையடிப் பாலம் கட்டினார்... சபரி அளித்த எச்சிற் கனியை உண்டு, 'தாழ்ச்சி உயர்ச்சி சொலல் பாவம் பாப்பா' என்னும் 'சமத்துவ பாலம்' கட்டினார்... நிராயுதபாணியாக நின்ற இராவணனுக்கு 'இன்று போய் நாளை வா' என தப்பிக்க வாய்ப்பளித்து, 'பகைவனுக்கருள்வாய் நன்னெஞ்சே' என்னும் தற்காலிக 'தொங்கு பாலம்' கட்டினார்... அவதாரமாக வந்து, வாழ்ந்து காட்டி, 'மனிதன் என்பவன் தெய்வமாகலாம்' என்னும் 'Fly Over பாலம்' கட்டினார்...

கே: சாமியாராக ஆசைப்பட்டதுண்டா...?

ப: சாமியாராக ஆசைப்பட்டதில்லை... 'சாமி யார்?' என்று அறிய ஆசைப்படுவதுண்டு... ஆனால் இப்போது இருக்கும் சாமியார் பாப்புலேஷனை திருமூலர் பார்த்தால் 'ஆசை அறுமின் ஆசை அறுமின்... சாமியாராகிடும் ஆசை அறுமின்' என்று பாடியிருப்பார்...

13. ராமர் கட்டிய பாலங்கள்!

கே: 'சீதைக்கு ராமன் சித்தப்பா' என்கிற சொல்வழக்கு எப்படி வந்தது...?

ப: எப்போதும் சீதையின் சித்தத்தில் இருக்கும் அப்பன் ராமன்... எனவே சீதைக்கு ராமன் சித்தப்பன்... மேலும், ஞான மார்க்கத்தில், பரம்பொருளை 'சித்' என்பார்கள்... பக்தி மார்க்கத்தில் 'அப்பனே' என்று ஆசையாக அழைப்பார்கள்... எனவே சீதைக்கு மட்டுமல்ல நம் எல்லோருக்குமே ராமன்தான் சித்தப்பன்...

கே: மாதா, பிதா, குரு, தெய்வம்- இவர்களுக்குப் பிறகு...?

ப: இவர்களுக்குப் பிறகுதான் சார் எல்லாமே, எதுவுமே, எவருமே...! மாதா, பிதா, குரு, தெய்வத்திற்குப் பிறகு மீண்டும் மாதா, பிதா, குரு, தெய்வம்தான்... நீங்கள் நினைப்பது போல இது வரிசை அல்ல வட்டம் நம்மைச் சுற்றிச் சுற்றி வந்து கண் காணித்துக் காக்கும் சுற்றம்...

கே: நெற்றிப் பரப்பு அகலமாக உள்ளவர்கள், சிந்திப்பவர்களாக இருப்பார்களாமே...?

ப: என் உறவினர் ஒருவர் இருக்கிறார்.. அவர் நெற்றியில் நாமம், விபூதி, குங்குமம், சந்தனம் இப்படி எல்லாவற்றையும் இட்டு கொண்டு, அது போக மீதி உள்ள இடத்தை காலியாக விட்டு, தன்னை ஒரு நாத்திகன் என்று கூட கூறிக் கொள்ளலாம்... நமக்கெல்லாம் விதியை பிரம்மா நெற்றியில் நுணுக்கி நுணுக்கி எழுதினால், இவரது விதியை நெற்றியில் வால்போஸ்டராக ஒட்டியே விடலாம்... 'முன் பக்க முதுகோ?' என்று பிரமிக்கும் அளவுக்கு பிரும்மாண்டமான நெற்றி... என்ன பிரயோஜனம்... எனக்குத் தெரிந்து இவர் ஜலதோஷம் வந்தால் கூட, மூக்கை சிந்த மாட்டார்...

கே: லஷ்மியும், சரஸ்வதியும் சமமாக அருள் பாலிக்க என்ன செய்ய வேண்டும்...?

ப: காளிதாஸனாக வேண்டும்...

கே: சுஜாதாவுக்கு வயது ஏறாதது போல், அவரது பாத்திரங்களும் (கணேஷ்-வஸந்த்) வயது ஏறாமல், இளமையாக இருக்கிறார்களே... எப்படி...-?

ப: அர்ச்சுனனுக்கு 'ஸவ்யசாசி' என்று வேறு ஒரு பெயர் உண்டு... 'ஸவ்யசாசி' என்றால், இரண்டு கைகளினாலும் வில்லை விடும் தேர்ச்சி பெற்றவன் என்று பொருள்... எழுத்தாளர்களில், சுஜாதா ஒரு 'ஸவ்யசாசி...' ஒரு கையால் முதிர்ச்சியான 'இலக்கியமும்' படைப்பார்.. இன்னொரு கையால் இளமைத் துடிப்போடு 'கலக்கியமும்' செய்து காட்டுவார்... உதாரணம் இந்தியன், அன்னியன், சிவாஜி பட வசனங்கள்... இந்தக் கேள்வியை சாக்காக வைத்து, 'கப், சுஜாதா ஸாஹேப் கோ, ஸாஹித்ய அகாடமி அவார்ட், தேங்கே...?' என்று தமிழ் கூறும் நல்லுலகம் சார்பாக, நான் குரல் கொடுக்க விரும்புகிறேன்... இதை நீங்களும் என்னோடு சேர்ந்து, வீட்டு மொட்டை மாடிக்குச் சென்று, டெல்லிக்கு கேட்கும் அளவுக்கு உரத்த குரலில் படிக்கும்படி, பணிவன்போடு உங்களை பலவந்தப்படுத்துகிறேன்...

கே: இளமைப் பருவத்தில் தங்கள் 'நிக் நேம்' என்ன...?

ப: 'மொட்டை' மோகன்... மீசை வைத்தால் 'மஹாகவி பாரதி' ஆகலாம், தாடி வைத்தால் 'தாகூர்' ஆகலாம் என்று, இளமையில் பலர் ஆர்வக் கோளாறுக்கு ஆளாவதுண்டு... நானும் அதுபோல நகைச்சுவையில், 'சோ' ஆகலாம் என்ற அல்ப ஆசையில், இளமையில் அடிக்கடி மொட்டை அடித்துகொள்வேன்... 'சோ' ஆக முடியாது என்பது தெரிந்தவுடன், 'சீசீ இந்த மொட்டை வழுக்கும்' (சிரசாசனத்தின் போது), என்று மொட்டைக்கு முழுக்கு போட்டேன்... என் தலையெழுத்து 'மொட்டை போச்சு சொட்டை வந்தது டும் டும் டும்...'

கே: மானத்தை எப்படி சார் கப்பலேத்த முடியும்...?

ப: கப்பலோட்டிய தமிழன் 'வ.உ.சி', வெள்ளைக்காரன் மானத்தைக் கப்பலேற்றவில்லையா...?

கே: நாடகம் பார்க்க வந்தவரை, நடிக்க வைத்த அனுபவம் உண்டா...?

ப: நாடகம் எழுதும் சமயத்தில் எதுவும் தோன்றாமல் பிதுங்கும்போது, அந்த அவஸ்தையை சமாளிக்க, பாரதக் குட்டாக 'ஓம் வினாகாய நமஹ:, கற்பகாம்பாள் துணை' எழுதியபடி தடங்

கே: 'கிரேஸி தம்பி...' உனக்கு ஒரு சவால்... முற்றுப் புள்ளி வைக்காமல், ஒரு பக்க கதை சொல்லு.. பார்க்கலாம்...?

ப: நீங்க கொடுத்த சவாலை ஏற்று, கதை எழுத ஆரம்பிச்சேன் 'கோமதி அக்கா...' அப்ப ஒரு 'கமா', காமாக எட்டிப் பார்த்து 'நான் இல்லேன்னா, கதை தொடராது' என்று பீத்திக்கிச்சு ... அதுக்கு பதில் சொல்வதற்குள் 'ஆச்சரியக் குறி', திடீரென்று அங்கு தோன்றி, 'நான் இல்லேன்னா உன் கதைல உப்பு சப்பு இல்லாம, சுவாரஸ்யம் போயிடும்' என்று மிரட்டியது... மேலே இருந்து 'மேற் கோள் குறி' குதித்து, 'உன் பலம் வசனம்... நான் இல்லேன்னா வசனம் எழுதிக் காட்ட முடியாது' என்று அடி மடியிலேயே கை வைத்தது... தன் தரப்பு நியாயத்தைச் சொல்ல, 'அடைப்புக் குறி', என்னை வழி மறித்தபோது, 'முற்றுப் புள்ளி' பிரசன்னமாகி கூறு கெட்ட குறிகளா...! கிரேஸிக்கு கல்கி கொடுத்ததே, இரண்டு பக்கங்கள்தான்... இதுல கோமதி அக்கா ஆசைப் பட்டாங்களேன்னு, ஒரு பக்கத்துக்கு கதையைச் சொன்னா, 'கிரேஸியைக் கேளுங்கள்' பகுதியே 'கேள்விக் குறியாயிடும்...' அந்தப் பகுதிக்கு 'முற்றுப் புள்ளி' வச்சாலும் 'ஆச்சரியப் படறதுக்கில்லை...' அடக் 'கமா' சும்னு கெடங்க' என்று குறிகளின் சண்டைக்கு முற்றுப் புள்ளி வைத்தது...

கலுக்கு நான் வருந்துவது வழக்கம்... அதனால் நான் எழுதும் நாடகங்களில் வசனத்தை விட 'ஓம் வினாயகாய நமஹ: கற்பகாம்பாள் துணை' தான் அதிகமாக இருக்கும்... நிற்க... என்னை விட என் நாடகங்களை அதிகமாக பார்த்த ரஸிகர் ஒருவர் இருக்கிறார்... ஒருமுறை, அந்த ரஸிகரும் ஆசைப் பட்டார், நானும் அடுத்த டிராமாவுக்கு சீனு ரோலுக்கு ஆள் இல்லாமல் திண் டாடிக் கொண்டிருந்தேன்... அவசர அவசரமாக, கையில் அகப்பட்ட எனது கையெழுத்துப் பிரதியை அந்த ரகஸிய ரசிகனிடம் கொடுத்து, மனப்பாடம் போட்டு கொண்டு வரச் சொன்னேன்... ரசிகர் மேடை ஏறினார்... கதாநாயகன் மாதுவைப் பார்த்து 'மாது உன்னோட லவ்வர் ஜானகி' ஓம் வினாயகாய நமஹ: 'சொல்லிட்டா... நம்ம காத லுக்கு எந்த தடை வந்தாலும், சமாளிக்க எங்கம்மா 'கற்பகாம்பாள் துணை' இருக் கேன்னு வாக்குறுதி கொடுத்துட்டா...' என்று பேசி, மாது- ஜானகி காதலை தெய்வீகக் காதலாக்கினார்...

கே: 'பிரஸ்டீஜ்' பார்பவர்களை காணும் போது, என்ன நினைப்பீர்கள்...?

ப: வறட்டு கௌரவம் என்னும், 'பிரஸ்'டீஜால்' கு(கொ)தித்து, தேவை யில்லாமல் பிளட்பிரஷரை தூக்கி விட்டுக் கொள்ளும், பரிதாபகரமான பிரஷர்குக்கர்கள்...

கே: 2020 கிரிக்கெட் விளையாட கூப்பிட்டால் போவீர்களா...?

ப: இப்ப என்ன அவசரம்... ஐந்து

நாள் விளையாட்டு 5050 ஆகி, இப்ப 2020 ஆயிருக்கு... இந்தக் கழுதை 1010, 55 என்று தொடர்ந்து தேய்ந்து கட்டெறும்பாகும்... அதற்கு அடுத்த கட்டமாக, ஒரு டீமுக்கு 11 பேருக்கு பதிலா, 5 பேர் போறும், 2 பேர் போறும் என்று சுருங்கி, ஒண்டிக்கு ஒண்டியாக மாறும் வாய்ப்பு உண்டு... அப்பால, 'எதுக்கு அனாவசியமா மேட்சு... பேசாம டாஸ்ல எவன் கெலிக்கறானோ, அவனுக்குத்தான் உலகக் கோப்பை' என்னும் ரூல் வரும்... இப்படி விளையாட்டு வினையில் முடியும் நேரத்தில் நான் விளையாடப் போவேன். டாஸில் நான் எப்போதுமே ஜெயிப்பேன்... என் நாணயத்தில் எனக்கு நம்பிக்கை உண்டு...

கே: அடுத்த ஜென்மத்தில் என்னவாகப் பிறக்க ஆசைப்படுகிறீர்கள்...

ப: இந்த ஜென்மத்தைப் போல குழந்தையாக...

கே: பெண் பாவம் பொல்லாதது... அப்படியானால் 'ஆண் பாவம்...?'

ப: 'ஆண் பாவம்' செல்லாதது... நளனும், அரிச்சந்திரனும், இறுதிவரையில், நாய் படாத பாடுபட்டார்கள்... இவர்கள் கதை கடைசி கடைசியாக க்ளைமாக்ஸில், அதுவும் தமயந்தி, சந்திரமதி 'மனம் போல மாங்கல்யத்தால்' சுபமாக முடிந்தது... 'ஆண் பாவம்' என்பதை விட 'பாவம் ஆண்' என்பதே சரியென்று தோன்றுகிறது...

கே: துன்பம் வரும் போது சிரிக்க முடியுமா...?

ப: துன்பம் என்பது நோய்.. சிரிப்பு ஆரோக்கியம்... நோய் 'வரும் முன் சிரிப்போம்...'

கே: அது என்ன சார் 'ஈகோ...?'

ப: அகங்காரம் என்றும் இதைச் சொல்வதுண்டு... இதையே 'நான்' என்றும், அந்த 'நான் யார்' என்பதை, விசாரித்து தேடிக் கண்டுபிடித்து, விடுதலை பெறச் சொன்னார், பகவான் ரமண மகரிஷி... ரமணர் தேடச் சொன்ன 'நான்' அதாவது 'ஈகோ', கலப்படமில்லாத சுத்தமான, ப்ளெய்ன் சுக்காரொட்டி 'பெட்டர் நான்...' நமக்கிருக்கும் ஈகோ, கொழுப்பு சத்து மாவினால் பிசைந்த 'பட்டர்-நான்...'

14. நெற்றிக்கண் முளைத்தால்?

கே: ரோபோவுக்கும் மனுஷாளுக்கும் கல்யாணம் நடக்கப் போவுதாமே.. அப்படி நடந்தால்...?

ப: திருமணங்கள் labல் நிச்சயிக்கப்படும்... 'ரோபோ கல்யாண வைபோகமே' என்று திருமணத்தன்று

கே: உங்களுக்குப் பிடித்த புத்தகம்...?

ப: இப்போது செல் வந்து விட்டதால் பல வீடுகளில் டெலிஃபோன் டைரக்டரி செல்லரித்து கிடக்கிறது... நான் குளிக்கப் போகும்போது, மறக்காமல் டெலிஃபோன்டைரக்டரியை, பந்தோபஸ்தாக எடுத்துச் செல் வேன்... பாத்ரூம் பக்கத்தில் உள்ள தோட்டத்திலிருந்து, பறந்து வந்து திடீர் விமானத் தாக்குதல் செய்யும், in coming காலிகளான, வண்டு, கரப்பான் பூச்சி, வெட்டுக் கிளிகள், என் கையில் இருக்கும் தடிமனான டெலிஃபோன் டைரக்டரியைப் பார்த்து, எங்கே அடித்து விடுவானோ என்று பயத்தில் சன் னமான குரலில், என்னைப் பார்த்து 'ஸாரி ராங் நம்பர்' சொல்லிவிட்டு, பறந்து விடும்... தூங்கும்போது கெட்ட சொப்பனத்தால் தூக்கி வாரிப் போடுவதை தவிர்க்க, 'டன்லப்இன்லோ'வுக்கு பதிலாக 'டைரக்டரி இன்லோவை' தலைகாணியாக வைத்து கொள்வேன்.. அனாவசிய கனவுகள் வராது... அப்படியே வந்தாலும், குழப்பமான காட்சிகள் எதுவும் இல்லாமல், வெறும் நம்பர்கள்தான் வந்து போகும்... என்ன... சிலசமயம் கனவில் வீடியோ இல்லாவிட்டாலும் ஆடியோவாக 'க்ராஸ்டாக்' கேட்கலாம்!... காதில் பஞ்சை வைத்துக் கொண்டால் அந்த ப்ராப்ளமும் ஓவர்... மங்களகரமான கனவுகள் பார்க்க ஆசைப்பட்டால் 'எல்லோ பேஜஸ்'ஸை பிரித்து வைத்துக் கொண்டு தூங்குவேன்...

பாடுவார்கள்... என்னதான் புதுமையாக இருந்தாலும், சம்பிரதாயத்தை ஒரேடி யாக மாற்றாமல் இருக்க 'ரோபோ'வாக கணவன் இருப்பதுதான் பெட்டர் என்று தோன்றுகிறது... ரோபோதானே சொன்ன பேச்சைக் கேட்கும்...! முதலிர வின் போது, பால்பழத்துக்கு பதிலாக, ரோபோ கணவனுக்கு, மனைவி தட்டு நிறைய chips தரலாம்... கணவன் ரோபோ மெகாbyteல் கடித்து மகிழ் வான்... பேட்ரியை மறக்காமல் சார்ஜ் செய்து கொண்டிருந்தால், மனைவி ஆயுசு வரையில், தீர்க்க சுமங்கலியாக இருப்பாள்...

கே: நட்புக்கும், பகைக்கும் இடையே உள்ள தூரம் என்ன...?

ப: நட்பு-பகை, இரண்டுமே நமக்கு அருகில்தான் உள்ளன... பகை-கைக்கெட்டிய கல்லெறி தூரத்தில் உள்ளது... நட்பு-வாய்க்கெட்டிய கூப்பிடு தூரத்தில் இருக்கிறது... அருகில் உள்ள நட்பு, அணுகாமையால் பகையாகிறது...

கே: உமக்கு 'டாக்டர் கிரேஸி' பட்டம் அளிக்கலாமா...?

ப: என்ன இப்ப அதுக்கு அவசரம்... டாக்டர் பட்டத்தை மெதுவாகத் தாருங் கள்... நான் பொறுமையோடு காத்திருப் பேன் 'patientகிரேஸி'யாய்...

கே: கிரேஸி மோகன்ஜி... தங்கள் இல்லம் சிதம்பரமா, மதுரையா, சுவாமி மலையா...?

ப: புழக்கத்தில் உள்ள ஆணாதிக்க

சிதம்பரம், பெண்ணாதிக்க மதுரையைத் தவிர, 'மகன் ஆதிக்க சுவாமி மலை' பிரயோகத்தால், கோபாலன்ஜி நீங்க எங்கயோ போய்ட்டீங்க... கேள்விக்கு வருவோம்... தற்சமயம் என் இல்லம் மூன்றும் அல்ல... திருப்பதி... சமீபத்தில், பேரன் பிறந்து அடிசேன் தாத்தாசாகீப் ஆகியிருக்கிறேன்... 'நீங்களாச்சு உங்க மாடி ரூம் ஆச்சு' என்று என் மனைவி என்னை அம்போ என்று மேல்திருப்பதியில் விட்டு விட்டு, கீழ்திருப்பத்தியில் (கிரவுண்ட் ஃப்ளோரில்) பேரனைக் கொஞ்சிக் கொண்டிருக்கிறாள்...

கே: உலகம் நம் கையில் இருக்க என்ன செய்ய வேண்டும்...?

ப: ப்ளாஸ்டிக் சர்ஜனிடம் சென்று கைரேகையை அழித்துவிட்டு, அதற்கு பதில் பூமத்திய ரேகையை போட்டு விடச் சொல்லலாம்... வசதி இல்லாதவர்கள், வேறு வழியில்லை, கல்லாததைக் கற்க வேண்டும்... கற்றது கையளவு... கல்லாதது உலகளவு...

கே: மைலாப்பூர் ராமகிருஷ்ணா மடத்திற்கு, தாங்கள் அடிக்கடி போகும் மர்மம் என்ன...?

ப: அன்றாட வாழ்க்கை பரம ஹிம்ஸை... அதில் அமைதி காண நாடுவீர் பரம ஹம்ஸரை... கர்மம் தொலைக்கும் மர்மம் இதுவே...!

கே: பூக்களில் உங்களுக்குப் பிடித்து ரோஜாவா...? மல்லிகையா...?

ப: எனக்குப் பிடித்த பூ சிரிப்'பூ...'.

கே: கடவுள் உண்டா...? இல்லையா...?

கே: அதிகாலையில் கண்விழித்து, கண்ணாடியில் பார்த்தால், உங்களுக்கு 'நெற்றிக்கண்' முளைத்திருக்கிறது...! என்ன செய்வீர்கள்...?

ப: அதி காலையில் என்னை எழுப்ப, நான் யாருக்கும் அதிகாரம் கொடுப்பதில்லை... என்னதான் நெற்றிக் கண்ணாய் இருந்தாலும், நான் மன்னிக்க மாட்டேன்... 'பாதி தூக்கத்தில் எழுப்பிய நெற்றிக் கண்ணே...! நீ நெற்றிக் கண்ணைத் திறப்பினும் குற்றம் குற்றமே' என்று கூறி, கண்ணாடியில் தெரியும் நெற்றிக் கண்ணை, என் மூக்குக் கண்ணாடிக்குள் இருக்கும் மற்ற கண்களால், எரிப்பது போலப் பார்ப்பேன்... நெற்றிக் கண் பரமேஸ்வரம்... என் மற்ற கண்களோ சாளேஸ்வரம்... சாளேஸ்வர கண்ணுக்கு இருப்பது தெரிவதே கஷ்டம்... இதில் எரிப்பது எப்படி சாத்தியம்... சரி... நெற்றிக்கண் வசதிகளைப் பார்ப்போம்... இரண்டு சாதா கண்களால் புத்தகத்தில் உள்ள வரிகளைப் படிக்கும்போது, மத்தியில் உள்ள நெற்றிக் கண்ணால், i can read in between the lines... அப்புறம் 123 அணு ஆயுத ஒப்பந்தத்தால், பிரதமர் மன் மோகன் சிங் மிகவும் தவித்துக் கிடக்கிறார்... அணுசக்தியை விட ஆயிரம் மடங்கு சக்தி அதாவது energy உடையது நெற்றிக் கண்... தனது ஆக்க சக்தியால், நெற்றிக் கண் தேவ சேனாதிபதி ஆறுமுகனைப் படைத்தது... தனது அழிவு சக்தியால், அழகென்னும் அகங்காரம் கொண்ட மன்மதனை அழித்தது... மன்மோகனுக்கு இந்த கிரேஸி மோகன், முளைத்த நெற்றிக் கண்ணை, கண்தானம் செய்து விடுவேன்... 123 அணு ஆயுத ஒப்பந்த பிரச்சினைக்கு நல்லதோர் முடிவு கொடுத்த என்னை, பிரம்மாவிஷ்ணுசிவன் என்ற அந்த 123க்கள், பாராட்டி, எனக்கு பூமாரிப் பொழிவார்கள்...

ப: கடவுள் 'உண்டா-இல்லையா', நேற்றைய கேள்வி... கடவுள் 'வேண்டுமா-வேண்டாமா', இன்றைய கேள்வி...கடவுள் 'நீயா-நானா', நாளைய கேள்வி...!

கே: 'எலி-ஜோஸ்யம்' பார்த்து உண்டா...?

ப: இந்தக் கேள்விக்கு பதில் சொல்வதற்காக மூன்று முறை எலி ஜோஸ்யம் பார்த்தேன்... நான் பார்த்த எலி 'மிக்கி-மவுஸ்' அல்ல... 'லக்கி-மவுஸ்' போலிருக்கிறது... மூன்று முறையும் அது எடுத்துக் கொடுத்த அட்டையில் 'அதிர்ஷ்டம் கடிக்கும்... ஸாரி அடிக்கும்' என்று எழுதியிருந்தது...

கே: 'பாலியல் கல்வி' பள்ளிக் கூடத்தில் தேவையா...?

ப: 'சொல்லித் தெரிவதில்லை

மன்மதக் கலை...' இது எதற்கு பள்ளிக் கூடத்தில்? திருமணமாகி பள்ளி யறைக்குள் நுழைந்தால் தன்னால், இந்தக் கலையில் படிக்காத மேதையாகி விடலாமே...!

கே: wine shopல் ஆடித் தள்ளுபடி வந்தால்...?

ப: அப்ப அது 'தள்ளாடிக் கள்ளுப டி...'

கே: சாப்பிட்ட பின் குட்டித் தூக்கம் போடும் பழக்கம் உண்டா...?

ப: சில சமயங்களில் சாப்பிடும் போதே தூங்கும் 'lazy மோகன்' நான்... அப்போது என் மனைவி செல்லமாக என் தலையில் குட்டி, அந்த 'குட்டித் தூக்கத்தைக்' கலைப்பாள்...

கே: கிரேஸிக்குப் பிடித்த கிரேட் தத்துவம் எது...?

ப: 'The snow falls, each flake in its appropriate place...' விதவிதமாக சிந்த னையைக் தூண்ட வைக்கும் வித்தியாச மான 'zen' தத்துவம்... என் மூளைக்கு எட்டிய பொழிப்புரையை கவிதையாகத் தருகிறேன்...

'உதிப்பதோரிடம், உழல்வதோரிடம்
ஓடியாடிக் களைத்துக் காட்டில்
மிதிக்கும் நாள் வரை மாறுதல் விரும்பி
ஏமாறுதல் ஏனோ! ஏ மனிதா!
பதித்த கண்ணாடி, பசும் புல் வெளி,
பிச்சைக்காரன் குவளை என
விதித்த இடத்தில் வானிலிருந்து
குதித்து வாழும் பனித்துளியாயிரு...'

கே: வாழ்க்கையை கல்யாணத்திற்கு முன், கல்யாணத்திற்கு பின், என்று பிரிக்கலாமா...?

ப: வாழ்க்கையை முன்னே, பின்னே என்று எப்படி வேண்டுமானாலும்,

கே: நாடகத்தில் பெண் வேஷம் கட்டியதுண்டா...?

ப: பெண் வேஷம் கட்டியதால்தான், நான் இன்று கட்டிக் கொண்டிருக்கும் பெண்(மனைவி) எனக்குக் கிடைத்தாள்... சுமார் 29 வருடங்களுக்கு முன்பு, குமுதம் அலுவலகத்தில் நாடகம் போட அழைத்தார்கள்...

நான் எழுதி காத்தாடி ராமமூர்த்தி நடித்த 'அய்யா அம்மா அம்மம்மா' நாடகத்தைப் போட ஒப்புக் கொண்டோம்... குமுதம் அலுவலகத்தில் பெண்கள் அனுமதி கிடையாது என்று கடைசி நேரத்தில் கூறிவிட்டார்கள்... பெண் வேடத்திற்கேற்ற வதனம் இல்லாவிட்டாலும், வசனம் தெரியும் என்ற ஒரே காரணத்திற்காக, அன்றைய நாடகத்தில், காத்தாடி ராமமூர்த்தியின் மனைவியாக கதாநாயகி ஜானகி ரோலை ஏற்று, நான் நடித்தேன்... ஆடியன்ஸாக அன்று அமர்ந்திருந்தவர்கள், குமுதம் ஆசிரியர் எஸ்.ஏ.பி., பப்ளிஷர் பார்த்தசாரதி மற்றும் எடிடோரியல் குழுவினர்... ஆசிரியர் எஸ்.ஏ.பி. உட்பட அனைவரும் காத்தாடி ராமமூர்த்தியை ரசித்துக் கொண்டிருக்க, பப்ளிஷர் பார்த்தசாரதி மட்டும் வைத்த கண் வாங்காமல், என்னையே பார்த்த சாரதியாக இருந்தார்... பெண் வேஷம் கட்டிய என் போட்டோவை, குமுதம் அட்டையில் போட பப்ளிஷர் முடிவு செய்துவிட்டார், என்ற சபலத்தில் நானும் அவரை வசியம் செய்யும் அளவுக்கு, அவரையே பார்த்தபடி நடித்தேன்... மறுநாள் பப்ளிஷர் பார்த்தசாரதி என் வீட்டுக்கு வந்தார்... என் தந்தையிடம் 'நேத்து டிராமால ஒரு பொண்ணைப் பாத்தேன்... லட்ஷணமா இருந்தா.. ஒன்னோட பையன் மோகனும் டிராமல நடிக்கறவன்... பேசாம அவளை உன்னோட பையனுக்கு கட்டி வையேன்' என்றார்...வேடிக்கையாகச் சொல்கிறாரா? இல்லை சீரியஸாகச் சொல்கிறாரா? என்று நான் குழம்பிக் கொண்டிருந்தபோது, என் தந்தை பாய்ந்து 'பார்த்தசாரதி நேத்து நீ பாத்த பொண்ணு என் பையன்' என்று விளக்க... பப்ளிஷர் "Ok... என் தங்கை பொண்ணுக்கு ஒன்னோட பையனை நிச்சயம் பண்ணிடலாம்... இருந்தாலும் பொண்ணா லட்ஷணமா இருந்தவன், பையனா லட்ஷணமா இருக்கானான்னு பாக்க வேண்டாமா?' என்றார்... அதற்கும் மறுநாள் நான் பொண்ணு பார்க்க, பார்த்தசாரதி வீட்டுக்கு பையனாகச் சென்றேன்... இப்படியாக, குமுதம் பத்திரிகையில் என் கல்யாணப் பத்திரிகை அச்சிடப்பட்டது...

பிரித்து விட்டுப் போங்கள்... ஆனால் நடுவே புகுந்து, வாழ வேண்டிய தம்பதிகளை, தயவு செய்து பிரித்து விடாதீர்கள்...

15. தலையெழுத்தும் கையெழுத்தும்!

கே: பெண்களுக்கு கற்பு... ஆண்களுக்கு...?

ப: கற்பை காக்கும் பொறுப்பு... அதாவது பொறுப்பு...

கே: எஸ்.வி.வி. கல்கி, தமிழ்வாணன், சாவி, கடுகு... இவர்களில் யாரைப் போல் தாங்கள் இருக்க விரும்புகிறீர்கள்...?

ப: வேண்டுமானால் மேக்கப் போட்டுக் கொண்டு ஜாடையில், இவர்களைப் போல இருக்க முயலலாம்... நீங்கள் கூறிய ஐவரும், நகைச்சுவை

பஞ்ச பாண்டவர்கள்... நானோ நகைச்சுவை பஞ்சத்தில் அடிபட்ட கொஞ்ச பாண்டவன்... கௌரவனாக ஒதுங்கியிருந்து, இந்த ஐவரின் எழுத்தை படித்து ரசிக்கவே அடியேனால் இயலும்... நினைத்தாலும் இவர்களில் யாரைப் போலவும் என்னால் இருக்க இயலாது... வேண்டுமானால் நகைச்சுவை மணக்கும் இந்த பஞ்ச பாண்டவர்களை, மணக்கும் பாஞ்சாலியாக இருக்க விரும்புகிறேன்...

கே: குடிநீரை வாட்டர், தண்ணீர், ஜலம், ட20 என்று விதவிதமாகக் கூறுகிறோம்... இதில எது சரி...?

ப: 'தீர்த்தத்தை' விட்டு விட்டீர்களே...! தாகத்தைத் தீர்த்து வைப்பதால் அது 'தீர்த்தம்' என்பதே சரியெனப் படுகிறது...

கே: இன்றைய சூழ்நிலையில் நஷ்டமில்லாத பிஸினஸ் எது...?

ப: எந்த சூழ்நிலையிலும் நஷ்டமில்லாத பிஸினஸ் 'மைண்ட்யுவர் பிஸினஸ்' தான்... 'உனக்கு விதிக்கப்பட்ட ஸ்வதர்மத்தை மட்டும் செய்' என்று இதையே கண்ணன் கீதையில் கூறினார்... சரி... அந்த ஸ்வதர்மம் எது என்று எப்படி தெரிந்து கொள்வது...? அதற்கும் பதில் பாரதியிடம் இருக்கிறது... 'தன் செயல் எண்ணி தவிப்பது தீர்ந்திங்கு... நின் செயல் செய்து நிறைவு பெறும் வண்ணம்... நின்னைச் சரணடைந்தேன்' என்கிறார் மகாகவி... 'நானை' விட்டு அந்த 'நின்னைச்' சரணடைந்தால், பிஸினஸில் தோல்வி ஏற்பட்டாலும், அது நஷ்டத்தில் லாபமாகத் தான் இருக்கும்...

கே: இங்க திருப்பரங்குன்றத்துல கொசுக்கடி தாங்க முடியலை... உங்க மைலாப்பூர்ல எப்படியோ...?

ப: திருப்பரங்குன்றத்துல கடிக்கற கொசு, மைலாப்பூர்ல முட்டற அளவுக்கு மாடு ஸைசுல இருக்கு ஓய்...

'திருப்பரங்குன்றத்தில் இருக்கும் கொசு-மருகா

திருமைலாப்பூரில் அது பறக்கும் பசு...'

கே: இப்ப எனக்கு ஒரு உண்மை தெரிஞ்சாகணும்... ராமர் பதினாலு வருஷம் காட்டில், கொசுத் தொல்லையை எப்படி சமாளித்தார்...?

£: female anopheles mosquitoes அதாவது வம்புக்கார பெண் கொசுக்கள்... அவை ராமரிடம் நெருங்காது... காரணம், அவர் 'ஏகபத்தினி விரதன்' என்பது அவற்றுக்குத் தெரியும்... 'ஆண் கொசுக்கள் கடிக்கலாமே' என்று

கேட்கலாம்.. அவையும் கடிக்காது.. காரணம், ஆணோ? பெண்ணோ?, கொசுக்கள் மனிதனைத்தான், விரும்பிக் கடிக்கும்... ராமர் மனிதராக வாழ்ந்த புனிதர்... அப்படியே கடித்தாலும், ராமர் சமாளித்து விடுவார்... காரணம், அவருக்கு 'வில்power' உண்டு...

கே: பொன் வைக்கும் இடத்தில் பூ வைக்கலாமா...?

ப: எதுக்கும் உங்க பேங்க் மேனேஜரை ஒரு வார்த்தை கேட்டுருங்க, 'நகைகள் வைக்கும் ஃஸேப் டெபாஸிட்லாக்கர்ல, நாலு முழம் பூ வைக்கலாமா' என்று...

கே: 'ஆதாம்-ஏவாள்' காதல்-இன்றைய காதல், ஒப்பிடுக...?

ப: அந்தக் காலத்தில், ஆதாமுக்கு ஏவாளை விட்டால், ஏவாளுக்கு ஆதாமை விட்டால், காதலிக்க வேறு ஆள் கிடையாது... எனவே காதல் வெற்றி என்று மார் தட்டிக் கொள்ள முடியாது... எதிர்க்க பெற்றோர் இல்லாததால், தோல்வியும் கிடையாது... அவர்கள் காதலுக்கு ஆப்பிள் ஒன்றுதான் சாட்சி... இந்த காலத்தில் காதல் ரொம்ப மாடர்ன் ஆகிவிட்டது... காதலிக்கும் கட்டத்திலேயே, ஒவ்வாமை தோன்றினால், காதல் விவகாரரத்து ஆகிவிடுகிறது... சம்பந்தப் பட்டவர்களும், கூலாக ஆப்பிளைக் கடித்தபடி 'take an apple a day and keep the lover away' என்ற ரேஞ்சில், அடுத்த காதலுக்கு தயாராகிறார்கள்... இடைப்பட்ட காலத்தில்தான், தானே தடுக்கி விழும் அளவுக்கு தாடி வளர்த்துக் கொண்டு, 'வாழ்வே மாயம்... உலகே மாயம்' என்று பாடி, தத்து பித்தென்று காதலை தத்துவமாக்கித் தவித்தார்கள்...

கே: நாயின் ஸ்பெஷல் நன்றி... காகத்தின் ஸ்பெஷல் ஒற்றுமை... மனிதனின் ஸ்பெஷல்...?

ப: காரியத்தை சாதித்துக் கொள்ள, வாலைக் குழைத்தல் காக்காய் பிடித்தல்...!

கே: 'தாய்' என்பதற்கும், 'அம்மா' என்பதற்கும் வேறுபாடு என்ன...?

ப: 'பேச்சு வந்ததால் பாஷை வந்ததா...? பாஷை வந்ததால் பேச்சு வளர்ந்ததா...?' என்ற எதிர்க் கேள்வியையே இந்தக் கேள்விக்கு பதிலாக வைத்துக் கொள்ளலாம்... சரி ஒரு பேச்சுக்கு, பேச்சு முதலில் வந்தது,

பின்பு மொழி. அதைத் தொடர்ந்து வளர்ந்தது என்றே வைத்துக் கொள்வோம்... தாய் மொழி என்றுதான் சொல்கிறோம்... அம்மா பாஷை என்று சொல்வதில்லை... ஆக 'அம்மா', பிள்ளைக்கு இயல்பான பெண்மணி... 'தாய்', இலக்கண சுத்தமான சிரோன் மணி...

(வடமொழி 'மாதா'வில் உள்ள, முதல் எழுத்து 'மா' 'அம்மா'வின் கடைசி எழுத்து... கடைசி எழுத்து 'தா', 'தாய்'யின் முதல் எழுத்து...)

கே: வணக்கத்திற்கும், பணிவிற்கும் என்ன வித்தியாசம்...?

ப: வணக்கம் பணிவைத் தெரிவிக்கும் செயல்...பணிவு வணக்கத்துக்குரிய பண்பு...

கே: ... .../ என்ன விழிக்கிறீர்கள்... மௌனம் என் பதில்... இதற்கேற்ப ஒரு கேள்வி கேளுங்கள், பார்க்கலாம்...?

ப: கைமாத்தாக ஒரு கோடி ரூபாய் எனக்குத் தரமுடியுமா...? என்ன முழிக்கிறீர்கள்...! மௌனம் சம்மதத்திற்கு அடையாளம் என்று எடுத்துக் கொள்ளலாமா...?

கே: கிரேஸி குத்துச் சண்டை வீரர் மைக்டைசனை கோதாவில் சந்தித்தால்...?

ப: எதிராளியின் காதைக் கடித்து துப்பும் அளவிற்கு, மைக்டைசன் மகா வெறியர் என்று கேள்விப் பட்டிருக்கிறேன்... என் செவி அவருக்கு உணவாகாமல் (இதான் செவிக்குணவா...?) இருக்க, போட்டியின் ஆரம்பத்திலேயே கடிஜோக்ஸ்களை, அவர் காதில் போட்டு சிரிக்க வைத்து, காதும் காதும் வைத்தாற் போல, சண்டையை சமாதானத்தில் முடிக்க முயலுவேன்... அதையும் மீறி அவர் மோத வந்தால் 'யப்பா மைக்டைசரே... நீங்க பாக்ஸிங்ல கில்லேடி.. எனக்குத் தெரிஞ்சது பாக்ஸ் ஆஃபிஸிங்தான்.. உங்க பேர்ல முன்னாடி இருக்கற 'மைக்'கை என் முன்னாடி வையுங்க, குத்துபாட்டு எதுனா பாடி உங்களை குஷிப் படுத்தறேன்... டைசன் இனிமே நீ மைசன்... என்று கட்டித் தழுவி, டயலாக் பேசி அவரை டயர்டாக்குவேன்...

கே: திருமணங்களில் 'நலங்கு-விளையாட்டு', விளையாடப் படுகின்றதே, அது எதற்கு...?

ப: 'விளையாட்டு வினையில் முடியும்' என்பதை சிம்பாலிக்காக வைத்திருக்கிறார்களோ, என்னமோ...? முன்பெல்லாம், பால்ய விவாகம் செய்து கொள்ளும் குழந்தைகளை, சந்தோஷப்படுத்துவதற்காக, தேங்காயை உருட்டி விளையாடச் சொல்வது, நலங்கு விளையாட்டு... இப்போதெல்லாம், திருமணங்களில் ஆகும் செலவைப் பார்த்தால், எனக்கென்னமோ தேங்காய்க்கு பதில் மணப்பெண்ணின் தகப்பனார் தலைதான் உருட்டப்படுகிறது என்று தோன்றுகிறது...

கே: கடவுள், உன்னை என்றும் வயது பதினாறு, மார்க்கண்டேயனாக

இரு என்று சபித்து விடுகிறார்... பதினாறு வயதாக இருப்பதால், வாழ்நாள் பூராவும் படித்துக் கொண்டே இருக்க வேண்டும்... கல்யாணமும் செய்து கொள்ள முடியாது... என்ன செய்வாய் தம்பி...?

ப: 'மார்க்'கண்டேயன் என்ற பெயரிலேயே, மார்க் இருப்பதால் படிக்க பயப்பட மாட்டேன்... கல்யாணம் செய்து கொள்ளாமலேயே கடவுள் கொடுத்த அந்தப் பதினாறைப் பெற்று பெரு வாழ்வு வாழ்வேன்...

கே: தலையெழுத்து-கையெழுத்து... என்ன சம்பந்தம்...?

ப: தலையெழுத்து nature. மாற்ற முடியாதது... கையெழுத்து signature, மாற்றக் கூடாதது...

16. Mouthனின் மாவுத்தான்!

கே: சங்கீதம் சம்பந்தமாக ஒரு ஜோக் சொல்லுங்களேன்...?

ப: என் நாடகத்திலிருந்தே சொல்கிறேன்...

மாது: (மனைவி ஜானகியைப் பார்த்து) ஒங்கப்பன்... பயங்கரமான கஞ்சன்... அவன் ஏன் மோர்சிங் கத்துண்டான்...? சின்ன வாத்தியம்... வெல குறைச்சல்... அல்பி வாங்கி கத்துண்டுட்டான்...

ஜானகி: ஒங்கப்பா, எங்கப்பாவை விட படு கஞ்சன்... அவர் வாய் பாட்டு தானே கத்துண்டார்.. வாத்தியமே வாங்கலையே...!

மாது: யார் சொன்னா...? எங்கப்பா, மிருதங்கம் கூட வாசிப்பார்... அவருக்கு கலியுகநந்தினு டைட்டிலே கொடுத்திருக்காங்க தெரியுமா...?

ஜானகி: அது ஒண்ணும் அவர் வாசிப்புக்காக கொடுக்கல...அவருக்கு நெத்தில் அடிபட்டு, ரெண்டு பக்கமும் மாட்டு கொம்பு மாதிரி வீங்கியிருக்கும்... அதை கிண்டல் பண்ணி கலியுக நந்தினு கூப்பிடறாங்க...

கே: பசியே எடுக்காமல் இருக்க மாத்திரை, மருந்துகள் எதுவும் இருக்கிறதா...?

ப: 1. பரமஹம்சரின் உபதேசங்கள், 2. பாரதியாரின் கவிதைகள், 3. கி.வா.ஜ தமிழ், 4. எம்.எஸ்.சுப்புலஷ்மியின் இசை, 5. கல்கி, தேவன் நாவல்கள், 6. ஜெயகாந்தன் சிறுகதைகள், 7. ரவிவர்மா ஓவியங்கள் 8. மணியம், கோபுலு, சில்பி சித்திரங்கள் 9. மேலே கூறிய எட்டை, செவிக்கு உணவாக்கி ஊட்ட என் நண்பன் சு. இரவி, 10. அடம்பிடிக்காமல் சாப்பிட, அகங்காரம் இல்லாத நான்... இந்த பத்தும் இருந்தால் என் பசி பறந்து போகும்...

கே: நாகேஷுக்கும் உங்களுக்கும், ஒரு ஒற்றுமை உண்டு... என்ன கூறுங்கள் பார்க்கலாம்...?

ப: நகைச்சுவையில் நாகேஷ், பிரும்மாண்டமான 'பென்ஹர்' திரைப்படம்... நான் அந்த படத்திற்காக போட்ட, தம்மாத் துண்டு 'ட்ரெய்லர்' (இந்த உவமையும் நாகேஷ் சாரின் உபயம்தான்)... அப்புறம் 'ட்ரெய்லர்' கூட தப்பு... வால்போஸ்டர் இல்லை

பிட்நோட்டீஸ்... சார்... மறந்தும் நாகேஷுக்கும் எவருக்கும், ஒற்றுமை தேட முயலாதீர்கள்... அது சரி... நீங்க என்னை வச்சு காமெடி கீமெடி பண்ணலியே...!

கே: மனைவியின் சிரிப்பில் மயங்கியது உண்டா...?

ப: மயங்கியதால்தான் அவள் மனைவி ஆனாள்...

கே: டாக்டரிடம் 'தைரியமாக' ஊசி போட்டுக் கொண்டதுண்டா...?

ப: நான் 'ஜுரமாக' ஊசி போட்டுக் கொள்வதுதான் வழக்கம்... அதாவது ஜுரம் குணமாக ஊசி போட்டுக் கொள்வேன்...தோள்கள் தினவெடுத்து, நாம் தைரியம் ஆக இருக்க, ஒரு ஊசி இருக்கிறது... அது வெள்ளையனை வீரமாக எதிர்த்த, வ.ஊ.சி...

கே: படிக்காத பையன்களை மாடு மேய்க்கத்தான் லாயக்கு என்கிறார்களே...?

ப: வெகு நாட்களுக்கு முன்பு, ஒரு கல்லூரி விழாவில், எழுத்தாளர் ஜெயகாந்தன் அவர்கள் பேசியதைப் படித்தது ஞாபகத்திற்கு வருகிறது... பேச்சின் ஆரம்பத்திலேயே 'மாணவர்களே நீங்கள் எல்லோரும் மாடு மேய்க்கப் போங்கள்' என்ற அந்த ஞான பீட்க்காரர் கூறி இடைவெளி விட, மாணவர்களிடையே வியப்பும், அதிர்ச்சியும் கலந்த மயான அமைதி நிலவியதாம்... தொடர்ந்து 'மாடு மேய்த்தவன்தான் கீதை சொன்னான்' என்று கூறி முடித்து, அவர் மாணவர்களை சிந்திக்க வைத்தாராம்... ஜெயகாந்தன் எழுத்தில் சிறுகதை மன்னன்... சொற்பொழிவில் சிறுகீதைக் கண்ணன்...

கே: கண், காது, மூக்கு இவையெல்லாம் இரண்டு இரண்டாக இருக்கையில், வாய் மட்டும் ஏன் நமக்கு ஒன்றுதான் உள்ளது...?

ப: கண், காது, மூக்கு இரண்டாக இருந்தாலும், ஒரே சமயத்தில் ஒன்றைத்தான் பார்க்கும், கேட்கும், முகரும்... ஆனால் இந்த வாய் இருக்கிறதே, ஒரே விஷயத்தை இரண்டு விதமாகப் பேசும்... ஒன்றைக் கூறி ஊரையே இரண்டு பட வைக்கும்... ஒன்றுக்கு ஒன்று உளறி, நம்மை ரெண்டும் கெட்டானாக்கும்... மாவுத்தன் யானையை அடக்குதல் போல, இந்த mouthதனை அடக்கும் மாவுத்தன் மௌனம்தான்...

கே: நாதத்துக்கு ஸ்வரம் சேர்ப்பது தம்பூராவின் செயல்பாடு... தம் (மூச்சு) பூரா உபயோகித்து வாசிப்பது நாதஸ்வரம்...நியாயமாகப் பார்த்தால் தம்பூராவுக்கு நாதஸ்வரம் என்றும், நாதஸ்வரத்துக்கு தம்பூரா என்றும் பேர் வச்சிருக்கணும் இல்லியா...?

ப: முதலாவதாக, தம்பூராவின் செயல்பாடு ஸ்வரம் சேர்ப்பது அல்ல, ஸ்ருதி கூட்டுவது... இரண்டாவதாக, நாகஸ்வரம் என்ற பெயர்தான்

நாளடைவில் மருவி நாதஸ்வரம் ஆனது... மூன்றாவதாக, 'நிமித்தி வைத்தால் தம்பூரா... அதையே படுக்க வைத்தால் வீணை' என்று சொல்லும் அளவிற்கு, சங்கீத அஞ்ஞானியான அடியேனிடம், இப்படி ஒரு சர்ச்சை தேவைதானா...? ஏதேது... 'தமன்' சார்... நீங்க போற ரேட்டுல... 'நிறைய சர்தார்ஜிகள் சேர்ந்து வாசிக்கறதுதான் moreசிங்... வயலில் உட்கார்ந்து வாசிக்கறது வயலின்... பரீட்சைல ஃபெயிலான பசங்க வாசிக்கறது கோட்டுவாத்தியம்... மிருதுவான அங்கம் உடையவர்கள் வாசிப்பது மிருதங்கம்' என்று விட்டால் சொல்லிக் கொண்டே போவீர்கள் போலிருக்கிறது... இந்த சங்கீத சீசனுக்கு, 'தமன்', சார் உங்க பேரை 'அதமன்' என்று மாத்திக்குங்க...

கே: கிரேஸிக்கு சரித்திர அறிவு உண்டா...?

ப: என்ன அப்படி இளப்பமா கேட்டுட்டீங்க... தூக்கத்தில் எழுப்பிக் கேட்டாலும் 'சோழ நாட்டை ஆண்டது சோழர்கள்... சேர நாட்டை ஆண்டது சேரர்கள்... பாண்டிய நாட்டை ஆண்டது பாண்டியர்கள்...' என்று ஆதாரத்துடன், ஹிஸ்டரிகலாகக் கூவுவேன்...

கே: வேட்கையும், தேடலும் அவசியமா...?

ப: வேட்கையோடு கேள்வி கேட்க நீங்களும், தேடலுடன் பதில் சொல்ல நானும் இருக்கும் வரையில், இந்த கேள்வி-பதில் தொடர் அவசியமாகிறது...

கே: நாத்திகர்களும் நன்றாகத் தானே வாழ்கிறார்கள்... ஆத்திகனாக வாழ வேண்டிய அவசியமென்ன...?

ப: கடவுள் ஒரு சுமைதாங்கி... அதில் பாரத்தை இறக்கி வைத்து பயமில்லாமல் வாழும் பக்தி மார்க்கம், ஆத்திகம்... தன் காலில் நின்று, கஷ்டமோ? நஷ்டமோ, தானே சுமந்து வாழும் கர்ம-மார்க்கம், நாத்திகம்... ஆத்திகனோ, நாத்திகனோ, சுமக்கும் பாரம் (அதாவது செய்யும் தொழில்) நன்மையாக இருந்தால், நிச்சயம் நன்றாகத்தான் வாழ்வார்கள்... நாத்திகனுக்கு 'செய்யும் தொழிலே தெய்வம்...'. ஆத்திகனுக்கு 'தெய்வம் தொழலே தொழில்...' நாத்திகனாகவும் இல்லாமல், ஆத்திகனாகவும் இல்லாமல், 'ஆத்துல ஒரு கால், நாத்துல ஒரு கால்' என்று இருந்தால், சற்று சிரமம்... இல்லை ஆத்திகமும் வேண்டாம்,

நாத்திகமும் வேண்டாம் என்று திருமூலரைப் போல தன்னை உணர்ந்தவர்கள், 'ஈசனோடாயினும் ஆசை அறுமின்' என, கடவுளும் வேண்டாம், பாரமும் வேண்டாம் என்று 'சும்மா இருந்து சுகம் பெற்று வாழ்வார்கள்' ஞானமார்க்கத்தில், அதாவது சாத்வீகம்...

கே: அசடு வழியும்போது 'நோஸ்கட்' என்கிறார்களே... பதில் சொல்ல வழியில்லாது தவிக்கும் நிலையை 'mouth cut' என்றல்லவா சொல்ல வேண்டும்...?

ப: திருமணமான ராம- லஷ்மணர்களை, தவறாக மோகித்து, 'ஐ லவ் யூ' என்று அசடு வழிய சொன்ன சூர்ப்பணகைக்கு, லஷ்மணர் கையால் கிடைத்தது 'நோஸ்கட்...' அதனால் விகாரமாகப் போனது அவளது 'ஃபேஸ்கட்...' தேவையில்லாமல் மூக்கை நுழைத்து, அதிகப்பிரசங்கித்தனமாக வாய் கிழிந்தால், மூக்கும் கிழியும், என்பதை, முதன் முதலில் சொன்ன மூலக் கதை இதுதான்...

கே: மனிதனின் மிக உன்னதமான கண்டுபிடிப்பு 'சக்கரம்' என்கிறார்கள்... அந்தச் 'சக்கரம்' இல்லாத இன்றைய உலகம் என்னவாகும்...?

ப: தவழ்ந்து முன்னேற முடியாத குழந்தை போல 'வீல் வீல்' என்று கத்தி அழும்...

கே: கால் புள்ளி, அரைப் புள்ளி, முற்றுப் புள்ளி, கோலத்தில் புள்ளிகள், புள்ளி விவரங்கள், பெரிய புள்ளி என்று, புள்ளிக்கு மட்டும், பெரியவங்க ஏன் இத்தனை முக்கியவத்துவம் கொடுத்திருக்காங்க...?

ப: பெரியவங்க தப்பு பண்ணுவாங்களா...! ஏதோ ஒரு முக்கியமான 'point' மனசுல வச்சிக்கிட்டுத்தான், 'புள்ளிக்கு' முக்கியத்துவம் கொடுத்திருப்பாங்க...!

17. கிரேஸி செண்டிமெண்ட்!

கே: சுத்தம் சுகம்தானே தரும்... சோறு எப்படி போடும்...?

ப: நீங்கள் சொல்வது புறச் சுத்தம்... அகச் சுத்தம் உள்ளவர்களுக்கு அன்னபூரணி அவசியம் படியளப்பாள்...

கே: பூனையை மடியில் வைத்துக் கொண்டும், குறுக்கே பூனையும் போனால் என்னாகும் தலைவா...?

ப: இரண்டு நெகடிவ் சேர்ந்தால், பாஸிடிவ் என்கிறது கணக்கு... இந்தக் கணக்குப்படி பார்த்தால், மடியில் பூனை குறுக்கே பூனை, இரண்டு அபசகுனம் சேர்ந்து, நல்ல சகுனம் ஆகலாம்... ஆனால், பூனை கணக்குல புலியாகே: என்று நமக்குத் தெரியாதே...! மடியில் இருப்பது குட்டிப் பூனையாகவும்,

குறுக்கே போனது தாய்ப் பூனையாகவும் இருந்து தொலைத்தால், உங்களை பூனைப் பிடிப்பவன் என்று நினைத்து தாய்ப் பூனை, உங்கள் மீது பாய்ந்து பிறாண்டினாலும் பிறாண்டலாம்... இந்தக் கேள்விக்கு நிறைய பதில் இருக்கிறது... அதில் எது சரியான பதில் என்பது புரியாமல், நான் மதில் மேல் பூனையாகத் தவிக்கிறேன்...

கே: காதலிக்கும், மனைவிக்கும் என்ன வித்தியாசம்...?

ப: தனக்காக தாஜ்மகால் கட்டினால் பூரிப்படைவாள் காதலி.. அதே காதலி மனைவியானால் 'உங்களுக்கு கொஞ்சமாவது மூளை இருக்கா...? இப்படி சலவைக் கல்லுல கட்டியிருக்கீங்களே... யார் கேட்டா... ப்ரைவஸியே இல்லை... பேச்சுத் துணைக்கு அக்கம் பக்கத்துல ஒரு வீடு கூட கிடையாது... சுத்தி வர நாலு ஸ்தூபி கட்டினீங்களே... அதுக்கு பதிலா நாலு டிவி டவர் கட்டியிருந்தா... எல்லா சேனல்லேயும் மெகா சீரியல் பாக்கலாம்' என்று கட்டிய தாஜ் மகாலுக்கு பழுது சொல்வாள்...

கே: புதிதாக ஏதாவது ஒரு பழமொழி சொல்ல முடியுமா...?

ப: இந்த கம்ப்யூட்டர், ஸெல் யுகத்திற்குப் பொருத்தமாக, இதோ இரண்டு Fruit&Punch அதாவது பழமொழி...

'ஈமெயிலுக்கு ஸ்டாம்ப் ஒட்டினானாம் இடியட்டு'

'சைலண்ட்மோடுக்குத் தெரியுமா ரிங்டோன் ringகாரம்...'

கே: பழங்காலத்து மன்னர்களில் தங்களுக்குப் பிடித்த மன்னர்கள் யார் யார்...?

ப: எல்லா பிரச்சனைகளுக்கும் தெனாலிராமனிடம் ஆலோசனை கேட்ட கிருஷ்ண தேவராயர்... பீர்பாலை அணுகிய அக்பர்...

கே: கர்நாடக சங்கீதம் பாடுபவர்களுக்கு நகைச்சுவை உணர்வு அதிகமாமே...?

ப: 'சரிகமபதனி' நித்யஸ்ரீ-மகாதேவன், சமீபத்தில் ஒரு ஹ்யூமர் க்ளப்பில், 'சிரி'கமபதனி நித்யஸ்ரீயாக மாறி, அரங்கத்தை தனது நகைச்சுவைப் பேச்சால் அதிர வைத்தார்... என்னைக் கேட்டால், கர்நாடக சங்கீதம் பாடும் இவர், கர்-'நாடகம்' ஒன்றை அரங்கேற்றலாம்...

கே: 'சிரசாசனம்-சிம்மாசனம்...' இதில் கிரேஸிக்குப் பிடித்த ஆசனம் எதுவோ...?

ப: சிரசாசனம் எனக்கு சிம்ம-

சொப்பனாசனம்... தலை கீழாக நின்று பார்த்து விட்டேன், ஏனோ இந்த சிரசாசனம் மட்டும் சரியாகவே வரமாட்டேன் என்கிறது... காரணம் எங்கள் வீட்டுத் தரையும் மொஸைக், என் தலையும் மொஸைக்... எனக்குப் பிடித்த ஆசனம் 'சிரிசாசனம்...'

கே: இப்போதும் வெள்ளையர்கள் நம்மை ஆண்டு கொண்டிருந்தால்...?

ப: வெள்ளையனுக்கு 'fare well' சொல்லிவிரட்டி விட்டோம்... ஆனால், 'மம்மி, டாடி, மெனிஹேப்பி ரிடர்ன்ஸ், ஹேப்பிந்யூஇயர்' போன்ற பாதிப்புகளால், ஆங்கிலேயனை அசரீரியாக இன்னமும் நம் 'fare well'ல்தான் வைத்துக் கொண்டிருக்கிறோம்...

கே: தாவணிக்கும்-மாடர்ன் டிரஸ்ஸுக்கும் என்ன வித்தியாசம்...?

ப: தாவணி, சாதுவான பசு. மாடர்ன் டிரஸ்... சாதுவான மாடு மிரண்டால் மாடர்ன் - டிரஸ்...

கே: 'ஐ லவ் யூ' என்று ரூபாய் நோட்டில் எழுதி, காதலைப் பகிர்ந்து கொள்கிறார்களே...?

ப: இது போன்ற கரன்ஸிதனமான சில்லறைக் காதல் வழக்கங்கள் தொடர்ந்தால்... 'தெய்வீகக் காதல் போல, கள்ளநோட்டுக் காதல், கருப்புப்பண காதல், கிழிந்த அழுக்குநோட்டுக் காதல், ரூபாய்க்கு எட்டு என கூறு கட்டி விற்கும் காதல்கள்' அமலுக்கு வரலாம்...

கே: ஆஸ்கார் விருது நம்மைத் தேடி வர வேண்டும் என்பதுதானே சரி...?

ப: நமக்கென்று அதான் தேசிய விருது இருக்கிறதே...! அதை வாங்க முயற்சித்தால் போதாதா... சங்கீத கலாநிதி விருது வாங்க மைக்கேல் ஜாக்ஸன், மியூஸிக் அகாடமியைத் தேடி வரட்டும்... அதன் பிறகு நாம் ஆஸ்காரைத் தேடிப் போவோம்...

கே: கர்நாடக சங்கீதத்தில் எந்த பாடகியின் கச்சேரி மிகவும் பிடிக்கும்... (ஒருவரைத்தான் கூற வேண்டும், மாட்டிக்கிட்டீங்களா)...?

ப: சுதா நித்யசௌம்ய அருணா ஜெயஸ்ரீ... நீங்க 'நாட்டி' என்றால், நான் கர்-நாட்டி...

கே: தலைவனாக இருக்க என்ன தகுதி வேண்டும்...?

ப: தனக்குப் பின் வரும் தொண்டர்களை, தரதரவென்று, உயர் தரத்திற்கு முன் இழுத்துச் சென்று, நிறுத்துபவனே தலைவன்... தர்மம் தலை காக்கும்... தலைவன் தர்மத்தைக் காப்பான்...

கே: எழுதும்போது உங்களுக்கு ஏதாவது கிரேஸி சென்டிமென்ட்ஸ் உண்டா...?

ப: உறங்கும் போது 'உம்மாச்சி'

கே: திருக்குறளை மேற்கோள் காட்டி எழுதுவதுண்டா...?

ப: 'சம்பந்தம் இருக்கோ இல்லையோ, நீ எழுதும் நாடக, சினிமா வசனங்களில் ஏதேனும் ஒரு இடத்திலாவது திருக்குறளை தவறாமல் கூறு' என்று, தனது தேக அசௌகரியத்தையும பொருட்படுத்தாமல், என்னிடம் வள்ளுவருக்காக வக்காலத்து வாங்கினார், மறைந்த எங்கள் குடும்ப நண்பர் 'மௌலீஸ்' ராமபத்ரன்... அப்போதுதான் கமலஹாசன் அவர்களிடமிருந்து 'அபூர்வ சகோதரர்கள்' படத்திற்கு, வசனம் எழுதும் வாய்ப்பு வந்தது... 'திருக்குறளும் என்னை மாதிரி தம்மாத்தூண்டுதான்... ஆனா அதுல எவ்வளவு விஷயம் இருக்கு தெரியுமா...?' என்று 'அப்பு' கமலுக்காக நான் எழுதிய முதல் வசனத்திலேயே, என்னையும் அறியாமல், ராமபத்திரனின் குறள் விருப்பம் நிறைவேறியது... கமல் வசனத்தைப் படித்து விட்டு திருப்தியாகி வெகுவாக வாழ்த்தினார்... வானுலகில் வள்ளுவரோடு வாழும் அமரர் ராமபத்திரனை நான் நன்றியோடு வணங்கினேன்... அன்றிலிருந்து, சினிமா, நாடகங்களில் 'அவன் முதுகுல ரெண்டு அடி போட்டு அனுப்புங்க' என்று வில்லன் பேசும் வசனம் எழுத வேண்டி வந்தால் கூட, அதை 'அவன் முதுகுல திருக்குறளைவிட அரை அடி கூடுதலா போட்டு அனுப்புங்க' என்று எழுதும் அளவுக்கு, என் வசனத்துப் பால், குறள் சென்டிமெண்ட் காமத்துப் பாலாய்க் குடியேறியது...

(தெய்வம்) ஐடியா கொடுப்பார் என்ற சென்டிமெண்ட் எனக்குண்டு... அதனால் தலைகாணிக்கு அடியில், பக்தி சுலோக புத்தகங்களை வைத்துக் கொள்வது வழக்கம்... தொடர்ச்சியாக எழுதும் நாட்களில் இந்த ஆவேசம் உக்கிரமாகி ஒரு உச்சகட்டத்துக்குச் செல்லும்... அப்போது பெரிய எழுத்து பாகவதம், பதினெட்டு புராணம், விளக்க உரையோடு விரிவான பகவத் கீதை, போன்ற தடிமனான புத்தகங்கள் தலைகாணிக்கு அடியில் சேர ஆரம்பிக்கும்... இதன் விளைவாக சில சமயங்களில் பார்ப்பவர்கள் ஆச்சரியப்படும் அளவுக்கு என் தலை உயர்ந்து, கிட்டத்தட்ட நின்று கொண்டே தூங்கும் ஹடயோக போஸில் உறங்கியதுண்டு...

கே: கற்பூர புத்திக்காரனுக்கும், டியூப்லைட் புத்திக்காரனுக்கும் உதாரணம் கூற முடியுமா...?

ப: 'தேவை நானா? இல்லை என் படைபலமா?' என்று கண்ணன் கேட்ட போது, 'எனக்குத் தேவை நீ அல்ல உன் படைபலம்தான்' என்று அவசர அவசரமாக, முந்திக் கொண்டு கூறிய, துரியோதனனுக்கு டியூப்லைட் புத்தி... 'வழி காட்ட டிவைன்லைட் நீதான் வேண்டும்' என்று ஆற அமர, நிதானமாகக் கூறிய அர்ச்சுனனுக்கு கற்பூர புத்தி...

கே: கோடிட்ட இடத்தை நிரப்புக... கிரேஸியின் வீட்டுக் ஜோக் சொல்லும்...?

ப: கம்பன் வீட்டில் கட்டுத் தறி-... கிரேஸி வீட்டில் 'wit'டுத் தறி...

கே: 'தாய் சொல்லை தட்டாதே' என்கிறார்கள்... அதே சமயம் 'மனைவி சொல்லே மந்திரம்' என்றும் சொல்கிறார்கள்... ஆண்கள் யார் பேச்சைக் கேட்பது...?

ப: அவர்களுடைய 'தாய் சொல்லைத் தட்டாமலும்', அதே சமயத்தில் 'தன் மனைவி சொல்லே மந்திரம்' என்று இருக்கும், அவர்களின் தாயின் கணவராம், 'தந்தை சொல் மிக்க மந்திர மில்லை' என்று அன்றே சொன்ன 'பாட்டி சொல்லைத் தட்டாதே...'

கே: திடீரென்று நமீதா வந்து உங்களிடம் 'ஐலவ்யூ' என்று சொன்னால் என்ன சொல்வீர்கள்...?

ப: 'நமீதா... ஐ லவ் யூனு உணர்ச்சி பூர்வமா சொல்லிட்டீங்க... நான் இதை எதிரே பாக்கலை... புல்லரிக்குது... இதே உச்சரிப்பு, முகபாவத்தோடு ஷாட்டுல ஹீரோகிட்ட இந்த டயலாக்கை சொல்லிட்டீங்கன்னா, என்னோட வசனத்துக்கு தியேட்டர்ல க்ளாப்ஸ் கிடைக்கும்' என்று அந்த படத்தின் வசன கர்த்தாவாக கேட்டுக் கொள்வேன்...

18. மனச்சுளுக்கு மசாஜ்!

கே: வரப்போகும் புத்தாண்டை எப்படி வரவேற்பீர்கள்...?

ப: 'நண்பா புத்தாண்டை வரவேற்க இதோ ஒரு வெண்பா' என்று எஸ்.எம். எஸ்ஸில் என் தோழன் சு.ரவி அனுப்பிய கவிதை இதோ...

'அன்புநெய் ஊற்றி, அறிவுச்சுட
ரேற்றி
துன்ப இருளைத் துரத்திவிடு-
இன்பநிலை
ஆழ்த்தி அருள்கூட்டும் புன்னகையால்
புத்தாண்டை
வாழ்த்தி வரவேற்போம் வா...'

கே: நகைச்சுவையில் மெஸேஜ் இருக்க வேண்டுமா...?

ப: சிரி-சிந்தி என்பார்கள்... என்னைப் பொறுத்த வரையில் சிரி... முடிந்தால் சிந்தி... முடியாவிட்டால் சிரி-மேலும் சிரி.. எனக்குத் தெரிந்து உலகம் முழுவதும் மெஸேஜ் தருபவர் கள் தபால்காரர்கள் மட்டுமே.. நகைச் சுவையே ஒரு மெஸேஜ்தான்... இன்னும் சொல்லப் போனால் மனச் சுளுக்கை எடுக்கும் மஸாஜ்... மருத்து வரிடம் அப்பெண்டிஸைடிஸ், அல்சர் என்று போனால், அவர் ஆப்பரேஷன் செய்து குணப்படுத்துவதற்கு முன், வலி தெரியாமல் இருக்க, நமக்கு அனஸ் தீஷியா அதாவது மயக்க மருந்து கொடுப்பார்... நகைச்சுவை அனஸ் தீஷியா மாதிரி... பிரச்சனைகளிலிருந்து விடுவித்து சமுதாயத்தை குணப்படுத்தும் ஆப்பரேஷனை செய்யப் போகும், ராமகிருஷ்ண பரமஹம்சர், ரமண மகரிஷி, மகாகவி பாரதி, மகாத்மா காந்தி, மதர் தெரேஸா போன்ற டாக்டர்கள் அவதரிக்கும் வரையில், வலி தெரியாமல் சமுதாயத்தை வைத்து கொண்டிருக்க வேண்டியதுதான், நகைச்சுவையாளர்களின் பொறுப்பு...

கே: கிரேஸி... நீங்கள் சைவமா? அசைவமா...?

ப: இரண்டும் இல்லை வைணவம்...

கே: தொடர்ந்து விழுங்கிக் கொண்டே இருக்கும் தொண்டை நீரை, உமிழ்நீர் என்று சொல்வது முரண்பாடு அல்லவா தலைவா...?

ப: வாயில் இருக்கும் சுரப்பி உமிழ்வதால் அது உமிழ்நீர்... அதை விழுங்குவது நீர்... ஒன்றை மட்டும் நன்றாக ஜீரணித்துக் கொள்ளுங்கள்... Aliveவா இருக்க Saliva தேவை தலைவா...

கே: காதலில் தோற்ற ஆணுக்கு அடையாளம் 'தாடி....' காதலில் தோற்ற பெண்ணுக்கு என்ன அடையாளம்...?

ப: 'தாலி...' ஏனென்றால், அவள் இவனை விட்டு வேறு ஒருவனை திருமணம் செய்து கொண்டதால்தானே, அவன் தோற்று தாடி வளர்க்கிறான்... இப்படி இல்லாமல் பொதுவாகச் சொல்லப் போனால், காதலில் தோற்ற ஆணுக்கு அடையாளமாக தாடி இருக்கும்... காதலில் தோற்ற பெண்ணுக்கு அடையாளமாக அவள் தோற்றமே வாடி இருக்கும்...

கே: 'சித்து விளையாட்டு' என்றால் என்ன...?

ப: விளையாட்டாகச் சொன்னால் நவ்ஜோத் சிங் 'சித்து விளையாட்டு' கிரிக்கெட்... இதையே தத்துவமாகச் சொல்லப்போனால் சும்மா இருந்த சத்-சங்கு, தன்னைத்தானே ஊதிக் கொண்டு இதைத்தான் சத்-சித்-ஆனந்தம் என்பார்கள்... சத்தின் இந்த சித்து விளையாட்டை, லீலையாகப் பார்க்க வரும் ஆனந்தம், த்வைதம்... பார்த்தும் பார்க்காமல் வரும் ஆனந்தம் அத்வைதம்...'an eternal child playing an eternal game in an eternal garden' என்பது பகவான் ஸ்ரீ அரவிந்தரின் வாக்கு...

கே: மீசையில் மண் ஒட்டாமல் குப்புற விழ உங்களால் முடியுமா...?

ப: நாடகத்திற்காக ஒட்டிய மீசையை எடுத்து விட்டு குப்புற விழுந்தால், ஒட்டாது மண் மீசையில்... 'குப்புற விழுந்தாலும் மீசையில் மண் ஒட்டவில்லை' என்ற சமாளிஃபிகேஷனுக்கு இந்த பதிலே ஒரு உதாரணம்...

கே: 'atm...' அதாவது அழகிய தமிழ் மகள் யார்...?

ப: தமிழுக்காக அழகைத் தியாகம் செய்து, முதுமையை விரும்பி ஏற்ற அவ்வையார்... ஆத்திச் சூடி, கொன்றை வேந்தன் எழுதிய இந்த 'atm'ல் அதாவது 'அவ்வையார் தமிழ் மெஷினில்', எந்தக் கேள்விக் கார்டை போட்டாலும், பொருள் நிரம்பிய பதில் கொட்டும்...

கே: திருமலையை தமிழ் நாட்டு டன் இணைத்திருந்தால் எப்படி இருந் திருக்கும்...?

ப: 'திருப்பதியாக...' ஸாரி 'திருப்தி யாக' இருந்திருக்கும்...

கே: ஹலோ கிரேஸி... எந்த கவர்ச்சி நடிகையின் தொப்புளில் பம்பரம் விட, உங்களுக்கு ஆசை...?

ப: பஸ்மாசுரனை அழிக்க கவர்ச்சி கரமான மோகினியாக நடித்த மகா விஷ்ணுவின் நாபிக் கமலத்தில்... ஆனால் அங்கு ஏற்கனவே நம்மை யெல்லாம் பம்பரமாக ஆட்டிப் படைக் கும், பிரம்மா குடியிருக்கிறார்... தூங்கிக் கொண்டிருக்கும் மகாவிஷ்ணுவை எழுப்பி, நான் பம்பரம் விட்டதை பிரம்மா அவரிடம் போட்டு கொடுத்து விடுவார்... அப்புறம், தொப்புளில் பம்பரம் விட்ட என் தலையில் மகா விஷ்ணு சக்கரம் விட்டு எனக்கு சங்கு ஊதிவிடுவார்... ஏன் வம்பு...!

கே: திருவிளையாடல் படத்தை மீண்டும் எடுத்தால், நடிகர் திலகம் சிவாஜி வேடத்துக்கு, பொருத்தமானவர் யார்...?

ப: ஒரு முறை 'சார்லி சாப்ளின்' மாறுவேட போட்டிக்கு, ஒரிஜினல் சார்லி சாப்ளினே மாறு வேடத்தில் போய், போட்டியில் பங்கேற்றாராம்.. போட்டியில் அவருக்குக் கிடைத்தது இரண்டாவது பரிசு... அதைப் போல,

கே: 'கல்கி அவதாரம்' எப்போது சார்...?

ப: இந்தக் கேள்வியைப் படித்து விட்டு உறங்கிய எனக்கு, மின்னல்கதை போல, ஒரு மின்னல்கனவு வந்தது... கனவில்... 'மனிதர்கள் ஜாக்கிரதை என்று போர்டு போடும் அளவிற்கு, பூலோகத்தில் அதர்மம் மலிந்து விட்டது... கல்கி அவதாரம் எடுக்க இதுவே தக்க தருணம்' என்று பிரம்மதேவன் நச்சரிக்க, மூவுலகை அளந்த தன் உருவை அணுவாக மாற்றிக் கொண்டு, பூலோகப் பிரவேசம் செய்கிறார் மகாவிஷ்ணு... முடிவு செய்யப்பட்ட கல்கி அவதாரத் தாயின் கருவில், திருவின் கணவர் எழுந்தருளுகிறார்... கல்கியின் அவதாரத் தந்தை, தனது மனைவியான அவதாரத் தாயைப் பார்த்து 'தோ பார்... நமக்கு கல்யாணமாகி ரெண்டு வருஷம் கூட ஆகல... இன்னும் நாம அனுபவிக்க எவ்வளவோ இருக்கு... இப்பப் போயி இடைஞ்சலா ஒரு குழந்தை தேவையா...? பாவ-புண்ணியம் பாக்க நீ என்ன கிருஷ்ணரையா சுமக்கற...' என்று கூறி அவளை சமாதானம் செய்து, அருகிலிருக்கும் நர்சிங்ஹோமுக்கு அழைத்துச் செல்கிறான். சிறிது நேரத்தில்... ஜன்னல் கதவு, வைகுந்த வாசலாக திறக்க, அதன் வழியாக, ஒரு ஒளிப் பந்து, பாரதியார் பாஷையில் அக்னி குஞ்சு, விண்ணுலகை நோக்கிச் செல்கிறது... இப்படியாக கருவிலே கலைந்தது கல்கி அவதாரம்... மேற்கொண்டு என்ன நடக்கிறது என்று பார்ப்பதற்க்குள், என் கனவும் கலைந்தது...

கே: நீங்கள் பார்த்து பிரமித்த இயக்குனர் யார்...?

ப: வியக்குனர்... அதாவது நான் வியக்கும் இயக்குனர் கே.எஸ். ரவிகுமார்... வெற்றி, தோல்வி யார் வந்து கதவைத் தட்டினாலும் 'போயிட்டு அப்புறம் வாங்க... நான் கதை டிஸ்கஷன்ல இருக்கேன்' என்று சொல்லும் அளவிற்கு கருமமே கண்ணாயினார்... இவர் இயக்கும் படங்களில் சென்டிமெண்ட்ஸ் ஜனங்களிடம் ஒர்க்அவுட் ஆவதற்கு முக்கியக் காரணம், இவரே ஒரு சென்டிமெண்டான மனிதர்.. 'அவ்வை ஷண்முகியில்' வசனம் எழுதும்போது, கதாநாயகன் கமல் சாருக்கு 'காளி' என்று பெயர் வைத்து எழுதினேன்... சென்டிமெண்டாக 'காளி'க்கு பதிலாக வேறு பெயர் வைக்கும்படி, ரவிகுமார் கூறினார்... சரி ஷூட்டிங்போது பார்த்துக் கொள்ளலாம் என்று நான் சும்மா இருந்து விட்டேன்.. தேவாவுடன் மியூஸிக்கம்போசிங் போது 'எங்கோ பிறந்த'ராம்...'. எப்படியோ வளர்ந்த'ராம்' பாட்டில் ராம் ராம் என்று வருவது போல... ஹீரோவின் பெயர் வந்தால் நன்றாக இருக்கும்' எனறு கமல் சொன்னார்... நான் உடனே 'சார் ஹீரோ பேர் பாண்டினு வச்சுப்போம்... இருப்பாண்டி, கொடுப்பாண்டினு பாட்டுல கொண்டுவர முடியுமான்னு வாலி சார் கிட்ட கேட்டுப்போம்' என்று 'பேர்'ஆசையில் பாய்ந்து கூறினேன்... ரவிகுமார் சென்டிமெண்டுக்கு முக்கியத்துவம் கொடுக்க, அன்று காளி என் நாக்கில் அமர்ந்து பாண்டி ஆடிவிட்டாள்... கே.எஸ். ரவிகுமார் பாதையில் போனால் வெற்றி நிச்சயம்.. அப்படியே மறந்து நாம் வேறு பாதையில் போனாலும், ரவிகுமார் வெற்றியை பைபாஸில் அழைத்துக் கொண்டு வந்து விடுவார்...

அட அய்யா ஒரு வேளை, 65வது திருவிளையாடலாக அந்த ஒரிஜினல் பரமசிவனே நடிகராக வந்து 'திருவிளையாடல்' ரீமேக்கில் நடித்தாலும், நான் தைரியமாக 'நீர் நெற்றிக் கண்ணைத் திறப்பினும் நடிகர் திலகமே உம்முடைய ரோலுக்குப் பொருத்தமானவர்' என்று சிம்மக் குரலில் கர்ஜிப்பேன்...

கே: எம்.ஜி.ஆர். - சிவாஜி, ரஜினி-கமல் என்ன வித்தியாசம்...?

ப: பத்மஸ்ரீ ஜெமினிகணேசன் அவர்கள்...!

கே: ஹீரோவா உங்களை வச்சு சினிமா எடுக்கப் போறேன்... கால்ஷீட் கிடைக்குமா...?

ப: நான் கால்-ஷீட் கொடுத்துருவேன்...சினிமா எடுத்து, அப்புறம் நீங்கதான் பெட்-ஷீட் விரிச்சு படுக்க வேண்டி வரும்... பரவாயில்லையா...? ஏன் ரிஸ்க்... கால்-ஷீட்டுக்கு பதிலா, முழு-ஷீட் மூணு கொயர் தாங்க... முழு நீள நகைச்சுவை சினிமாவுக்கான கதை -திரைக்கதை-வசனத்தை எழுதித் தரேன்...

கே: ரஜினி சாரைப் பற்றி மூன்று வரிகள்...?

ப: ரஜினி சாருக்கு 'மூன்று-முகம்...'. ஒரு முகம் ஆல்வேஸ் ஆன்மீக முகம்... அதனால் இரண்டாவது முகம், எப்போதும் வெற்றி முகம்... மூன்றாவது முகம் சுபாவமான அவரது சுமுகம்...

கே: 'தசாவதார' நாயகனுக்கு புத்தாண்டு வாழ்த்து தெரிவித்தீரா...?

ப: கமல் ஒரு கவிதை...கேள்வி கேட்ட நீங்களோ காளமேகம்... எஸ்.எம்.எஸ்ஸில் அவருக்கு நான் அனுப்பிய

ஸெல்-வெண்பா...

'அசாதா ரணமாக ஐயிரண்டு வேடத்தை
தசாவ தாரத்தில் ஏற்றோய்-விசேஷமாய்,
பத்தாண்ட திண்தோள் பரந்தாமன் போலநீர்,
புத்தாண்டில் வாழ்க பழுத்து...'

கே: முதல் மனைவி இருக்க, ரெண்டாம் தாரமாக திருமணம் செய்து கொள்கிறவனுக்கு, என்ன தண்டனை தரலாம்...?

ப: இதை விட வேறு ஒரு தண்டனை வேண்டுமா!... இதில் வேடிக்கை என்ன வென்றால், குற்றமே தண்டனையாகி விட்டது...

19. சித்திரவதை!

கே: நீங்கள் 'ழ'வை சரியாக உச்சரிப்பீர்களா...?

ப: வெற்றிலை, சீவல் போட்டு, வாய் தளும்பும் சமயங்களில் நான் 'ழவை ஓழழவுக்கு சழியாழ உழ்ழழிப் பேழ்ன்...'

கே: முருகன் அவ்வையாரிடம் கேட்ட 'சுட்ட பழம் வேண்டுமா...? சுடாத பழம் வேண்டுமா?' என்பது வெறும் நகைச்சுவைக்கான ஒன்று தானா, அல்லது வேறு ஏதேனும் தத்து வார்த்தப் பொருள் நிறைந்ததா...?

ப: அகவல் பாடிய அவ்வையாருக்கு, ஆரம்ப தெய்வம் ஆனைமுகன் பிள்ளை யார்தான்... பிறகுதான் மரத்தடியில் முருகரை சந்தித்தாள்... இருவரில் யார் மீது அவ்வைக்குப் பிரியம் என்பதைத் தெரிந்து கொள்ள 'அவ்வையே...! உனக்கு தந்தையின் நெற்றிக் கண்ணில் 'சுட்ட பழம்' நான் வேண்டுமா...? இல்லை பச்சைக் களிமண்ணால் பிடித்த குளிர்ந்த, 'சுடாத பழம்' என் அண்ணன் வேண்டுமா...?' என்று தத்துவார்த்த நகைச்சுவையோடு, அவ்வையை ஆறு முகன் ஒருவேளை கேட்டிருக்கலாம்...!

கே: அமெரிக்க அதிபர் 'புஷ்ஷிடம்', ஒரே ஒரு கேள்வி கேட்கும் வாய்ப்பு கிடைக்கிறது என்ன கேள்வி கேட் பீர்கள்...?

ப: தலைவா...!'ஜார்ஜ் w புஷ்' என்ற உங்கள் பெயரில் உள்ள middle name மான "w' குறிப்பது "war'ஐத்தானே' என்று கேட்பேன்... bush என்னை புரியாத புதராக. ஸாரி புஷ் என்ற உடன் புதர் வந்துவிட்டது... புரியாத புதிரா கப் பார்ப்பார்...

கே: 'வாழ்க்கையே ஒரு நாடகம் தானே...' அப்புறம் தனியாக, நீங்கள் எதற்கு நாடகம் நடத்துகிறீர்கள்...?

ப: எனக்கு 'நாடகம்தான் வாழ்க்கை...'

கே: 'முயற்சி திருவினையாக்கும்' என்று பாடம் நடத்திய, அதே ஆசிரியர், 'கிட்டாதாயின் வெட்டென மற' என்கிறாரே...?

ப: நரசிம்ம பக்தர் ஒருவர், நரசிம்மரை நேரில் காண காட்டில் கண்ணை மூடி அமர்ந்து, தவம் செய்தார்... அய்யா... தாங்கள் என்ன செய்து கொண்டிருக்கிறீர்கள்...?' என்று கேட்டு, அவர் தவத்தைக் கலைத்தான், அந்தக் காட்டில் வாழும் ஒரு வேடன்... 'நீ மிருகத்தை வேட்டையாடும் வேடன்... நான் ஒரு மிருகத்தைத் தேடும் தேடன்' என்று முதலில் சூசகமாகச் சொல்லி விட்டு, தொடர்ந்து அந்த பக்தரே 'நான் தேடும் மிருகத்துக்கு, தலை சிங்கம், உடல் மனிதன் போல இருக்கும்' எனக் கூறி கண்களை மூடினார்... 'கண்ணைத் திறந்து கொண்டு தேடாமல், இப்படி கண்ணை மூடிக் கொண்டு தேடுகிறீர்களே...! நீங்கள் தேடுகின்ற அப்பேர்ப்பட்ட மிருகம், இந்தக் காட்டில் கிடையாது... எனவே உங்களுக்கு அது கிட்டாது...பெரியவரே... 'கிட்டதாயின் வெட்டென மற' என்று பெரியவர்கள் சொன்னதை மறந்து விட்டீர்களா...?' என்று கேட்டு மீண்டும் அவர் தவத்தைக் கலைத்தான் வேடன்.. கடுப்பான அப்பெரியவர் 'தம்பி... முயற்சி திருவினையாக்கும்' என்பதை நீ மறந்து விட்டாயா... என்று சொல்லி விட்டு தவத்தில் மூழ்கினார்... கொஞ்ச நேரத்தில், தவ வலிமையால் கொதித்துக் கொண்டிருந்த பெரியவரை தட்டி எழுப்பி, மேலும் கொதிப்புக்குள்ளாக்கிய வேடன் 'சாமி... நீங்க தேடற மிருகம் இதுதானா பாருங்க...?' என்று காட்ட, வேடன் விரித்த வலையில், சிங்கத் தலையும் மனித உடலுமாக, நரசிம்மர் சிக்கிக் கிடந்தார்... வெலவெலத்து போன பெரியவர், 'இது எப்படி சாத்தியமாயிற்று', என்று கேட்பதற்குள், 'சாமி... நீங்க தெய்வத்தைத் தொழுவதை தொழிலா செய்யறீங்க... எனக்கு 'செய்யும் தொழிலே தெய்வம்...'' என்று சூசகமாகக் கூறிவிட்டு, மாறு வேடத்தில் வந்தவேடன் மறைந்தான்... தூணிலும், துரும்பிலும் மறைந்து கொள்ள, நரசிம்மரும் மறைந்தார்...

கே: ஆன்மீகத்தை விட உயர்ந்தது எது...?

ப: சாலப் பரிந்தூட்டும் பெற்ற தாயைத் தொழும் 'பெண்மீகம்...'

கே: கண்ணுல பிரச்சினை வந்தால் கண்ணாடி போடலாம்... காதுல பிரச்சினை வந்தால் ஹியரிங்எய்டு போடலாம்... வாயில பிரச்சினை வந்தால்...?

ப: கண்ணாடி, ஹியரிங்எய்டு போடும் வயதில், வாயில் வரும் பிரச்சினை பொக்கைதான்... 'பல்லு போச்சுனா சொல்லு போச்சும்பாங்க...' கடவுளாகப் பார்த்து, 'இப்பவாவது கம்னு கெட... மௌனம் பழகு' என்று சொல்லாமல் சொல்லி நம் பல்லைப் பிடுங்குகிறார்... அதையும் மீறி, எடக்கு மடக்காகப்

பேசி, 'வாயால் பிரச்சினை' வந்தால், என்ன போடலாம்...? பேசிய வாயில் ஓங்கி ஒண்ணு போடலாம்...!

கே: மரம் வச்சவன் தண்ணீர் ஊற்றுவான்... மரம் வெட்டினவன்...?

ப: தண்ணியில்லாக் காட்டில் தனி மரமாகத் திண்டாடுவான்...

கே: பத்திரிகைகளில் கவிதைகள், சிறுகதைகள் எழுதிக் கொண்டிருக்கிறேன்... உங்களிடம் உதவியாளராக சேர ஆசைப்படுகிறேன்... சேர்த்து கொள்வீர்களா...?

ப: எழுத்து என்பது ஒரு தவம்... தவம் செய்யத் தனியாகத்தான் போக வேண்டும்... உதவியாளரோடு போனால் இஷ்ட தெய்வமும், தன்னுடைய உதவியாளரைத்தான் அனுப்பும் (பிள்ளையாருக்கு பதிலாக சுண்டெலி பிரசன்னமானால் ஒப்புக் கொள்வீர்களா!)... என்னைப் பொறுத்த வரையில் 'தன் கையே தனக்குதவி' என்று இருந்தால்தான் நமக்குள் இருக்கும் நிஜமான எழுத்தாளன் வெளிப்படுவான்... உதவி ஆளராக இருப்பதை விட, நம்மை ஆளும் அளவுக்கு திறமையானவர்களின் உதவியை நாடலாம்... உதாரணமாக, சிறுகதை எழுதுபவர்கள் கல்கி, தேவன், ஜெயகாந்தன், சுஜாதா போன்றோரின் படைப்புகளைப் படித்துப் பயனடையலாம்... கவிதைக்கு. கம்பன், பாரதியார், தேசிக வினாயகம் பிள்ளை, நாமக்கல் கவிஞர் போன்றோரின் கரும்புத் தோட்டத்தில் ஊற, நம் நெஞ்சக் கல் தேய்ந்து கவிதை ஊறும்...

கே: அமெரிக்கர்கள் நிலாவில் நிலம் ஏக்கர் கணக்கில் வாங்குகிறார்களாமே...?

ப: பூமியில் ஒரு சுகம் கூட விடாமல் அனுபவித்து அனுபவித்து, அமெரிக்கர்களுக்குப் 'புவிஈர்ப்பு' குறைந்து விட்டதோ, என்னவோ...? நிலாவில் குடியேறும் அமெரிக்க மம்மிமார்கள் தங்கள் குழந்தைகளுக்கு சாதம் ஊட்டும்போது 'பூமி பூமி ஓடிவா... புரண்டுபுரண்டு ஓடி வா' என்று ஆங்கிலத்தில் பாடி ஊட்டலாம்... அப்படியும் சாப்பிட மறுக்கும் பிள்ளைகளை பயமுறுத்த, 'பூச்சாண்டி கிட்ட பிடிச்சு கொடுத்துருவேன்' என்று கூறி 'புஷ்' படத்தைக் காட்டலாம்...!

கே: நகைச்சுவைக்கு ஏதேனும் course உள்ளதா...?

ப: of course உண்டே...!

கே: சோகக் கதைக்கு உங்களை வசனம் எழுதச் சொன்னால் என்ன செய்வீர்கள்...?

ப: நகைச்சுவை-சோகம், இரண்டும்

எழுத்து என்ற நாணயத்தின் இரு பக்கங்களான, 'பூவா-தலையாதான்...' என் அதிர்ஷ்டம் இது வரை, நான் நாணயத்தை சுண்டும் போதெல்லாம், எனக்கு என்னை சுண்டியிழுக்கும், 'நகைச்சுவை பூதான்' விழுந்திருக்கிறது என் தலையெழுத்து நீங்கள் கேட்டது போல், 'சோகத் தலை' விழுந்தால், என் பெயரை கிரேஸி 'சோகன்' என்று மாற்றிக் கொண்டு, விரக்தியாக சிரித்தபடி வசனத்தை எழுதிக் கொடுப் பேன்...

கே: சித்திரவதை என்றால் என்ன வென்று கொஞ்சம் சொல்லுங்க ளேன்...?

ப: சித்திரம் என்ற பெயரில் தெய்வத் திரு உருவங்களை வதம் செய்யும், எம்.எஃப். ஹுசைனின் ஒரு சில ஓவியங்கள்...

கே: உம்ம செல்ஃபோன்ல இப்போ என்ன ரிங்டோன் வெச்சிருக்கீர் ஓய்...?

ப: 'கேள்வியின் நாயகனே... உன் கேள்விக்குப் பதிலேதையா' என்ற அபூர்வ ராகங்கள் படத்தில் வரும் பாடல்...

கே: 'கட்டிப்பிடி' வைத்தியம் வாழ்க் கைக்கு உதவுமா...?

ப: வசூல் ராஜாவின் 'கட்டிப்பிடி' சினிமா வைத்தியம், வாழ்க்கைக்குக் 'கட்டுப்படி' ஆகாத வைத்தியம்... சினிமாவைப் பார்த்து சூடு போட்டுக் கொண்டு, வாழ்க்கையில் 'கட்டிப்பிடி' வைத்தியத்தைக் கையாண்டால், 'எட்டி-உதை' ஃபீஸ்தான் கிடைக்கும்...

கே: இப்போதும் நீங்கள் காதலிப் பது யாரை...?

ப: எப்போதும் போல அவளைத் தான்...?

கே: குரங்குடன் பேச நேர்ந்தால் என்ன கேட்பீர்கள்...?

ப: 'நீயாவது சொல் ராமர் பாலம் கட்டினாரா...?' என்று அந்த வானர வழித் தோன்றலிடம் கேட்பேன்...

20. Will Power வில் Power!

கே: அந்தக் காலத் திரைப் படங் களை 'ரீமேக்' செய்வது போல, அந்தக் கால நாடகங்களையும் 'ரீ மேக்' செய் தால் என்ன...?

ப: 'ரீ மேக்', 'ரீ மிக்ஸ்' எல்லாம் சினிமா பாஷை... நாடகம் தாய் மொழி... நாடகத்தை ஆங்கிலத்தில் Play என்பார்கள்... என்னுடைய அந்தக் காலத்தில், அதாவது 1979-இல் அரங் கேற்றிய 'அல்லாவுதீனும் 100 வாட்ஸ் பல்பும்' playi, இன்றும் வெற்றிகரமாக எனது குழு, மீண்டும் மீண்டும் 'ரீப்ளே' செய்து கொண்டிருக்கிறது... சுயப் பிரதாபம் நிற்க...என்னைப் பொறுத்த வரையில், ஒரு மீடியாவிலிருந்து இன் னொரு மீடியாவிற்கு, ஒரு படைப்பை ஜீவன் கெடாமல் எடுத்துச் செல்வதே 'ரீ மேக்...' இந்தக் கோணத்தில் பார்த் தால், வடமொழி வால்மீகி ராமாயணம் தமிழில் கம்பராமாயணமானது... ஜெயகாந்தனின் 'சில நேரங்களில் சில மனிதர்கள்', கொத்தமங்கலம் சுப்புவின் 'தில்லானா மோகனாம்பாள்' போன்ற கதைகள் சினிமாவானது... பாலச்சந்த ரின் 'மேஜர் சந்திரகாந்த்', 'எதிர் நீச்சல்', வியட்நாம் சுந்தரத்தின் 'வியட்நாம் வீடு' போன்ற நாடகங்கள் சினிமாவானது... 'என்று பிறக்கும் இந்த ரீ மேக் காலம்...' பின்குறிப்பு: 'பாட்டி சுட்ட வடை கதையையும் ரீஹிட்' செய்து நாடகமாக வோ, சினிமாவாகவோ எடுத்துப் பார்க் கலாம்...

கே: விரைந்து வரும் எமனுக்கு மெதுவாகச் செல்லும் எருமை வாகனம், வேண்டாத விருந்தாளியான சனீஸ்வரனுக்கு விருந்தை அழைக்கும் காகம் வாகனம்... ஏன் இந்த முரண் பாடு...?

ப: வாகனத்தில் வரும் போது, 'இன்னார் உயிரை எடுக்கலாமா? வேண்டாமா?' என்று நிதானமாக யோசித்து செயல் படவசதியாக எமன், மெதுவாகச் செல்லும் எருமையை

கே: கலைகளில் நீங்கள் எந்தக் கலையைச் சேர்ந்தவர்...?

ப: ஆய கலைகளை விடுங்கள்... வைணவ குலத்தில் வட'கலை', தென்'கலை' என்று இரு பிரிவுகள் உண்டு... வடகலைப் பிரிவைச் சேர்ந்த வர்கள் பின்பற்றும் தத்துவத்துக்கு, 'மர்கட கிசோரம்' என்று பெயர்... அதாவது 'குரங்குக் குட்டி நியாயம்...' கிளைக்கு கிளை தாவும்போது, குரங்குக் குட்டி தன் தாய் குரங்கின் வயிற்றை கெட்டியாகப் பிடித்துக் கொள்ளும்... அது போல 'நீ அதாவது 'you' கடவுளை விடாது கெட்டியாகப் பிடித்துக் கொள்ள வேண்டும்... இதை நினைவூட்டுவதற்காக வடகலைக்காரர்கள் நெற்றியில் 'U' வடிவத்தில் நாமம் இட்டுக் கொள்வார்கள்... தென்கலையின் தத்துவம் 'மார்ஜார கிசோரம்...' அதாவது 'பூனைக் குட்டி நியாயம்...' பத்திரமான இடத்துக்கு தாய்ப் பூனையே வந்து தன்னைக் கவ்வி எடுத்துச் செல்வாள்... அதுவரையில் நான் 'ஏன்' அதாவது 'why' கவலைப் பட வேண்டும் என்று குட்டிப் பூனை நிம்மதியாகத் தூங்கும்... இதை உணர்ந்த தென்கலைக்காரர்கள் நெற்றியில் 'Y' வடிவத்தில் நாமம் இட்டு கொள்வார்கள்... நான் எனது நாடகக் கலையைக் காப்பாற்றும், மயிலை கற்பகாம்பாள் கோயில் விபூதியை, 'A,B,C,D' என்று 'Z' வரை, ஒவ்வொரு நாளும் அவசரத்தில் ஒவ்வொரு வடிவத்தில் இட்டுக் கொள்ளும் வீர வைணவன்...'

வாகனமாக வைத்துக் கொண்டிருக்கிறார்... நாம்தான் ஹெல்மெட் போடாமல், 'எமஹா' மோட்டார் பைக்கில் வேகமாகச் சென்று, குறுக்கே வந்த எருமையுடன் மோதி, எமன் வேலையை துரிதப்படுத்துகிறோம்... சனி பகவான் வேண்டாத விருந்தாளி அல்ல... சனி வந்தால்தானே ஜாலியான விடுமுறை ஞாயிறு வர முடியும்.

கே: வெற்றிக்கு சிறந்த வழி 'வாக்குவாதமா...? பிடிவாதமா...?'

ப: வெற்றிக்கு உழைப்பின் வழியே 'உத்திரவாதம்...'

கே: அறுபதாவது பிறந்த நாளை, அறுபதாம் கல்யாணம் என்கிறார்கள்... திருமண நாள் அன்றுதானே தாலி கட்டிக் கொள்ள வேண்டும்... அறுபதாம் பிறந்த நாளைக்கும் தாலி கட்டிக் கொள்கிறார்களே...ஏன்...?

ப: உயிர் பிரியாமலிருக்க எத்தனையோ மருந்து மாத்திரைகள் உள்ளன... உறவு பிரியாமலிருக்க ஒரே மருந்து மனம்... அதாவது 'திருமண(ன)ம்... அந்த மனத்தின் மணத்தை, அறுபதாம் பிறந்த நாளன்று ஸாரி அறுபதாம் திருமண நாளன்று, காண வந்த கும்பலில் விவாகரத்து எண்ணத்தில் இருக்கும் தம்பதிகள், முகர்வதால் மனம் மாறலாம் அல்லவா...! என்னைக் கேட்டால் விவாகரத்துகள் ரூபாய்க்கு எட்டு என்று பெருகி விட்ட இக்காலத்தில், ஒவ்வொரு பிறந்த நாளன்றும் கணவர்கள், 'தாலி-மீல்ஸ்' பரிமாறிய அந்த தங்கக் கை மகராசிக்கு, தங்கத் தாலி கடன் வாங்கியாவது கட்ட வேண்டும்... மனைவியிடம் பட்ட கடனைத் தீர்க்க, அவளை மீண்டும் கணவன் கடன் வாங்கிக் கல்யாணம் செய்து கொள்வதில் தவறில்லையே...!

கே: நீங்கள் சபாநாயகரானால் நாடாளுமன்றத்தில் எப்படி அமைதியை ஏற்படுத்துவீர்கள்...?

ப: எனது காமெடி டிராமாவைப் போட்டு, லோக்சபாவை ஜோக்சபா வாக்குவேன்... நாடாளுமன்ற உறுப்பினர்களை நாடகத்தால் ஆண்டு, அவர்களது வாக்குவாதத்தை ஜோக்குவாதத்தால் வென்று அமைதிக்குள்ளாக்கி, உறுப்பினர்களை சிரிப்பினர்களாக்குவேன்...!

கே: 'உம்மனாமூஞ்சிகளைப் பார்க்கும் போது உங்கள் மனதில் என்ன சொல்லத் தோன்றுகிறது...?

ப: முக-மலர்ச்சி என்னும் ஆடை அணியாத 'அம்மணா மூஞ்சிகள்...'

கே: ஹைக்கூ முறையில் ஒரு ஜோக்கூ சொல்லுங்களேன்...?

'ஆடுவதற்கு
அழைப்பு வந்தது
ஆல் இந்தியா ரேடியோவில்...'

கே: ஒரு வேளை பெண்களே படைக்கப்படாமல், வெறும் ஆண்கள் மட்டுமே படைக்கப்பட்டிருந்தால்...?

ப: female இல்லாததால், இனிமேல் மேலும் male களைப் படைக்கமுடியா மல் போய் விடும்... பெண்ணின் பரிவு, பாசம், அன்பில் திளைக்காததால், இதுவரை படைக்கப்பட்ட maleகள், ani'male' ஆகிவிடுவார்கள்...

கே: will power கொண்ட விஸ்வாமித்திரர், மேனகையிடம் மயங்கலாமா...?

ப: விஸ்வாமித்திரரின் will powerஐ மயங்க வைத்தது மேனகையல்ல,

கே: நாய் வாலை நிமிர்த்த முடியாது என்கிறார்களே... நெஜமாவா...?

ப: 'நாயே ஏ சோதா' என்று முகாரி ராகத்தில் கடுப்போடு கீர்த்தனையே பாடும் அளவிற்கு, நாய்களால் 'நாய் படாதபாடு' பட்ட அனுபவஸ்தன் அடியேன்.. நாய் விஷயத்தில் நான் எதையும் நம்புவதாக இல்லை... இப்படித்தான் 'குரைக்கிற நாய் கடிக்காது' என்பதை நம்பி, தெரு நாய் ஒன்றை தெனாவட்டாக நெருங்க, அது என் ஆடு சதையைக் கடித்து,தெருவில் 'ஆடா சதையாக' துப்பிவிட்டது... 'பழமொழியை மீறி ஏன் கடித்தாய் பைரவா?' என்று பரிதாபகரமாக நான் அந்த வீதி நாயிடம் நீதி கேட்க, பதிலுக்கு அது 'கிட்ட வராதே... கடிப்பேன் என்று நான் என் பாஷையில் குரைத்துச் சொன்னதை குறைத்து மதிப்பிட்டது உன் தவறு' என்று நக்கலாகக் கூறி, நிமிர்த்த முடியாத தன் வாலை நிமிர்த்தி ஆக்ரோஷமாக ஆட்டி வேறு காட்டியது... 'நாய் வாலை நிமிர்த்த முடியாது' என்பதை நம்புகிறவர்கள், 'காதிலே பூ வைத்திருப்பவர்கள்' என்றால், 'வாலை ஆட்டும் நாய் நம் மீது பாசத்தைப் பொழிகிறது' என்பதை நம்புகிறவர்கள் 'காதில் பிருந்தாவன் கார்டனையே' வைத்திருக்கும் அப்பாவிகள் என்று அர்த்தம்...

காமனின் 'வில்power...' விளக்கமாக ஒரு வெண்பா...

'கானகத்தில் கண்மூடி மோனத்
தவமிருந்தோன்
மேனகையால் மேன்மை
தனையிழந்தான் - ஞானப்
பழம்நழுவி காமத்துப் பாலினில்
மெய்தவறி
விழவைக்கும் மன்மதன் வில்...'

21. 'வாய்க்கை' விளக்கம்!

கே: மொட்டைக் கடுதாசி எழுதியிருக்கிறீர்களா...?

ப: பள்ளி நாட்களில் என்னைப் பாடாய்ப் படுத்திய, கிளாஸ்லீடரைப் பற்றி தாறுமாறாக ஒரு 'மொட்டைக் கடுதாசி' எழுதி, ஹெட் மாஸ்டருக்கு அனுப்பி விட்டேன்... மறு நாள் ஹெட் மாஸ்டர் என்னைக் கூப்பிட்டனுப்பி, நான் எழுதிய மொட்டைக் கடுதாசியை என் முகத்தில் விட்டெறிந்து, மொட்டையாகும் அளவுக்கு என் தலையில் குட்டினார்... 'நான்தான் எழுதினேன், என்பது இவருக்கு எப்படி தெரிந்தது' என்று குட்டிய வலியையும் மறக்க வைத்த ஆச்சரியத்தோடு, எழுதிய மொட்டைக் கடுதாசியைப் பிரித்துப் பார்த்தேன்... அதில் கடைசி வரியில் 'இப்படிக்கு பெயர் சொல்ல விரும்பாத மோகன், '7th std, c section' என்று எழுதித் தொலைத்த என் மேதாவித்தனத்தை மெச்சி, என் தலையில் நானே குட்டிக் கொண்டேன்...'

கே: 'முழுமையான நித்திரை' என்பது என்ன...?

ப: நாலு பேர் தூக்கிப் போகும் போது வரும் தூக்கம்...! பின்ன என்ன சார்.. சங்கு, தாரை தப்பட்டை, ஒப்பாரி இப்படி இத்தனை சத்தத்தையும் மீறி தூங்குகிறோம் என்றால், இதை விட ஒரு 'முழுமையான நித்திரை' இருக்க முடியுமா...!

கே: தெருவில் செல்லும்போது உங்களை 'லுக்' விடத் தூண்டுவது, கொலுசு சத்தமா...? வளையல் சத்தமா...?

ப: கொலுசுவளையல் சத்தக்காரிகளின் இடுப்பில் குந்தியிருக்கும் 'குவா குவா சத்தம்...!'

கே: non vegetarian - அசைவம் என்று கூறுவது ஏன்...?

ப: அசைவதெல்லாம் அசைவம்... என்றும் அசையாது இருக்கும் 'சிவமே' அசல் சைவம்...

கே: மனிதன் மிருகம் ஆவது எப்போது...? மிருகம் மனிதன் ஆவது எப்போது...?

ப: மிருகத்தை வேட்டை ஆடும் போது, மனிதன் மிருகமாகிறான்...

மனிதனிடம் வாலைக் குழைக்கும் போது, மிருகம் மனிதனாகிறது... மிருகமாகும் மனிதனுக்கு விடுதலை அளிக்க, தூணைப் பிளந்து வரும் தெய்வம், மனிதமிருகமாகிறது (நரசிம்மம்)...

கே: நமது இந்தியா நிலாவிற்கு ராக்கெட் அனுப்பும்போது அதில் உங்களையும் சேர்த்து அனுப்பினால், என்ன செய்வீர்கள்...?

ப: ஒரு பக்கெட் தண்ணீரும், டிடெர்ஜெண்ட் ஸோப்பும் எடுத்துச் சென்று, நிலாவில் படிந்த கறையை நீக்குவேன்... பிறகு, வட்டமான நிலாவில், பிரஷ்ஷால் இரண்டு கண்களும், சிரிக்கும் போஸில் வாயையும் வரைவேன்... பூமியிலிருந்து பார்க்கும் குழந்தைகளுக்கு, வெண்நிலா விழுந்து விழுந்து சிரிக்கும் fun நிலாவாக காட்சியளிக்கும்...

கே: கல்லூரி காலத்தில் உங்கள் காதல் ஒன்-வேயா இல்லை ரன்-வேயா...?

ப: ஒன்வே, ரன்வேனு வெறுப் பேத்தாதவே... நான் படித்த கல்லூரியில் பாதைதான் உண்டு... பெண்கள் கிடையாது... கல்லும் முள்ளும்தான் காலுக்கு மெத்தை...

கே: பக்தி புரிகிறது... அது என்ன பய பக்தி...?

கே: 'காமமில்லாக் காதல்' உண்டா...? நேர் பதில் கூறவும்...?

ப: சுற்றி வளைத்து சொல்லிப் பார்க்கிறேன்... காமமாய் ஸாரி Calmமாய்க் கேளுங்கள்... மொதல்ல, தமிழ் மேல் காதல் தாய்-சேய் காதல் போன்ற காமமில்லாக் காதல்களை choiceல விட்டுருவோம்... காதலைத் தூண்டும் மன்மதனுக்கு காமன் என்றுதான் பெயர்.. சரியா வரலை... இதையும் choiceல விட்டுருவோம்...காதல் கல்யாணத்தில் முடிந்து, காதலித்தவள் உண்டானால், காமம் உண்டு என்றுதானே அர்த்தமாகிறது... அவ்வளவு திருப்தியாக இல்லை... வழக்கம் போல choiceல விட்டுருவோம்... இட்லிக்கு மிளகாய்ப் பொடி தொட்டுக் கொள்கிறோம்... பசிக்குத் தேவையான இட்லி காதல்... ருசிக்குத் தேவையான மிளகாய்ப் பொடி காமம்... உயிரோடு இருக்க இட்லி மட்டுமே சாப்பிட்டால் போதும்... வெறும் உயிரோடு இருப்பது ஒரு வாழ்க்கையா? என்றால்... மிளகாய்ப் பொடி ருசி தேவை யென்றாகிறது...

அதற்காக மிளகாய்ப் பொடியையே சாப்பிட்டு கொண்டிருந்தால் என்னாவது... வயிறு கிழிந்து உயிரு போய் விடும்... புருவத்தால் நமக்கு எந்த உபயோகமுமில்லை... இருந்தாலும் புருவமில்லாத நெற்றியை நினைத்து கூட பார்க்க முடியவில்லை... காமமில்லாக் காதலுக்கு புருவமில்லா நெற்றியை ஓரளவு உவமையாகச் சொல்வோம்... புருவத்தை மறைக்கும் அளவுக்கு நெற்றியில் திருநீறு... காதலாகிக்... அழுக்காறு, அவா, வெகுளி, இன்னாச் சொல் போன்ற காமங்கள் விலகிடும்...

ப: '42C பஸ்'ல உக்கார எடம் கிடைக்கணும்... அதுவும் வெத்திலை சீவல் துப்ப வசதியா ஓர சீட் கிடைக்க அருள் புரி ஆண்டவா... மொட்டை மாடில உன்னை நம்பி வத்தல், வடாம் உலத்தியிருக்கேன்... மழை வராம பாத்துகம்மா மகமாயி... என்று அல்ப விஷயங்களுக்கெல்லாம் நாமும் பயந்து, கடவுளையும் டிஸ்டர்ப் செய்து பய முறுத்துவது, பய பக்தி...

கே: சாலை விதிகளை மீறி மாட்டிக் கொண்டதுண்டா...?

ப: இப்போது இருக்கும் ட்ராஃபிக் நெரிசலில், விதிகளை மீறும் அளவுக்கு சாலையில் இடம் எது சார்... முன்னே பின்னே போக முடியாமல நடுசாலையில் மாட்டிக் கொண்டு, தலைவிதியை நினைத்து நொந்து கொண்டதுண்டு...

கே: ராமாயணம், மஹாபாரதம் போன்ற இதிஹாஸ நாடகங்களை தாங்கள் போடலாமே...?

ப: எனக்குத் தெரிந்தது இதி 'ஹாஸ்யம்' தான்...!

கே: கைக்கு எட்டியது வாய்க்கு எட்டாமல் போவதைத் தடுப்பதற்கு என்ன செய்யலாம்...?

ப: கூச்சப் படாமல் மனைவி அல்லது அம்மாவை விட்டு, ஊட்டி விடச் சொல்லுங்கள்... இல்லை வாய்க்கு எட்ட வேண்டியதை, 'லிக்விட்-டயட்'டாக டம்பளரில் விட்டு, ஸ்ட்ராவால் உறிஞ்சி விடுங்கள்... வாய்க்கு எட்டாமல் கை தடுப்பதுதான் 'வாய்க்கை...'..

கே: வரதட்சணை-லஞ்சம்... என்ன வேறுபாடு...?

ப: பெண் வீட்டார் கொடுக்கும் போது இதன் பெயர் வரதட்சணை... brideக்காக தரப்படும் இதை, பிள்ளை வீட்டார் வாங்கும் போது bribe ஆகிறது...

கே: முருகருக்கு ஆறுமுகம், பன்னிரெண்டு கைகள்... கால் மட்டும் ரெண்டு ஏன் தம்பி...?

ப: இரண்டு கால் இல்ல... மூணு கால்... ... பன்னெண்டு கால் மூணு... அந்த மூணு காலுல ஒரு call , நமது பிரார்த்தனையைக் கேட்கும் in coming call... ரெண்டாவது call பிரார்த்தனையை நிறைவேற்றும் out going call... மூணாவது, ஆறுமுகத்தை மறந்து நாம் வேறு முகத்தைப் பராக்கு பார்த்துக் கொண்டிருக்கும் போது, நமக்காக அவர் try பண்ண missed call....

கே: வாழ்க்கை ஒரு பள்ளிக் கூடமா...?

ப: சின்ன வித்தியாசம்... பள்ளிக்

கூடத்தில் பாடம் நடத்தி பின் பரிட்சை வைக்கிறார்கள்... வாழ்க்கை பரிட்சை வைத்து பின் பாடம் கற்றுத் தருகிறது... பள்ளிக்கூடத்தில் பாஸாகப் படிக்க வேண்டும்... வாழ்க்கையில் பாஸாக படிய வேண்டும்...

கே: 'முன்னே பின்னே செத்திருந் தால்தானே சுடுகாடு தெரியும்' எனும் பழமொழி simply crazy தானே...?

ப: சுடுகாட்டு வாசலில் ஒட்டுக் கேட்டு சுட்ட சம்பாஷணை...

உடல்: 'இப்படிலாம் கேள்வி கேட்டு ஏற்கெனவே செத்த என்னை ஏன்யா மறுபடி சாவடிக்கறீங்க!... செத்த துக்கு அப்பால, நான் போறது சுடு காடா...? இல்லை ஏற்காடானு...? எனக்கு எப்படிப்பா தெரியும்.. ஏம்பா!... உனுக்கானும் பதில் தெரியுமா...?'

உயிர்: 'பொணமா லட்ஷணமா கம்னு கெடக்கறத வுட்டுட்டு, போற நேரத்துல அபசகுனமா கேள்வி கேட்டு ஏன் என் உசிரை வாங்குற... தோ பார்... நீ மண்ணுலேர்ந்து வந்த... மண்ணுக்கு போற... நான் விண்ணுலேர்ந்து வந் தேன்... விண்ணுக்கு போறேன்... அங்க விண்ணுல சுடுகாடு, சுடாத காடுனு ஒரு மண்ணும் கிடையாது...!'

ஆன்மா: 'என்ன எழவுடா இது... அங்க புள்ளை அப்பனுக்கு கொள்ளி வச்சு காரியம் பண்ண ரெடியா, மடியா காத்து கிட்டுருக்கான்... நீங்க ரெண்டு பேரும் இப்படி அடிச்சுக்கறீங்களே...! நல்லா கேட்டுக்குங்க... யாரும் சாவறது கிடையாது.. கொஞ்ச நாள் சேர்ந்து இருந்தீங்க... இப்ப பிரியப் போறீங்க... பிரிவோம்-சந்திப்போம்... அம்புடு தேன்... ! okயா ...?'

உடல்-உயிர்: (கோரஸாக) 'நீ சொன்னா கரீட்டாதான் இருக்கும் அண் ணாத்தே...'

கே: வாழ்க்கையில் யாருக்காவது கை கொடுத்து தூக்கி விட்டதுண்டா...?

ப: அமெரிக்காவிற்கு நாடகம் போடச் சென்றபோது, அரிசோனா என்ற இடத்தில் உள்ள, பாறைகள் நிரம்பிய பள்ளத்தாக்கைப் பார்க்க, கிரேஸி க்ரியேஷன்ஸ் நண்பர்களோடு சென்றேன்... பாத்ரூமில் குளிக்கும்போதே, மூழ்கிப் போகும் அளவுக்கு தண்ணீர் கண்டம் கொண்ட என் நண்பன் வாசு, பாறை வழுக்கி அங்கு ஓடிக் கொண்டிருந்த ஆற்றில் விழுந்து 'குய்யோ முறையோ' என்று அலறியபடி அடித்துச் செல்லப்பட்டான்... பதறிப் போன நான், ஆற்றின் கரையோரமாக ஓடிச் சென்று, வாசுவுக்கு கை கொடுத்து தூக்கிவிட்டு, அவனை கரை சேர்த்தேன்... அப்போது இதையெல்லாம் வேடிக்கை பார்த்துக் கொண்டிருந்த அமெரிக்கர்கள் கேலியாக என்னைப் பார்த்தார்கள்... 'ஓய் ஸார் லாஃபிங் என்ற பாவத்தில் நான் தமிழில் பார்க்க, அவர்கள் 'ஆற்றில் விழுந்த வாசு அடி முட்டாள் என்றால், அவனுக்கு கை கொடுத்த நீ முழங்கால் முட்டாள்' என்று சஸ்பென்ஸ் வைத்து ஆங்கிலத்தில் என்னைப் பார்த்தார்கள்... பிறகு சஸ்பென்ஸை உடைப்பது போல, அந்த ஆற்றில் இறங்கி அதில் ஓடிக் கொண்டிருந்த 'முழங்கால்' அளவு தண்ணீரில் விழுந்து விழுந்து சிரித்தார்கள்... அந்த 'முழங்கால்முழுக்கு' ஆற்றில் ஒரு அமெரிக்க வாண்டு விட்ட காகிதக் கப்பலில் வாசுவால், என் அவமானம் கப்பலேறிப் போச்சு...

22. கிளி ஜோஸ்யம்!

கே: நட்பைக் காட்டிலும் உயர்ந்தது எது...?

ப: இதே கேள்வியை என் நண்பனிடம் கேட்டேன்... அதற்கு அவன் 'எவரெஸ்டைக் காட்டிலும் உயர்ந்தவன், அதன் சிகரத்தைத் தொட்ட டென்சிங் என்ற உயர்வான பதிலைக் கூறினான்... வாழ்க்கையில், எது உயர்வு?, எது தாழ்வு? என்பதை நமக்கு சுட்டிக் காட்டும் நியாயத் தராசே, நமக்குக் கிடைத்த உயர்ந்த நட்பு...

கே: பண்டை மன்னர்களுக்கு, குடிப்பது, புகை பிடிப்பது போன்ற பழக்கங்கள் இருந்திருக்குமா...?

ப: இதற்கெல்லாம் ஆதாரம் காட்ட கல் வெட்டு, ஓலைச் சுவடியை அனாவசியமாகத் தேடிப் போகவேண்டாம்... அதான் drin'king', smo'king' இரண்டிலும் 'king' இருக்கிறதே...

கே: நடிகர் திலகத்திற்கு வசனம் எழுத முடியவில்லையே என்று ஆதங்கம் உண்டா...?

ப: ஆதங்கம் உண்டா, இல்லையா என்பதைத் தெரிந்து கொள்ளும் அளவிற்கு அவரோடு நான் நெருங்கிப் பழகியதில்லை... பல வசனங்களுக்கு உயிர் கொடுத்த அவருக்கு, தான் வசனம் எழுதவில்லையே என்ற ஆதங்கம் இருந்திருக்க வாய்ப்பில்லை... ஓ... நீங்கள் என்னைக் கேட்டீர்களா...? இல்லாமல் இருக்குமா சார்... நடிகர் திலகத்திற்கு வசனம் எழுத முடியவில்லையே என்று ஆதங்கப்படாதவன், எழுத்தாளனாகவே இருக்க முடியாது...

கே: விழிகளால் மொழி பேச பெண்களால் மட்டும் முடிகிறதே... எப்படி...?

ப: நமது பேச வேண்டிய வாயால் 'ஆ' வென்று பொளந்தபடி, பார்த்துக் கொண்டிருந்தால், பெண்களின் விழிகள் மொழி பேசும்... காது கவிதை பாடும்... நாசி நான்மறை ஓதும்...

கே: மகாபாரத கிளைக் கதைகளில் உங்களை கவர்ந்த கதையைக் கூற முடியுமா...?

ப: நள மகாராஜாவின் கதை... இதை தரும புத்திரருக்கு வியாசர் சொன்னார்... எனக்கு சொன்னது திருப்பூர் கிருஷ்ணன்... ஹைக்கூ முறையில் சொன்னால்... 'நளனின் கைப்பிடித்தாள் தமயந்தி... கால் பிடித்தான் சனி...' இந்த கதையைப் படிப்பவர்களை சனி பிடிக்காது என்பார்கள்... திருப்பூர் கிருஷ்ணனின் 'நள-சரிதம்' படிப்பவர்களின் நாக்கில் சனி நிச்சயம் அமராது... இவரது உரைநடை, தமயந்தியின் சொகுசான அன்ன நடை போல உள்ளது... விறுவிறுப்பில், நளனின் தேர் போல வேகம்... நமது

அறிவுப் பசியை போக்க வல்ல அற்புதமான நளபாகம், திருப்பூர் கிருஷ்ணனின் நளசரிதம்... அவசியம் படியுங்கள்... கிடைக்குமிடம் திருப்பூர் குமரன் பதிப்பகம்... சென்னை-2.

கே: 'தற்கொலை' செய்து கொள்வ தற்குக்கூட தைரியம் வேணும்தானே...?

ப: பயந்து பயந்து வாழப் பிடிக்காமல் தைரியமாகத் தற்கொலை செய்து கொள்வதை விட, சாவுக்கு மட்டும் போனால் போகிறது என்று பயந்து விட்டு மற்றபடி தைரியமாக வாழ்வது சாலச்சிறந்தது...

கே: உலகின் முதல் ஜோக் எது...?

ஆதாம் : (ஆப்பிளைக் கடித்தபடி அசமஞ்சமாக) 'அன்பே ஏவாள்... என் கிட்ட எதப் பாத்து மயங்கி 'ஐ லவ் யூ' சொன்ன...?'

ஏவாள்: (தன் மோவாய்க்கட்டையை ஆதாம் தோளில் இடித்து) 'என் தலையெழுத்து உன்னை விட்டா வேற ஆள் கிடையாது லவ் பண்ண... வேற வழியில்லாம 'ஐ லவ் யூ' சொன்னேன் போறுமா...! மயங்கறதுக்கு உன்கிட்ட ஒரு புண்ணாக்கும் ஸாரி ஒரு ஆப்பிளும் இல்ல... இருந்த ஆப்பிளையும் நீயே தின்னு தீத்துட்ட...!'

கே: இறைவன் தூக்கம் என்ற ஒன்றை நமக்கு அளிக்காமலிருந்தால் என்ன ஆகும்...?

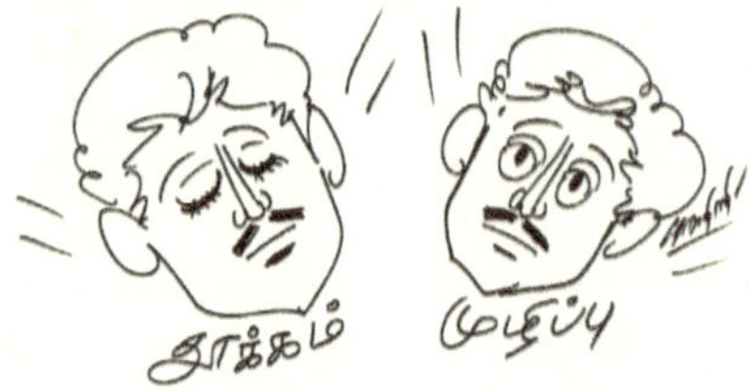

ப: கேள்விக்கு பதில் தெரியாமல் கிரேஸி 'முழித்தான்' என்று யாரும் என்னைச் சொல்லமுடியாமல் போயிருக்கும்... 'தூக்கம்' இருந்தால்தானே 'முழிப்பு...!'

கே: ஆடிக் கறக்கிற மாட்டை ஆடிக் கறக்கணும், பாடிக் கறக்கிற மாட்டைப் பாடிக் கறக்கணும்... கிரேசியிடம் எப்படிக் கறக்கணும்...?

ப: என்னிடம் கறக்க நினைப்பவர்களுக்கு நான் 'cheques'- மாடு...!

கே: புடவை கட்டும் வழக்கம் ஆண்களுக்கு இருந்திருந்தால்...?

ப: மகாபாரதத்தில் துச்சாதனன் தருமரைத் துகிலுரிந்திருப்பான்... கிருஷ்ணர், தருமரின் மானத்தைக் காக்க, காஸ்ட்லி புடவைக்கு பதிலாக சிம்பிளாக வேட்டி சப்ளை செய்திருப்

கே: மறைந்த எழுத்தாளர் சுஜாதாவைப் பற்றி சில வார்த்தைகள்...?

ப: பல வார்த்தைகளால் நம்மை வசீகரித்தவரைப் பற்றி சில வார்த்தைகளா...! சுஜாதா இல்லாத பத்திரிகை, கோயில் இல்லாத ஊர்... எழுத்தறிவித்தவன் இறைவன் என்பார்கள்... சுஜாதா எழுத வந்த இறைவன்... பத்திரிகை என்பதில் வரும் அந்தக் 'கை' ஒடிந்து விட்டது... சாதாரணமாக பக்கங்களைக் கூட்டினால், பத்திரிகையின் விலையும் கூடும்... இனி பத்திரிகைகள் விலையைக் குறைக்க வேண்டிய கட்டாயம்... சுஜாதா பக்கங்கள் இனி இருக்காதே... நான் பெங்களூரில் நாடகம் போடும் போது, தவறாமல் நாடகம் பார்க்க வருவார்... 'அந்த ஸ்ரீரங்கத்து தேவதை என் நாடகத்தை ரசிக்கிறாரா' என்று சவுடையாஹால் படுதா ஓட்டை வழியாக, டென்ஷனாகப் பார்ப்பேன்... கண்ணில் ஜலம் வர, எல்லா ஜோக்குக்கும் 'வஸந்த்' போல கபடமில்லாமல் வெகுளியாக சிரிப்பார்... அதே சுஜாதா, நாடகம் முடிந்ததும் 'என்னென்ன மாறுதல்கள் செய்தால் நாடகம் மேம்படும்' என்பதை பட்டியலிட்டு 'கணேஷ்' போல அலசுவார்... ஒரு நல்ல ட்யூஷன் வாத்தியாரை என் போன்றோர் இழந்து விட்டோம்... அவருக்கு திவ்யப்ப்ரபந்தத்தின் மீது ஏக வாஞ்சை... அதன் அற்புதமான வெளிப்பாடே 'வாரம் ஒரு பாசுரம்...' எனக்கென்னமோ பத்திரிகைகளை விட, சுஜாதாவின் மறைவு ஆன்மீகத்திற்கு பெரிய நஷ்டமாகத் தோன்றுகிறது... ஒன்று நிச்சயம்... அமரராகி வானுலகம் சென்ற அவர் நிச்சயம் பெருமாளோடு வைகுண்டத்தில் தங்குவதை விட, தான் காதலித்த தமிழை வளர்த்த ஆழ்வார்களோடு சொர்க்கத்தில் இருப்பதையே விரும்புவார்... ஏனோ தெரியவில்லை சுஜாதாவைப் பற்றி நினைக்கும் போதெல்லாம், peter russel gev from science to god புத்தகத் தலைப்புதான் 'நரேந்திரனின் வினோத வழக்கு' நாடகத்தில் வருவது போல, நாளை ஒரு prodigy வருவான்... நான்கு வயதிலேயே கதை, கட்டுரைகள் எழுதுவான்...அவனை சுஜாதா என நாம் அடையாளம் கண்டு கொள்வோம்...

பார்... அன்றிலிருந்து ஆண்களுக்கு வேட்டி கட்டும் வழக்கம் வந்திருக்கும்...

கே: 'அகராதி பிடித்தவன்' என்கிறார்களே, அதற்கு என்ன அர்த்தம்...?

ப: எனக்குத் தெரியவில்லை... எதற்கும் dictionary பார்த்து விடுங்கள்...!

கே: இன்றைய இளைஞர்களிடையே கலாச்சாரம் குறைந்து வருவதாக தோன்றுகிறதே கிரேஸி...?

ப: சமீபத்தில் 'மங்கையர் மலர்' விழாவுக்கு போயிருந்தேன்... கல்லூரி மாணவ-மாணவிகளின் நாட்டிய, நாடக நிகழ்ச்சிகளைக் கண்டு அசந்தேன்... அசந்து போனதற்கு காரணம் இன்றைய இளைஞர்களின் திறமை மட்டுமல்ல, நிகழ்ச்சிகளில் நான் கண்ட கலாச்சாரம்... பெரும்பான்மையான இளைஞர்கள், தாங்கள் போட்ட நாடகத்தின் மூலமாக சொல்ல விரும்பியது, 'அப்துல்

கலாம்' அவர்களின் சீரிய சிந்தனைகளை... இன்றைய இளைஞர்களிடையே கலாச்சாரம், வரவேற்கத்தக்க 'அப்துல் கலாச்சாரமாக' மாறி வருவதைக் காணும் போது, பாரதியாரின் கனவு மெய்ப்படும் என்பது ஊர்ஜிதமாயிற்று...

கே: பெண்களும் பூணூல் போட்டுக் கொண்டால்...?

ப: 'தாவணி ஆவிட்டம்...!'

கே: ஒரு கோழை எப்போது வீரனாகிறான்...? ஒரு வீரன் எப்போது கோழையாகிறான்...?

ப: சாவை எதிர் கொள்பவன் வீரன்... வாழ்வை எதிரியாகக் கொள்பவன் கோழை...

கே: மாமியார் எதைச் சொன்னாலும் அதற்கு, 'not' என்பதாலா...? இல்லை கணவனை முந்தானை முடிச்சாக knot போட்டு முடிந்து கொள்வதாலா...? எந்த காரணத்துக்காக 'நாட்டுப் பெண்' என்ற பெயர் வந்தது...?

ப: திருமணத்துக்கு முன்பு ஆயிரம் திறமைகள் கொண்டவளை, ஹவுஸ்-ஒஃய்ப் என்ற பேரில் ஹவுஸ் அரெஸ்ட் டாக்கி, அவளை பூஜ்யமாக அதாவது nought ஆக்கிவிடுவதாலும் இருக்கலாம் அல்லவா...!

கே: பத்து தலை ராவணனுக்கு ஜல தோஷம் பிடித்தால் என்ன செய்திருப்பான்...?

ப: 'அட ராமா!... இப்படி ஆயிடுத்தே' என்று பத்து தலைகளையும் பிய்த்துக் கொள்வான்... ஜலம் அதாவது கடல் தாண்டி கவர்ந்து சென்று சீதையை சிறை வைத்ததுதான், ராவணனைப் பிடித்த தோஷம்...

கே: உலக அளவில் 'டாப்10 கிரிக்கெட் வீரர்களைப் பட்டியலிடுங்கள் பார்க்கலாம்...?'

ப: பட்டியலிட்டால், அந்த பத்து வீரர்களும், 'டாப்டென்' டூல்கர்களாகத் தான் இருப்பார்கள்... ஆஸ்திரேலியாவை, க்ளோஸ்திரேலியாவாக்கிய

கே: கன்னத்தில் குழி விழுந்தால் அதிர்ஷ்டமாமே...! உண்மையா கிரேசி...?

ப: மகாபலிபுரம் போகும் வழியில் திருவிடந்தை என்ற ஊரில் 'நித்திய கல்யாண பெருமாள்' இருக்கிறார்... இவர் ஏதோ ஒரு ரிஷிக்கு கொடுத்த வரத்தைக் காப்பாற்ற, அந்த ரிஷியின் 365 பெண்களையும், டெய்லி ஒரு பெண் என மணந்து, வருடம் முழுக்க கல்யாண கோலத்தில் இருப்பார்... திருமணத்தின் போது மாப்பிள்ளைக்கு கன்னத்தில் திருஷ்டி பொட்டு இடுவது வழக்கம்... 365 நாட்களும் திருஷ்டி பொட்டு இட்டதில் பெருமாளின் குண்டு கன்னத்தில் குழியே விழுந்து விட்டது... குண்டும், குழியும் கண்ணுக்கு வெளிச்சமாக இருக்கும் உற்சவரைப் போய்ப் பாருங்கள்... கல்யாண அதிர்ஷ்டம் இருந்ததால் பெருமாளுக்கு கன்னத்தில் குழி விழுந்தது... கன்னத்தில் குழி விழுந்தால் அதிர்ஷ்டம் வருமா என்றால்...? பள்ளிக் கூடம் படிக்கும் போது என் க்ளாஸில் பெருமாள் என்று ஒரு பையன் இருந்தான்... அவன் கன்னத்தில் 'இவ்விடம் ஆட்கள் வேலை செய்கிறார்கள்' என்று போர்டு போடும் அளவிற்கு, குழி விழுந்திருக்கும்... மழை பெய்தால், பெருமாளின் கன்னக்குழியில் தண்ணி தேங்கும்... ஆனால், பாவம், க்ளாஸில் யார் தப்பு செய்தாலும், தமிழ் வாத்தியார் கைக்கு எட்டிய தூரத்தில் இருக்கும் பெருமாளின் கன்னத்தில்தான் பேயறை அறைவார்... தமிழ் வாத்தியார் பெயர் 'லக்கு'மணன்... பெருமாளுக்கு இப்படியாக அதிர்ஷ்டம் (luckகுமணன்) அடிக்கும்... கிளரொளி இளமையில் கன்னத்தில் குழி விழுந்தால் 'லக்கு...' கிழமான பின்பு விழுந்தால் அது 'டொக்கு...' சமீபத்தில் பள்ளி நண்பன் பெருமாளை, மாம்பலத்தில் பார்த்தேன்... கன்னத்தில் குழி மாம்பள்ளமாக இருந்தது... குபேர யந்திரம், வாஸ்து பொம்மை, அதிர்ஷ்ட கவசம் விற்றுக் கொண்டிருக்கிறான்... கூட அவன் பையன் நவநீதன்... நவநீதன் கன்னத்தில் அரண்மனை அகழி சைசுக்கு குழி...!

இந்திய அணியில் இப்போது இளமை ஊஞ்சலாடுகிறது... ஊஞ்சலை ஆட்டி விடுபவர், முதிர்ச்சியான சச்சின் டெண்டூல்கர்...

கே: நல்ல மனைவி அமைவது, நல்ல நண்பன் அமைவது... எது உயர்வு...?

ப: நல்ல மனைவி, இறைவன் கொடுத்த வரம்... நல்ல நண்பன் இறைவன்...!

கே: கிளி போன்ற பெண்கள், குரங்கு போன்ற ஆண்களைக் காதலிப்பதேன்...?

ப: இந்தக் குரங்கு கடைசி வரையில் நம்மைக் கைவிடாமல் காப்பாற்றும், என்று ஒரு வேளை அந்த கிளிக்கு ஜோஸ்யர் தெரிந்திருக்கும்...!

கே: காதல் சைவமா...? அசைவமா...?

ப: உணர்வு பூர்வமான காதல் சைவ-லவ்... உடல் பூர்வமான டைம்-பாஸிங் காதல் அசைவ-புலவ்...

23. Aqua God!

கே: கடவுள் முதலில், உலகைப் படைத்தபோது இருட்டாக இருந்ததா...? வெளிச்சமாக இருந்ததா...?

ப: அது அந்த இருட்டாம் போக்கு இறைவனுக்கே வெளிச்சம்...

கே: ஆபத்தில் உதவி செய்கிறவர்கள் தெய்வம் தானே...?

ப: நாம் ஆபத்தில் இருக்கும்போது உதவி செய்பவர்கள் gaurd... தான் ஆபத்தில் இருந்தாலும், அதைப் பொருட்படுத்தாமல் நமக்கு உதவி செய்பவர்கள் god...

கே: அல்பத்தனம், கஞ்சத்தனம்... என்ன வித்தியாசம்...?

ப: அர்த்த ராத்திரியில் குடை பிடிப்பவன் அல்பன்... அந்தக் குடையின் கீழே ஓஸியில் ஒதுங்க, அர்த்த ராத்திரியில் கண் முழிப்பவன் கஞ்சன்...

கே: அமைதியான வாழ்க்கையை எப்படி அமைத்துக் கொள்ள வேண்டும்...?

ப: சத்தம் போடாமல்...!

கே: சுவாமி விவேகானந்தர் சொல்லும் செய்தி என்ன...?

ப: விவேகானந்தர்தான் செய்தி (message)... இந்தச் செய்தியை தூரதர்ஷனில் கண்டு சொன்னவர் ராமகிருஷ்ண பரமஹம்சர்...

கே: உங்களால் விட முடியாத தொட்டில் பழக்கம் எது...?

ப: In fact... நம் யாராலும் விட முடியாத தொட்டில் பழக்கம் தூக்கம்...!

கே: எதை நினைத்து வருத்தப் பட்டதுண்டு...?

ப: பல சமயங்களில் 'அடடா.. இப்படி தேவையில்லாமல் வருத்தப் பட்டோமே!', என்பதை நினைத்து நினைத்து வருத்தப்பட்டதுண்டு...

கே: சிரிச்ச முகமாக இருந்தா, இளிச்ச வாயன்னு சொல்லிடறாங்களே...?

ப: உளைச்சல்-நோயனாக இருப்பதை விட இளிச்சவாயனாக இருப்பது எவ்வளவோ பெட்டர்...

கே: பகல் தூக்கம் நல்லதா...?

ப: முற்பகல் முழிப்பின் பிற்பகல் தூக்கம்... திருடனுக்கும், நைட்ஷிஃப்ட் காரர்களுக்கும் பகல் தூக்கம் அவசியம்... மற்றவர்களுக்கு நல்லது, ஊரோடு ஒத்து உறங்குவதே... அடடே பொழுது விடிஞ்சிடுச்சா...! குட் - நைட் சார்...!

கே: அத்தைக்கு மீசை முளைத்தால் சித்தப்பா!... சித்திக்கு மீசை முளைத்தால்...?

ப: சித்திக்கு மீசை முளைத்தாலும் சித்தப்பாதான்... அந்த சித்தியும், வேறு யாரோ ஒருவருக்கு அத்தையாக

கே: மொட்டைத் தலைக்கும், முழங்காலுக்கும் முடிச்சு போட முடியுமா...?

ப: சமீபத்தில் ஒரு கல்யாணத்திற்குச் சென்றிருந்தேன்... மாப்பிள்ளை எனக்கு தூரத்து உறவினன்... உயரத்து உறவினன் என்று சொல்லும் அளவிற்கு, மாப்பிள்ளை ஓங்கி உலகளந்த ஆறரை அடிக்கு, சுத்தமான மொட்டைத் தலை உத்தமன்... பிறவி வழுக்கை என்று கெட்டிமேள சத்தத்தையும் மீறி, வந்தவர்கள் ரகசியமாகப் பேசிக் கொண்டார்கள்... மணப்பெண்ணோ, நாய் குடை போல மாப்பிள்ளையின் முழங்கால் உயரத்துக்குத்தான் இருந்தாள்... தாலி கட்டும்போது, மொட்டைத் தலை குனிந்து முழங்காலுக்கு ஒன்றல்ல மூன்று முடிச்சு போடுவதைப் பார்த்தேன்... வாழ்க்கையே ஒரு சிக்கலான முடிச்சுதான்... அந்த முடிச்சை அவிழ்க்க திருப்பதி ஆண்டவனைத்தான் வேண்ட வேண்டும்... அது ஏன் வெங்கடாசலபதி என்றால்...? விளக்கமான பதிலை வெண்பாவில் பார்ப்போம்...

'முழங்கால் முடிச்சேறி மொட்டையிட்டுமாலை (திருமாலை)
தொழுங்கால் தொலையும் துயரம்பழங்கதையாய்:
உன்னில் உறையும் அகங்காரம் ஓய, அவன்
முன்னில் அவிழும் முடிச்சு...'

இருக்கலாமில்லையா...! OK ... இதை வேறு விதமாக விளையாடிப் பார்ப் போம்... அத்தை மீசை முளைத்து சித் தப்பா ஆகிவிட்டாள்... ஆனால் சித் தியின் ஒரிஜினல் புருஷன் சித்தப்பா ஒருவர் இருக்கிறார்... ஆக இப்ப இரண்டு சித்தப்பாக்கள்... இந்த அழகில், சித்திக்கு மீசை வேறு முளைத்து விட்டது... குடும்பத்தில் பிரச்சினை வராமலிருக்க, ஒரிஜினல் சித்தியின் புருஷன் தன் மீசையை எடுத்து விட்டு அத்தையாக மாறி, காலியான ஒரிஜினல் அத்தை இடத்தை நிரப்ப லாம்... மீசை முளைத்த சித்தி, அத்தையாக மாறிய தன் புருஷனுக்கு கணவனாகலாம்... அதே போல ஒரிஜினல் அத்தையின் புருஷன், தன் மீசையை எடுத்து விட்டு, சித்தப்பாவாக மாறிய தன் மனைவிக்கு பெண்டாட்டி யாகலாம்... மீசை சமாச்சாரத்தை மறந் துட்டு பாத்தீங்கன்னா, பழையபடி தம்பதிகள் ஒண்ணா சேந்துட்டாங்க... என்ன... ஒரே தலை சுத்தப்பாவா இருக்கா...?

கே: மார்ச் 8- மகளிர் தினம்... ஆடவர் தினம் என்றைக்கு...?

ப: அதே மார்ச்-8தான்... அன்று மகளிர் தினத்தைக் கொண்டாட மகளிர் எல்லோரும் போய் விடுவார்கள்... ஆட வர்கள் தலைவிரித்து ஆடுவோர்களாக இருக்கலாம்...!

கே: கங்கை நதியின் புனிதத்து வத்தின் சிறப்பு என்ன...?

ப: பகீரதப் பிரயத்தனத்தால், ஆகாச கங்கை பூமிக்கு வந்தபோது அதன்

வேகத்தைத் தன் ஜடா முடியில் தாங்கினார் பரமசிவன்... ஈசனின் திருமுடியில் Filter ஆகி வந்ததால், கங்காஜலம் பரிசுத்தமான புனிதத்துவம் பெற்றது... ஆம்... கங்கைதான் முதல் 'Aqua God' வாட்டர்...

24. எட்டிய சிகரம்!

கே: வெற்றியின் முதல் படி தோல்விதானே...?

ப: எல்லா படிகளுமே ஏதோ ஒரு விதத்தில் தோல்விதான்... படிப் படியாகத் தோல்விகளை ஏற்று துவளாமல் இருக்கும் பக்குவமே பரிபூரண வெற்றி...!

கே: உங்களுக்கு கவிதை எழுத வருமா...?

ப: கவிதை, ஒரு இயற்கை அழைப்பு... எழுதும்போது வராது... வரும் போது எழுதித்தான் ஆக வேண்டும்...!

கே: மனைவியின் கேள்விகளுக்கு பதில் சொல்லத் திணறும் நீங்கள், வாசகர்கள் கேள்விகளுக்கு பொறுமையாக பதில் அளிக்கும் ரகசியத்தைக் கூறுவீரா...?

ப: நான் வீட்டுல கேள்வி... வெளில பதில்... அது சரி நான் வீட்டுக்காரி கேள்விகளுக்கு திணறுவேன் என்பதை நீங்கள் எப்படி 'கேள்விப்'பட்டீர்கள்... இதற்கு 'பதில்' சொல்லுங்கள்...!

கே: 'அவன் செத்து சுண்ணாம்

கே: தர்ம சங்கடம் என்றால் என்ன...?

ப: சகுனி சூதாடக் கூப்பிட்டபோது, அது தவறு என்று தெரிந்தும் சத்திரிய தர்மத்திற்கு உட்பட்டு, அதற்கு ஒப்புக் கொண்ட தர்மரின் சங்கடம் 'தர்ம சங்கடம்...' இது இதிஹாசம்.. எனக்கு ஏற்பட்ட இதிஹாஸ்யத்தைக் கேளுங்கள்... கோவிலுக்கு நண்பனோடு சென்றிருந்தேன்... பிராகாரத்தில் அவனை அமர வைத்து 'கடையேழு வள்ளல்கள், கர்ணனின் கவசகுண்டல தானம், வாடிய பயிரைக் கண்ட போதெல்லாம் வாடிய வள்ளலார்' என்று உபன்யாசம் செய்து, என் ஞானத்தை தேவையில்லாமல் தம்பட்டம் அடித்தேன்... என் நாக்கில் சனி என்பதை நான் அப்போது உணரவில்லை... நான் வேட்டி கட்டிக் கொண்டிருந்ததால், பேண்ட் போட்ட நண்பனிடம் என் பர்ஸை கொடுத்திருந்தேன்... கோவில் வாசலில் இருந்த பிச்சைக்காரர்களைப் பார்த்ததும், என் உபன்யாசத்தால் உசுப்பி விடப்பட்டிருந்த பாழாய்ப் போன நண்பன், நான் அவனிடம் கொடுத்திருந்த பர்சிலிருந்த பணத்தை எடுத்து, தாறுமாறாக வாரி வழங்கினான்... சில பிச்சைக்காரர்களிடம் கடன் சொல்லி, என் அட்ரசைக் கொடுத்து வீட்டுக்கு வந்து வாங்கிப் போகுமாறு அன்புக் கட்டளை வேறு இட்டான்... தடுக்க முடியாத இந்த எனது நண்பனின் தர்மம் எனக்கு சங்கடமானது...

பாயிட்டான்' என்று சொல்லும் நாம், 'அவன் வாழ்ந்து வெற்றிலையாகி விட்டான்' என்று ஏன் சொல்லுவ தில்லை...?

ப: வாழ்ந்து வெத்து இலையான வன், வேறு வழியில்லாமல் செத்து சுண்ணாம்பாவான்... வெந்த இலைல சுண்ணாம்பை தடவி வெறுப்பேத்தா தீங்க சாமி...!

கே: கல்யாணத்திற்கு முன் கல் யாணத்துக்கு பின், இதில் எது 'சுந்தர காண்டம்...?'

ப: கல்யாணத்துக்கு முன் ஆண், பெண் இருவருக்குமே 'சுதந்திர காண்டம்...' கல்யாணத்துக்குப் பின் கணவன் துஷ்டனாக மாறினால், மனைவிக்கு 'அயோக்கியா காண்டம்...' கணவன் தண்ணியில்லா காட்டுக்கு டிரான்ஸ்பர் ஆனால், இருவருக்கும் 'ஆரண்ய காண்டம்...' பெற்ற பிள்ளைகள் ரெட்டை வால் ரெங்குடு வாக இருந்தால், 'கிஷ்கிந்தா காண் டம்...' மாமியார்-மருமகளுக்கு சண்டை வந்தால் 'யுத்த காண்டம்...' 'இதுங்க அடிச்சுக்கறதை பாக்கறதுக்கு பேசாம தூக்குல தொங்கலாம்' என்று கணவன் விரக்தி அடைந்து அடிக்கடி உத்திரத் தைப் பார்த்தால், 'உத்தர காண்டம்...' இதன் பின் கணவனின் வாழ்க்கை மெக்கனிக்கலான 'எந்திர காண்டம்...!'

கே: எது நட்பு... எது காதல்...?

ப: இளமையில் கல்... சாதாரண இந்தக் கல்லை இஸ்திரி போட்டு சலவைக் கல்லாக்குவது நட்பு... அந்த சலவைக் கல் தாஜ்மகால் ஆனால் காதல்...!

கே: எந்த நேரத்தில் மனிதனைத் துன்பம் துரத்த ஆரம்பிக்கிறது...?

ப: ஓடினால் நாயும், துன்பமும் துரத்தும்... பயப்படவேண்டாம்... துன்பம் ஒரு குரைக்கின்ற நாய்... கடிக்காது.. நாம் அசையாமல் நின்றால் அது வாலை இன்பமாக அசைக்கும்... துரத்தும் துன்பத்தின் தலை எழுத்தான 'து'வை, நாம் தில்லாக ரத்து செய்தால், மிஞ்சுவது 'ன்பம்...'

கே: 'கிரேசி'...! உங்களிடம் கேள்வி கேட்டால் பதில் கிடைக்கிறது... கடன் கேட்டால்...?

ப: கிடையாது என்ற பதில் கிடைக் கும்... எனக்கு பதில் தெரிந்த கேள்வி கேட்டால், நன்றி-கடன் கிடைக்கும்...

கே: அறிவாளி, முட்டாள் என்று பார்த்தவுடன் கண்டுபிடிக்க முடியுமா...?

ப: கஷ்டம்... நிறைகுடமும் தளும்பாது... காலி குடமும் தளும்பாது...!

கே: கடவுள் ஒரு நாள் உலகைக் காண தனியே வந்தால்...?

ப: பாவம் கன்னா பின்னானு ரோடை கிராஸ் பண்ணுவார்... ஆட்டோக்காரன் சடென் பிரேக் போட்டு நிப்பாட்டி 'இன்னா சாமி... ஊருக்கு புச்சா... வூட்ல சொல்லிட்டு வந்துட்டியா' என்று வந்த கடவுளை வரவேற்பான்...

கே: மனிதனுக்கு எட்டாத சிகரம் எது...?

ப: ரமணர், ராமகிருஷ்ணர், ராகவேந்திரர் போன்ற மகான்களுக்கு எட்டிய 'ever rest' சிகரம்...

கே: காதலித்த பின் கைவிடல்... கல்யாணம் ஆன பின் விவாகரத்து... இதில் எது சிறந்தது...?

ப: எப்படியும் கழட்டி விட்டு விடுவது என்று முடிவு கட்டி விட்டீர்கள்... உங்களுக்குச் சிறந்தது, மொத்தமாக எல்லாவற்றுக்கும் தலை முழுகும் 'கூறாமல் கொள் சன்னியாசம்...'

கே: மீசையில்லாத கிரேசி நடிப்பு எப்படி இருக்கும்?

ப: எனது லேட்டஸ்ட் நாடகமான 'சாக்லேட் கிருஷ்ணா'வில் எனக்கு கிருஷ்ணர் வேஷம்.. காலெண்டர், சினிமா, டிராமா இவற்றிலெல்லாம்

கே: மாடர்ன் ஆர்ட் பிடிக்குமா...?

ப: ஒரு முறை மாடர்ன் ஆர்ட் பெயிண்டிங் கண்காட்சிக்கு அழைப்பின் பேரில் சென்றிருந்தேன்... சுவரில் வரிசையாகத் தொங்கிய பெயிண்டிங்குகளை, எக்ஸிபிஷனில் காணாமல் போன குழந்தையைப் போல பார்த்தபடி நகர்ந்தேன்... ஒரு பெய்ண்டிங்கைக் காட்டி 'இது என்ன சொல்லுங்க பாக்கலாம்?' என்று கேட்டார் ஓவியர்.. 'யானைதானே' என்றேன்... 'இல்லை பட்டிக் காட்டான்' என்றார் ஓவியர்... 'நானா? பெயிண்டிங்கா?' என்ற அபிநயம் பிடித்தபடி மேலும் நகர ஆரம்பித்தேன்... அறையின் எதிர்ப்புற சுவரின் மத்தியில் மாட்டப்பட்ட ஓவியத்தில் 'வேப்பமரம் ஒன்று பச்சை பசேல் என்ற இலைகளோடும், வெளிர் நிற துளிர்களோடும், கிளைகளில் ஓரிரு பறவைகளோடும், மரத்துக்கு மேலே நீல வானத்தோடும்' படு ரியலிஸ்டிக்காக இருந்தது... புல்லரிப்போடு ஓவியரைப் பார்த்தேன்... ஓவியர் என் அருகில் வந்து ரகசிய குரலில் 'நீ பார்ப்பது ஓவியம் அல்ல... காற்று வசதிக்காக சுவரில் ஜன்னல் சைசுக்கு சதுரமாகப் போட்ட ஓட்டை வழியாகத் தெரியும், வெளியிலிருக்கும் நிஜமான வேப்பமரம்' என்று கூறி என்னை வேதாளம் போல பார்த்தார்...

கே: விரக்தியில் பிறக்கும் தத்துவம் சில சமயம் குலுங்கி சிரிக்க வைக்கிறதே...?

ப: ஒரு முறை ஒரு வீட்டில் ஷூட்டிங்... ஆரம்பத்திலேயே வீட்டின் சொந்தக்காரர் 'யாரும் செடி கொடிகளைத் தொட்டு பாழாக்கக் கூடாது... பூக்களைப் பறிக்கக் கூடாது' என்று ஏக கறாராக கண்டிஷன் போட்டுவிட்டுத்தான் ஷூட்டிங் செய்யவே அனுமதித்தார்.. எங்கள் யூனிட்டைச் சேர்ந்த ஒருவன் அங்கிருந்த மாமரத்திலிருந்து ஒரு மாங்காயைப் பறித்து விட்டான்.. விஷயம் தெரிந்து வெறியான வீட்டுக்காரர், எங்களை நிறுத்தி வைத்து நாக்கைப் பிடுங்கிக் கொள்கிற மாதிரி காட்டுக் கூச்சல் போட்டு கன்னா பின்னாவென்று திட்டத் தொடங்கினார்... 'ஒரு மாங்காய்க்கு இவ்வளவு அமர்க்களம் செய்கிறாரே' என்று பொறுமையிழந்த நான், 'சாரி சார் மன்னிச்சுக்குங்க... மாங்காய் பறிச்சது தப்புதான்... அதுக்கு பதிலா இந்த ஆயிரம் ரூபாயை வச்சுங்குங்க' என்று எடுத்துக் கொடுத்தேன்... அவர் பதிலுக்கு பத்தாயிரம் ரூபாயை எடுத்து வந்து என்னிடம் கொடுத்து 'சரி மன்னிச்சுடறேன்... எங்கே...! பறித்த மாங்காயை அதே கிளையில் ஒட்ட வையுங்கள்' என்றாரே பார்க்கலாம்... நாங்கள் மாங்காய் மடையன்கள் போல முழித்தோம்... 'எதையும் அழிப்பது சுலபம் ஆனால் ஆக்கல் கடினம்' என்பதை தோட்டம் பாழான விரத்தியில் அவர் கூறியது எங்களை சிரிக்கவும் வைத்தது... அதிலுள்ள தத்துவம் சிந்திக்கவும் வைத்தது...

கிருஷ்ணர் மீசை இல்லாமல்தான் சித்தரிக்கப்பட்டிருக்கிறார்... மீசையை எடுத்துவிட்டு கண்ணாடியில் பார்த்த போது கம்சன் போல இருந்தேன்... பிறகு தோன்றியது... கடவுள் எப்படி இருப்பார் என்பதை ஏன் காலெண்டர், சினிமா, டிராமாவில் போய் பார்க்க வேண்டும்...? கோவிலில் போய் பார்த்து விடுவோம் என்று, திருவல்லிக்கேணி பார்த்தசாரதி பெருமாளைப் போய்ப் பார்த்தேன்...அவர் பாரதியார் போல நல்ல கம்பீரமாக முறுக்கு மீசை வைத்துக் கொண்டு, எனது மீசை ஆசைக்கு ஆசீர்வதித்தார்...

கே: ப்ளஸ் 2 தேர்வில் வழக்கம் போல மாணவர்களை விட மாணவிகள் அதிக தேர்ச்சி பெற்று இருப்பது குறித்து...?

ப: பெண்கள் அதிக மதிப்'பெண்கள்' பெற்று தங்களது அக்'மார்க்' முத்திரையைப் பதித்திருக்கிறார்கள்...!

கே: தாங்கள் கூட்டுக் குடும்பமாக வாழும் ரகசியம் என்ன...?

ப: எங்களுக்குள் எந்த ரகசியமும் கிடையாது...!

கே: கிரேஸியாரே தங்களுக்கு ஒட்டுக் கேட்கும் பழக்கம் உண்டா...?

ப: ஒளிந்து கொண்டு அரைகுறையாக ஒட்டு கேட்பதை விட, நேருக்கு நேர் ஒட்டு மொத்தமாக கேட்டு விடுவது உத்தமம்...

கே: பெண்களை ஏன் பொட்டை என்று சொல்கிறார்கள்...?

ப: நெற்றியில் மங்களகரமாக குங்குமப் 'பொட்டை' அணிவதால்...!

25. 'பேச்சிலர்' வாழ்க்கை!

கே: கிரேசி நீங்கள் கடவுளிடம் வேண்டிக் கொள்ளும்போது என்ன சுலோகம் முணுமுணுப்பீர்கள்...?

ப: lazy என்று சொல்லும் அளவிற்கு, இந்த crazy சுபாவமாகவே சற்று slowகம்... எனவே நான் உரக்க முணு முணுத்து வேண்டிக் கொள்வது வேகம்...

கே: மரணத்தின் தேதி முன் கூட்டியே தெரிந்து விட்டால்...?

ப: நாலு பேரை நம்பாமல் நாமே பொடி நடையாக காட்டுக்கு நடந்து போய் விடலாம்...!

கே: திருப்தியான உடல் உறவு வைத்துக் கொள்வதில், உலக அளவில் இந்தியர்கள் மூன்றாவது இடத்தில் இருப்பது எதைக் காட்டுகிறது...?

ப: உங்களது அதிருப்தியை...!

கே: உங்களுக்குப் பிடித்த விளையாட்டு...?

ப: வினையாகாத விழியுறக்க விளையாட்டு...! அதாங்க துக்கம் இல்லாத தூக்கம்... ஆனா ஒண்ணு... அந்த தூக்கம் கலையவில்லை என்றால் துக்கம்...!

கே: ஆதாம்-ஏவாளுக்கிடையே நிகழ்ந்திருக்க முடியாத சம்பாஷணையைக் கூற முடியுமா...?

ப: ஏவாள்(முகவாய் கட்டையை தோளில் இடித்து) உங்களை கட்டிகிட்டு நான் என்ன சுகத்தைக் கண்டேன்... எப்பப் பாரு இந்த அழுகின ஆப்பிளை கொடுத்து நன்னா என்னை ஏமாத்த றேள்... என் தலையெழுத்து கோபிச் சுண்டு போறதுக்கு எனக்கு பொறந்த வீடும் கிடையாது...! ஆதாம் (விரக்தி யாக) சேச்சே... பொழுது விடிஞ்சு பொழுது போனா உன்னோட இந்த டயலாக்கை கேட்டு கேட்டு புளிச்சுப் போச்சுடி... ஏண்டா ஆப்பிள் மரத் தடிக்கு வரோம்னு இருக்கு... இதெல் லாம் பாக்கறச்சே பேசாம 'ஆபீசே' கதின்னு அங்கயே பழியா கிடந்துடலாம் போலருக்கு...

பி.கு: ஆதாம் அவனையுமறியாமல் உச்சரித்த 'ஆபீஸ்' என்ற இந்த வார்த்தை நாளடைவில் பிரபலமாகி, வீட்டில் பிடுங்கல் காரணமாக நிம்மதியாக தூங்க

முடியாத மனிதன் அன்று முதல் வெளி யில் 'ஆபீஸ்' என்ற பெயரில் ஒரு ரம் மியமான இடத்தைத் தோற்றுவித்து, பகல் நேரங்களில் சௌக்கியமாக தூங்க ஆரம்பித்தான்...!

கே: ஒரே சமயத்தில் உங்களை அசின், நமீதா, த்ரிஷா மூவரும் காபி குடிக்க அழைத்தால் யார் வீட்டிற்குச் செல்வீர்கள்...?

ப: என் மருமகளுக்கு அசினைப் பிடிக்கும்... என் முதல் மகனுக்கு நமீதா வைப் பிடிக்கும்... என் இரண்டாவது மகனுக்கு த்ரிஷாவைப் பிடிக்கும்... எனக்கு என் மனைவி கையால் கலந்த காப்பிதான் பிடிக்கும்... எனவே அவர் கள் மூவரையும் காப்பி குடிக்க என் வீட்டுக்கு அழைப்பேன்... 'ஃகாபி டைம் வித் கிரேசி...'

கே: கணவன் பேச்சைக் கேட்காத மனைவியை எப்படி சமாளிப்பது...?

ப: 'பேச்சைக்' கேட்காத மனைவி யிடம் 'பேச்சிலராக' இருங்கள்...!

கே: 'பதிபக்தி' கேள்விப்பட்டிருக்கி றேன்... 'சதிபக்தி' உண்டா...?

ப: வாழ்நாள் முழுவதும் பகவான் ராமகிருஷ்ண பரமஹம்சர் தமது மனைவி சாரதாமணிதேவியை அம்பா ளாக வழிபட்டு பக்தி செய்து, சதி பக்திக்கு உதாரண புருஷராக விளங்கிய அவதார புருஷர்...

கே: அறிவில்லாத மனிதனை மிருகம் என்று சொல்லலாமா...?

ப: அன்பில்லாத மனிதன்தான் மிருகம்... அறிவில்லாத மனிதன் மட சாம்'பிராணி...!'

கே: ஏன் தண்ணீர் மட்டும் திகட்டுவதேயில்லை...?

ப: தெய்வத்தைப் போல தண்ணீரும் ஒரு தத்துவமே... முக்குணங்களைக் கடந்த நிர்குண பிரம்மமாக கடவுளை உபாசித்து அதற்கு தொண்டை ஆற்றினால், நமது ஆத்மாவின் தாகம் தீரும்... அதே போல் நிறம், மணம், சுவையற்ற தண்ணீர் நமது தொண் டையை ஆற்றி தாகத்தைத் தீர்க்கும்... தீராத தாகம் கொண்டோர்க்கு, தெய் வம்-தண்ணீர் இரண்டுமே திகட்டாத பானம்... அதனால்தான் ஆழ்வார்கள் திகட்டாத பெருமாளை 'ஆரா அமுதே' என்று தாகத்தோடு அழைத்தார்கள்... கொசுறாக, நாம் தாமரை இலைத் தண்ணீராக இருந்தால் வாழ்க்கை திகட்டாது...

கே: நடிகர் நாகேஷின் நகைச் சுவையில் ப்ளஸ்-பாயிண்ட் என்ன...?

ப: மேடம்... நகைச்சுவைக்கே ப்ளஸ்-பாயிண்ட் நாகேஷ்தான்...

கே: கணவன் போடும் தாலியின் மூன்று முடிச்சுக்கும், மனைவி போடும் முந்தானை முடிச்சுக்கும் என்ன வித்தியாசம்...?

'முற்பகல் தாலி முடித்திடின் பிற்பகல் முந்தானை போடும் முடிச்சு...'

கே: நல்ல எண்ணம், நல்ல செயல், நல்ல சிந்தனை இருந்தால் கோயிலுக்குக் கூட போக வேண்டாம் என்கிறார்களே...?

ப: நல்ல எண்ணத்தோடு கோயிலுக்குப் புறப்பட்டு, கோயிலுக்குப் போகும் வழியில் நல்ல செயல்கள் புரிந்து, கோயிலில் தெய்வத்திடம் உலக நன்மைக்காக நல்ல சிந்தனையோடு பிரார்த்திப்பவர்கள் வீட்டுக்குப் போனாலே, நமக்கு கோயிலுக்கு சென்ற புண்ணியம் கிடைக்கும்...

கே: வம்பு பேசுபவர்கள் வாயை அடைப்பது எப்படி கிரேசி...?

ப: ரொம்ப கஷ்டம்... 'வம்புக்கும் உண்டோ அடைக்கும் தாழ்...' அடைக்க நாம் முயற்சித்தால் அது அனாவசிய வம்புலதான் போய் முடியும்...

கே: அடிக்கிற கைதான் அணைக்குமா...?

ப: உயிரைப் பணயம் வைத்து நெருப்புக்குள் நுழைந்து தண்ணீரைப் பீய்ச்சி அடிக்கிற கைதான் தீயை அணைக்கும்...

கே: கவர்ச்சி என்பது பனி மலையா...? எரிமலையா...?

ப: இளமை இலை-காய் 'மறை மலையாக' இருந்தால் கவர்ச்சி... வயதானவர்கள் கவர்ச்சிக் கோலத்தில் வந்தால் அது அலங்கோலமான 'முது மலை...!'

கே: பணம் ஆபத்துக்கு உதவுமா, இல்லை ஆபத்தை பணம் உருவாக்குமா...?

ப: பணம் பத்தும் செய்யும்... ஆ'பத்தும்' செய்யும்...!

கே: கேள்வி-பதில் பகுதிகளில் யாருடைய பதில்கள் உங்களுக்கு பிடித்தமானது...?

ப: நகைச்சுவையாக மஞ்சரியில் பதில் சொல்லும் தென் 'கட்சிக்கே' என் ஓட்டு...

கே: மகாபாரதக் கதையில் வரும் பஞ்ச பாண்டவர்களில் உங்களைப் பெரிதும் கவர்ந்த பாண்டவன் யார்...? ஏன்...?

ப: நம்மைப் போல் காதல் வயப்பட்டவன், நம்மைப் போல் ஆசா பாசங்களுக்கு ஆட்பட்டவன், நம்மை போல் நல்லது-தீயது எது என்ற சந்தேகத்துக்கு உள்ளானவன்... சுருக்கமாக 'நம்மைப் போல் ஒருவன்' என்ற நம்பிக்கையை நமக்குத் தரும் 'hopeபாண்டவன்' அர்ச்சுனன்...!

கே: கண்ணனைப் பாடிய பாரதியார் ஏன் ராமனைப் பாடவில்லை...?

ப: புவி-அவதாரத்தில் ராமனுக்குப் பின்வந்தவன் கண்ணன்...கவி-அவதாரத்தில் கம்பனுக்குப் பின் வந்தவன் பாரதி... முன் வந்த ராமனை முன் வந்த கம்பன் முன் வைத்து ராமாயணம் பாடி முந்திக் கொண்டான் பந்திக்கு... பின் வந்த கண்ணனை பின் வந்த பாரதி பின்பற்றிப் பாடி பிந்திக் கொண்டான் சமபந்திக்கு... கம்பன் தமிழன்னை குடியிருந்த முன்வீடு... பாரதியார் தமிழன்னைக்குப் பின்கோடு (pin code)...

கே: 'நள-தமயந்தி' காதல் கல்யாணம், 'ராமர்-சீதை' போட்டியில் வென்று கல்யாணம், 'சகுந்தலை-துஷ்யந்தன்' காந்தர்வ கல்யாணம், வள்ளி-முருகர் பயமுறுத்திக் கல்யாணம்... இவற்றுள் உங்களுக்குப் பிடித்த கல்யாணம் எது...?

ப: பிள்ளை வீட்டார் வரதட்சிணை வாங்கும் இந்த கலிகாலத்தில், தன் மனம் கவர்ந்த மகாலஷ்மிக்காக, குபேரனிடம் கையேந்திய புருஷோத்தமன், திருப்பதி சீனிவாசரின் 'கடன் வாங்கிக் கல்யாணம்...'

கே: மனிதனுக்கு றெக்கை முளைத்துப் பறக்க ஆரம்பித்தால்...?

ப: ஆசை என்னும் றெக்கை கட்டி ஏற்கெனவே 'ஆலாய்ப் பறக்கிறான்' மனிதன்... தரையில் பறக்கும் ஒரே பறவை மனிதன்தான்... இவனுக்கு எதற்கு Extra றெக்கை... வழக்கம் போல மனிதன் 'இறக்கையிலே பறந்து போகட்டும்...!'

கே: கிரேசி... நீங்கள் இடதுசாரியா இல்லை வலதுசாரியா...?

ப: sorry... நான் சாதா 'சம்சாரி...!'

கே: உலகம் உருண்டை இல்லாமல் சதுரமாக இருந்திருந்தால்...?

ப: சுற்றும்போது சதுராட்டம் போடும்...!

கே: வழுக்கைத் தலையில் முடி முளைத்தால் சாதனை... செடி முளைத்தால்...?

ப: பூக்களின் வாசனை... என்ன... உதிர்ந்து 'காதுல பூ' நமக்கு நாமே வைத்துக் கொள்ள வேண்டி வரும்... மாதத்துக்கு ஒரு தபா, முடி வெட்டிக் கொள்வது போல சிரசில் முளைத்த செடி வெட்டிக் கொள்ளப் போக வேண்டி வரும்... ஜுராசிக் பார்க் போல தலை சிராசிக்பார்க் ஆகிவிடும்... இலையுதிர் காலம் நமக்கு மட்டும் தலையுதிர் காலமாகிவிடும்... ஒரு வசதி... மனைவி நம்மிடம் 'என்னை ஒரு நாளாவது பீச்சு, பார்க்குக்கு அழைத்துக் கொண்டு போனதுண்டா' என்று ஆதங்கப்பட்டால், அவளை தலையில் வைத்துக் கொண்டாடி குஷிப்படுத்தலாம்...

கே: காதல் செய்ய ஆரம்பித்தால் கவிதை எழுத வருகிறது... அப்போது வதை செய்ய ஆரம்பித்தால் கதை எழுத வரும்...?

ப: செய்ய ஆரம்பித்ததை, விட ஆரம்பித்தால் கதை வரும்... 'சும்மா கதை விடாதீங்க' என்றுதானே சொல்கிறோம்...!

கே: பெப்பர்' ரோல்-தங்கம்... ஒப்பிடுக...?

ப: தங்கம் தங்கும்... பெட்ரோல் தங்காது, ஓடும்...

கே: உங்கள் முகவரி...?

ப: முகத்தில் ஐம்பதைக் காட்டிக் கொடுக்கும் ஓரிரு வரிகள்...!

கே: அந்தக் கால இளைஞர்களுக் கும் இந்தக் கால இளைஞர்களுக்கும் என்ன வேறுபாடு...?

ப: இந்தக் கேள்விக்கு காலம்தான் பதில் சொல்ல வேண்டும்...!

26. 'கடன்' வாங்கும் பழக்கம்!

கே: கிரேசிக்கு கடன் வாங்கும் பழக்கம் உண்டா...?

ப: நாற்பது வருடங்களாக நான் வாரா வாரம் காசு கொடுத்துக் கடன் வாங்குகிறேன்... அந்தக் 'கடன்', விரும்பிப் படிக்கும் வி'கடன்...'

கே: பத்திரிகையை ஓசியில் படிப்ப வர்க்கு என்ன பட்டம் தரலாம்...?

ப: 'இலவச இணைப்பு...!'

கே: பத்திரிகை தர்மம் என்றால் என்ன...?

ப: ஓசியில் படிக்கக் கொடுப்பதும் பத்திரிகை தர்மம்தான்...!

கே: 'ஐந்தில் வளையாதது ஐம்பதில் வளையாது' என்கிறார்களே... என்ன அர்த்தம் அதற்கு...?

ப: 'ஐந்தில்', 'ஐம்பதில்' உள்ள முதலெழுத்தான 'ஐ'யை, எழுதும்போது தப்பாக வளைத்து விட்டால் அது 'ஜ' ஆகிவிடும்... சரியாக சிறு வயதில் வளையாததால் 'ஐந்து' வெறும் 'ஜந்து' ஆகிவிடும்..அதனால் 'ஐம்பத்தில்' வளைய முற்பட்டு, வீண் 'ஜம்பத்தில்' முறிந்து விடும்...!

கே: தானத்தில் சிறந்தது நிதானம் என்கிறேன்... நீங்கள்...?

ப: கொடுக்க முடிந்ததே தானம்... நிதானமாக யோசித்து பார்த்தால் எனக்கென்னமோ தானத்தில் சிறந்தது சமா'தானம்' என்று தோன்றுகிறது...

கே: கிரேசியாரே... நீங்கள் ஈடுபடு வது ஆன்மிகத் தேடலா...? அறிவியல் தேடலா...?

ப: வயத்தெரிச்சலைக் கிளப்பாதீங்க சார்... 'செல் ஃபோன், கார் சாவி, பேனா, பர்ஸ் இதையெல்லாம் எங்கே வச்சு தொலைச்சேங்கற தேடலுக்கே நேரம் பத்தலை...!'

கே: தங்களின் குரு யார்...?

ப: தற்சமயம் வேகாத வெயிலால் வேர்'குரு...!'

கே: வாழ்க்கையின் அர்த்தம் எப்போது புரியும்...?

ப: அர்த்தத்திற்கு பொருள் என்று ஒரு அர்த்தம் உண்டு... ஆக இரு பொருள்படப் பார்த்தால், வெறும் பொருளை குவிப்பதை விட்டு பரம் பொருளில் மனம் குவிந்தால் அர்த்தம் புரியும்...

கே: நேருக்கு நேர் 'சோதனை' தனை, சந்திக்க நேர்ந்தால்...?

ப: கைகுலுக்குவேன்... சந்தோஷப் படுவேன்... எனது புது நாடகம் 'சாக் லேட் கிருஷ்ணா' பார்க்க அழைப் பேன்... துக்ளக் ஆசிரியர் 'சோ' தனை...!

கே: பட்டிமன்றம் பார்ப்பதுண்டா...?

ப: 'பாப்பையா' நடுவராக இருந்தால் 'பாப்பேன் அய்யா...'

கே: ஆசை என்பதன் பொருள் புரிகிறது... நப்பாசை என்றால் என்ன...?

ப: தகுதிக்கு மீறி கொள்ளும் தப் பாசைதான் நப்பாசை...!

கே: சூடு கண்ட பூனை, ருசி கண்ட பூனை... என்ன வித்தியாசம்...?

ப: யானைக்கும் பூனைக்கும் இடையே வித்தியாசம் உண்டு... ஆனால் பூனைகள் எல்லாமே ஒன்று தான்... சூடுக்கும் பயம், அதேசமயம் ருசிக்கவும் ஆசை... மதில் மேல் பூனை...!

கே: கணவனை இழந்த மனைவி யின் நிலை... மனைவியை இழந்த கணவனின் நிலை... ஒப்பிடுக...?

ப: கணவனை இழந்த மனைவி விதவை... மனைவியை இழந்த கணவன் அனாதை...

கே: இலக்கியத்தில் இலக்கணம் இருக்கும்... இலக்கணம் இலக்கியமாவ துண்டா...?

ப: மற்றவர்க்கு முன்னுதாரணமாக வாழ்ந்து காட்டிய இலக்கண புருஷன் ராமரின் கதை, ராமாயணம் என்னும் இலக்கியமானது... கிராமருக்குள் (grammer) ராமர் இருக்கிறார்...!

கே: கோழி போடும் முட்டைக்கும், பள்ளி வாத்தியார் போடும் முட்டைக் கும் என்ன வித்தியாசம்...?

ப: கோழி போட்டால் எக்கு (egg)... வாத்தியார் போட்டால் மக்கு... கோழி முட்டை போட்ட காரணம் இனப் பெருக்கல்... வாத்தியார் முட்டை போட்ட காரணம் கோழி கிறுக்கல்...!

கே: 'மானம் கப்பலேறிப் போச்சு' என்கிறார்களே... ஏன் 'மானம்' வேறு எந்த வாகனத்திலும் ஏறாதா...?

ப: கப்பலேறும் மானத்துகு கார் ஏற அவமானமாக இருக்கலாம்... பிளே னில் ஏறினால், மானம் விமானம் ஆகி விடுமே...! அட ஒண்ணு கவனிச் சீங்களா... பிளேனும் மானம்தான் ஏறும்... ok இந்த பழமொழியை மானாவரியா பிழிவோம்... மானம் பொத்து கொண்டால் மழை.. மழை தொடர்ந்தால் வெள்ளம்... வெள்ளம் பெருகினால், கப்பலுக்குள் ஏறும்... அப்புறம் எல்லாம் போச்சு... இப்ப திருப்தியா மேடம்...!

கே: எனது நண்பன் எந்தக் கேள்விக் கும் விரல் நுனில பதில் வச்சிருக்கான்.. அவனை எப்படி பாராட்டுவது...?

ப: நகஸ்துதி செய்து...!

கே: வாஸ்து நம்பிக்கை உண்டா ஸ்வாமி...?

ப: ஸ்வாமி நம்பிக்கை உண்டு தோஸ்து...!

கே: தமிழில் உங்களுக்கு பிடிக்காத வார்த்தை எது...?

ப: 'போர்...' ஆங்கிலத்தில் இதை 'வார்' (war) என்பார்கள்...

'வார்' என்றால் தமிழில் வார்த்தல் அதாவது ஊற்றுதல்... ஆங்கிலத்தில் இதற்கு 'போர்' (pour)... 'வாரு போறுமே...!'

கே: எப்படிப் பார்த்தால் பசி தீரும்...?

ப: பரிமாறிக் கொண்டே பார்த்தால் பசி தீரும்...

கே: மோசமான நடிப்புக்கு ஆஸ் கார் கொடுக்கச் சொன்னால் நீங்கள் கர்ணனாவது யாரிடம்...?

ப: அந்தக் கர்ணனின் கவச குண்ட லத்தை ஏமாற்றி அபகரிக்க கபடமாக மாறுவேடத்தில் வந்து, மோசமாக நடித்து மாட்டிக்கொண்ட இந்திர னுக்கு...

கே: பொய்கள் எத்தனை வகைப் படும்...?

'பொய்மை எனப்படுவது யாதெனில்
யாதொன்றும்
கையாலா காதான் கதை...'

கே: பெண்களின் சிரிப்பில் இருக் கும் 'காந்தம்', ஆண்களின் சிரிப்பில் இருப்பதில்லையே ஏன்...?

ப: பெண்களின் 'காந்த' சிரிப்பால் ஈர்க்கப்படாத ஆண்களின் சிரிப்பில் 'ஏகாந்தம்' இருக்கும்...!

கே: மூளை மாற்று சிகிச்சை வந் தால் என்ன ஆகும்...?

ப: நான் கேள்வி கேட்பேன்...நீங்கள் பதில் சொல்ல, மாற்றிக் கொண்ட மூளையை கசக்கிக் கொண்டு இருப்பீர் கள்...?

கே: பெண் வடிவத்தின் அழகைக் கூட்டுவது சாரீஸா இல்லை சுடிதாரா...?

ப: என்னை அப்படிப் பாக்காதீங்க... நான் ரொம்ப 'மடிsir...!'

கே: விலைவாசி ஏற்றத்திற்கு உண் மையான காரணம் கூறுங்கள்...?

ப: நாம் சுகவாசியாக இருப்பது தான்...!

கே: பண வசதி படைத்தவர்களை 'பசையுள்ள' பேர்வழி எனக் கூறுகி றோம்... ஏன்...?

ப: அனைவரும் அவரிடம் 'ஒட்டிக் கொள்வதால்...!'

கே: நீங்கள் உங்கள் பேரை மாற்றிக் கொள்ளும் நிலைமை வந்தால்...?

ப: இனி மாற்ற முடியாதபடி 'அனாமிகா' என்று மாற்றிக் கொள் வேன்...!

27. கஷ்டமானது எது?

கே: என்னிடம் உள்ள ஒரு பெரிய பலவீனம்... வள்ளுவனைப் படித்தும், வள்ளலாரைப் பின்பற்றியும், 'தொட்ட தெற்கெல்லாம் மூக்குக்கு மேல் கோபம்' வருகிறது...' என்ன செய்ய...?

ப: வள்ளுவரையும், வள்ளலாரை யும் படித்து ஏன் 'வள் வள்' என்று விழு கிறீர்கள்... பலவீனமான சண்முகரே, திருக்குறள் திருவருட்பா தவிர வேறு எதையும் பலமாகத் தொடாதீர்கள்... அப்படி வேறு எதையாவது தொட்டு தேவையில்லாமல் உங்கள் மூக்கை நுழைக்க வேண்டிய கட்டாயம் வந்தால், முதல் காரியமாக உங்கள் மூக்கை நீங்களே தொட்டுக் கொள்ளுங்கள்... வரப்போகும் கோபம் நினைவுக்கு வரும்... 'வரும் முன்கோபம் தவிர்க்க லாம்...' பிறகு பாருங்கள் 'அட நம்ம சண்முகம் இன்முகம் ஆயிட்டாரே' என்று அனைவரும் தங்கள் மூக்கின் மேல் விரல் வைப்பார்கள்...!

கே: ஆண்கள் 'கரு' சுமந்தால்...?

ப: ஆணாணப்பட்ட ஆணான்!!!! மகாவிஷ்ணுவே மோகினி என்ற பெண்ணாகித்தான் மணிகண்டனைச் சுமந்தார்... பத்து மாதம் பத்திரமாக சுமக்கும் தாய்மை என்ற பலம் பெண்ணுக்குத்தான் உண்டு... இந்த விஷயத்தில் பலவீனமான ஆண் கரு சுமந்தால் பத்து மாதத்தில் காய்ந்து கருவாடாகி விடுவான்... பழையபடி பெண்ணே கருவை சுமக்கட்டும்... பிறக்கும் பிள்ளையை வளர்க்கும் கவலையை ஆண் சுமக்கட்டும்... ஆண் சுமக்கும் கரு, ஆண் எழுத்தாளர்கள் சுமக்கும் கதையின் கருவாக மட்டும் இருக்கக் கடவது...

கே: கிரேஸி டி.வி. ஆரம்பித்தால் சேனலின் சின்னம் என்னவாக இருக் கும்...?

ப: தாத்தாவாகி விட்ட எனக்குத் தோன்றும் சின்னம், குழி விழ சிரிக்கும் பேரக் குழந்தையின் கன்னம்...சேன லின் பெயர் 'grand son't.v...!

கே: திருமதியின் கேள்விகளுக்கு பதில் சொல்வது, எங்கள் கேள்விகளுக்கு பதில் சொல்வது... எது கஷ்டமானது...?

ப: நீங்கள் கேள்விகளை 'தபாலில்' கேட்பீர்கள்... பதில் சொல்ல அவகாசம் இருக்கு... திருமதி கேள்விகளை 'தடா லென்று' கேட்பாள்... பதில் சொல்ல அவகாசம் தரமாட்டாள்... உங்கள் கேள்வியை சாய்ஸில் விடலாம்... 'பட்டுப் புடவையா இல்லை எட்டுக் கல் பேசரியா?' என்ற ரீதியில் திருமதி கேள்வியும் கேட்டு சாய்ஸையும் நம்மி டமே விட்டு விடுவாள்... உங்கள் கேள்விக்கு நியாயமான பதில் சொன் னால் நல்ல 'பேரு' கிடைக்கும்... திரு மதியின் அநியாயமான கேள்விக்கு பதில் சொல்லாவிட்டால் 'சோறு' கிடைக்காது....

கே: புத்திசாலி அதி புத்திசாலி... என்ன வேறுபாடு...?

ப: பிரச்சனைக்குத் தீர்வு காண்பவன் புத்திசாலி... அதற்கான பேரைத் தட்டிச் செல்பவன் அதி புத்திசாலி...!

கே: ஈகோ இன்று ஆண்களிடம் அதிகமா...? பெண்களிடம் அதிகமா...?

ப: ஆண்கள் 'ஈ' என்று இளித்தபடி பெண்களின் பின்னே 'go'வுவதால்தான், பாவம் பெண்களுக்கு 'ego'வே வருகிறது...!

கே: தாய்-தந்தை பேச்சைக் கேட்காமல் இருக்கும் பெண்களைப் பற்றி...?

ப: நாகரிகம் தெரிந்த பெண்மணிகள்... என்னதான் தாய்-தந்தையாய் இருந்தாலும், அவர்கள் கணவன்-மனைவி, அவர்களுக்குள் நடக்கும் அந்தரங்கமான பேச்சு வார்த்தையை கேட்பது அநாகரிகம் என்பதை அறிந்து நாசூக்காக நகரும் கில்லேடிகள்...!

கே: தங்களை மிகவும் பாதித்த கவிதை வரிகள்...?

ப: 'பசித்து அழும் பிள்ளைக்காக
பாற்கடல் நெஞ்சில் ஏந்திய
தாயே...' லஜ்ஜாவதியே புகழ் மலையாளக் கவிஞர் கைதப்புரம் தாமோ தரன் நம்பூதிரியின் மூலத்தின் சாரத்தை மொழிபெயர்த்து எஸ்ஸெம்மிஸ்த்தார் இரா.முருகன்... இதன் பாதிப்பால் விளைந்த வெண்பா...

'பாற்கடல் ஏந்தினாள் பிள்ளை பசிக்கா
நேர்த்திக் கடனிருந்தாள் நோயுற்றால்-தீர்த்தம்
தரக்கூட ஆளில்லை தாய்க்கிங்கு, மகனோ
இருக்கான் அமரிக்கை யாய்...'

முத்தம் எப்போது கசக்கும்...?

கட்டாயமாக கசக்கிக் கொடுத்தால் முத்தமென்ன முட்டாயே கசக்கும்...!

கே: விழிப்புணர்வு, விழிப்புணர்வு என்கிறார்களே...? அது என்ன...?

ப: தியானத்தில் கண்ணை மூடிப் பெறுவது விழிப்புணர்வு... மத்தியானத்தில் கொட்ட கொட்ட முழித்தபடி, கண்மூடித்தனமாக கெட்ட கெட்ட காரியங்களை செய்து விட்டு இரவில் தூக்கம் வராமல் தவிப்பது, 'திருதிருவென முழிப்புணர்வு...'

கே: 'கத்திரி' வெய்யிலை எப்படி சமாளித்தீர்...?

ப: 'கத்திரி கோலா' குடித்தபடி...!

கே: கணக்கு பாடத்தில் நீங்கள்

புலியாமே...?

ப: குழந்தைகளுக்குக் கற்றுத் தரும் அளவுக்கு 'அம்புலி...!'

கே: வயதாகி விட்டதே என்ற வருத்தம் எப்போது வருகிறது...?

ப: இதுல tragedy என்னவென்றால், இந்த வருத்தம் எனக்கு சின்ன வயதிலேயே வந்து விட்டது... இந்த Tragedyல நான் ஒரு Prodigy...!

கே: ஆயிரம் பிறை கண்டவர் என்று சொல்கிறார்களே தவிர, ஆயிரம் அமாவாசை கண்டவர் என்று ஏன் சொல்லுவதில்லை...?

ப: அமாவாசையின் போது கும்மிருட்டாக இருக்கும்... எதையும் காண முடியாது...!

கே: அசையா சொத்து அசையும் சொத்து, விளக்கமாகக் கூற முடியுமா...?

ப: ஆன்மா அசையா சொத்து... தாயால் பெத்து, தானாய் செத்து ஜென்மஜென்மமாக அசையும் சொத்து ஜீவன்... அசையா சத்தான ஆன்மாவோடு, அசையும் அசத்தான ஜீவன் கலப்பதே Asset... இது நிகழ்ந்தால் பிறகு யாரும் நம்மை அசைக்க முடியாது...

கே: நாட்கள் வெகு வேகமாக செல்வதைப் பார்த்தால் பயமாக இல்லை...?

ப: போகாத ஊருக்கு வாழ்க்கை ரயிலில் ஏறி, அதுவும் withoutல் நாம் பயணம் செய்கிறோம்... ஜன்னல் வழியாகப் பார்த்தால் மரம், செடிகளைப் போல நாட்கள் நகர்வது போலிருக்கும் தான்... வாழ்க்கை train அல்ல strain... போதும் பயம் தரும் ரயில் சிநேகம்... தைரியமாக ரயிலை விட்டிறங்கி, உள் முகமாக with inplatformல் நில்லுங்கள்... நாட்கள் உங்களுக்குக் கைகட்டி சேவகம் செய்யும் ஆட்களாக மாறும்...

கே: 'கேளுங்கள் கொடுக்கப்படும்' விஷயத்தில் கிரேசி எப்படி...?

ப: நாடக மேடையில் 'கை தட்டுங்கள் கர்ட்டன் திறக்கப்படும்... கேளுங்கள் நகைச்சுவை கொடுக்கப்படும்...!'

கே: கண்ணீர், வியர்வை இரண்டும் உப்பு கரிக்கின்றன... இரண்டுக்கும் என்ன வித்தியாசம்...?

ப: கண்ணீர் உப்பு மனக் கசப்பு... வியர்வை உப்பு உடல் உழைப்பு...

கே: 'ஸ்திரீ லோலன்' பெண்பால் என்ன...?

ப: பெண்பால் ஆசையுள்ளவன்... மண், பெண், பொன் இம்மூன்றின் பால் ஆசையுள்ளவன் three- லோலன்... ஆசையை வென்றவனே freeலோலன்...!

கே: உங்களுடைய பலம் நகைச்சுவை உணர்வு என்றால்... உங்களு

டைய பலவீனம் எது...?

ப: 'நகைச்சுவை உணவு...' என்னைத் தெரியாதவர்கள் நான் அசுர வேகத்தில் நகம் கடிப்பதைப் பார்த்தால், பேய்ப் பசியில் என்னை நானே சாப்பிட முயல்வதாக நினைக்க வாய்ப்புண்டு...!

கே: வழுக்கை விழுந்தவர்கள் கெட்டிக்காரர்களா...?

ப: வாழ்க்கை வழுக்கையில் விழாமல் மயிரிழையில் தப்பித்துக் கொள்பவர்களே கெட்டியானகாரர்கள்...!

கே: இறைவன் பெண்ணா இல்லை ஆணா...?

ப: 'பெண்ணாணான்' (பெண் + ஆண் + ஆனான்)...!

கே: கோவிலில் தோப்புக்கரணம் போடுவதற்கும், பள்ளிக் கூடத்தில் போடுவதற்கும் என்ன வித்தியாசம்...?

ப: பரிட்சைக்கு முன் கோவிலில், பாஸாக 'தோப்புக்' கரணம்... பரிட்சைக்குப் பின் பள்ளியில், ஃபெயிலாகி 'தோற்புக்'கரணம்... கோவிலில் பிள்ளையாருக்கு.... பள்ளியில் வாத்தியாருக்கு...!

கே: பகவான், இன்னும் கலி எவ்வளவு முத்தினால் அவதரிப்பார்...?

ப: பழுத்து சுமங்'கலி' ஆகும் வரை...!

கே: தங்களின் குடும்பம் **conser -vative** குடும்பமா...?

ப: உறவுகள் என்ற சக்தியை இழக்காமல் சேமித்துப் பாதுகாக்கும் 'conserve relatives' கூட்டுக் குடும்பம்...!

28. சகுனச் சிக்கல்!

கே: பதிலை யோசித்து எழுதுவீரா...? இல்லை திடீரெனத் தோன்றுமா...?

ப: பதில் திடீரெனத் தோன்றும் வரை நிதானமாக யோசித்துக் கொண்டிருப்பேன்... நம்மால் முடிந்த யோசிக்கும் கடமையை நிதானமாகச் செய்... எதிர்பாராமல் திடீரெனத் தோன்றும், பலனையும் பதிலையும் எதிர்பார்த்து... இது என் எழுத்தாள அண்ணன் சொன்ன கீதை...

கே: அறுபதில் வரும் ஆசை காமமா...? மோகமா...?

ப: அவசரப்படாத calmமான மோகம்...!

கே: இல்லாத மேடையில், எழுதாத நாடகத்தில் ஆளுக்கொரு வேஷம் போட்டு ஆடுகிறோம்... சரிதானே...?

ப: ஆடினால் டிராஜிடி... ஆடாமல் அசையாமல் ஆடியன்ஸாக இருந்து விட்டால் காமெடி...

கே: மெஸேஜ் இருக்கும் படி ஒரு பாராவில் கதை சொல்லுங்க பார்க்கலாம்...?

ப: இதோ இன்றைய இளைஞர்களுக்கு எஸ்.எம்.எஸ். செய்ய வேண்டிய மெஸேஜ் கதை... ராமசாமியால் முதியோர் இல்லத்தில் சேர்க்கப்பட்ட அவன் தந்தை கோவிந்தசாமி 'வாய்யா ஜேம்... 'நீ வருவேன்னு எதிர்பார்த்தேன்... ஏன் லேட்டு...' என்ற குரல் கேட்டு திரும்ப... அங்கு கோவிந்தசாமியால் சேர்க்கப்பட்ட அவன் தந்தை குப்புசாமி, அவனை வாய்பொக்கே காட்டிவரவேற்றார்... மெஸேஜ் 'முதியோர் தம் உள்ளத்தை மிதிக்க வேண்டாம்...!'

கே: எச்சில்-ஜொள்ளு என்ன வித்தியாசம்...?

ப: நாளமில்லா சுரப்பியிலிருந்து ஊறுவது எச்சில்... நாணமில்லா சுரப்பியிலிருந்து ஒழுகுவது ஜொள்ளு...

கே: மவுனம்-சம்மதத்தின் அறிகுறியா...?

ப: அறிகுறியாகவும் இருக்கலாம், ஒன்றும் அறியாததற்குறியாகவும் இருக்கலாம்...!

கே: 'தெய்வம் நின்று கொல்லும்' என்கிறார்களே... நிஜமா...?

ப: பொய்... உட்கார்ந்தும் கொல்லும்... 'நரசிம்மம்...'

கே: 'பெண் என்றால் பேயும் இரங்கும்' என்கிறார்களே... ஆண் பேய் தானே...?

ப: பெண்-பேய் 'இரங்கும்...' ஆண்-பேய் வேப்பமரத்தை விட்டு கீழே 'இறங்கும்...!'

கே: ஆண்கள் காதலிக்கும்போது கொடுக்கும் வாக்குறுதிகளை கல்யாணத்திற்குப் பின் மறந்து விடுகிறார்களே...?

ப: தேர்தல்... கல்யாணம் ஆட்சி... காதலின்போது வாக்குறுதி கொடுப்பது ஆண்கள்... கல்யாணத்திற்குப் பிறகு ஆள்வது பெண்கள்...!

கே: தாலிக்குத் தரப்படும் மரியாதையை பெண்கள் தங்கள் கணவன்மார்களுக்குத் தருகிறார்களா...?

ப: தாலியை கழுத்தில் முடிந்து கொண்டு, தங்கள் கணவன்மார்களை கழுத்துக்குக் கீழே முந்தானையில் முடிந்து கொள்வதால், மரியாதை ஒரு படி கீழேதான் இருக்க வாய்ப்பு...!

கே: சொந்தக் கால்ல நில்லுன்னு சொல்லிக் காட்டறாங்களே... என்ன கொடுமை கிரேசி சார் இது...?

ப: மத்தவங்க கால்ல நின்னா அவங்களுக்கு வலிக்குமே... இது அதை விட கொடுமை இல்லையா...!

கே: வெளுத்ததெல்லாம் பால் என நினைப்பவரா நீங்கள்...?

ப: வெற்றிலை போடும் பழக்கம் உடைய நான் வெளுத்ததெல்லாம் சுண்ணாம்பு என நினைப்பவன்...!

கே: மனைவி 'டெஸ்ட்' கிரிக்கெட்... காதலி 20-20 கிரிக்கெட்... நான் சொல்வது சரிதானா...?

ப: நூத்துக்கு நூறு சரி என்று சொல்ல முடியாது... வேண்டுமானால் 50-50 சொல்லலாம்...!

கே: இறைவன் பெண்ணா இல்லை ஆணா...?

ப: எழுத்தறிவித்து எனது Penஐ எழுத வைக்கும் ஸ்விட்ச் On...!

கே: 'நேரம் சரியில்லை' என்ற சொல்லுக்கு என்ன அர்த்தம்...?

ப: பழம் நழுவி கையில் உள்ள டம்ளர் பாலில் விழுந்தும், டம்ளர் கை நழுவி விழுந்தால் 'நேரம் சரியில்லை...!'

கே: சுகமான சுவை, சுமையான சுவை... இரண்டுக்கும் ஒரு உதாரணம் தர முடியுமா...?

ப: பிள்ளையை சுமக்கும் பத்து மாத சுமை 'சுகமான சுமை...' சுவைக்கு ஆசைப்பட்டு எக்கச்சக்கமாகத் தின்று வளர்ந்த தொப்பை, 'சுவையால் வந்த சுமை...!'

கே: நீங்கள் ஏன் ஒரு சரித்திர நாவல் எழுதக் கூடாது...?

ப: சரித்திரததில் நான் ஒரு சிற்றறிவரசன்... எனக்குத் தெரிந்த கி.மு. கி.பி எல்லாம் 'கிரேசிக்கு முன்-கிரேசிக்குப் பின்தான்...' ஓரளவு தெரிந்த நகைச் சுவையே பாதி சமயம், புற முதுகு காட்டி ஓடிவிடுகிறது... சரித்திர அரசனை நம்பி காமெடி புருஷனை கைவிட நான் இன்னும் தயாராகவில்லை... 'கே.பி.டி சிரிப்பு ராஜன்' என்ற சிரித்திர நகைச்சுவை நாவலை ஜூனியர் விகடனில் எழுதினேன்... சரித்திரக் கதைக்கு உரிய சகல சாமுத்ரிகா லட்ஷணங்களும் அதற்கு உண்டு... சரித்திர ஆதாரம் என்ற ஸல்லாத் துணி ஆடைதான் அதில் மிஸ்ஸிங்...!

கே: திருட்டு வீடியோ பார்ப்பது தப்புதானே...?

ப: வீடியோ-பைரஸி தப்புதான்... ஆனால் அதைவிட மகா தப்பு, அந்தப்புரத்தில் அத்துமீறி நுழையும் 'வீடியோ-பிரைவஸி...' 'வீடியோ-பைரஸியை' போலீஸ் பார்த்துக் கொள்ளும்... 'வீடியோ-பிரைவஸியை' நாம்தான் பார்த்து என்கரேஜ் பண்ணாமல், பார்த்துக் கொள்ள வேண்டும்... ஆயிரம் குற்றங்களுக்கு சமமான இதை சர்வ சாதாரணமாக எப்படித்தான் 'ஸைபர்-க்ரைம்' என்று கூறுகிறார்களோ...!

கே: ஒரு யானைக்கு குறுக்கே ஒரு பூனை போனால்... சகுனம் எதுக்கு சரியில்லை... யானைக்கா...? இல்லை பூனைக்கா...?

ப: வழக்கமாக யானை வரும் பின்னே மணியோசை வரும் முன்னே என்பார்கள்... குறுக்கே போகப் போகும் பூனைக்கு யாராவது கழுத்தில் மணி கட்டியிருந்தால், 'என்னடா இது நமது மணியோசைக்கு முன் புதுசாக வேறு ஒரு மணியோசை கேட்கிறதே' என்ற ஆவலில் அதைப் பார்க்க யானை வேகமாக ஓடலாம்... அதனால் பூனை தாண்டுவதற்குள், யானை பூனைக்கு குறுக்கே போகலாம்... வேடிக்கை பார்க்க வேகமாக ஓடிய யானைக்கும் அடி சறுக்கலாம்... அதனால் காலை ஒடித்து கொண்ட யானைக்கும் சகுனம் சரியில்லை... அடி சறுக்கிய யானையின் அடியில் மாட்டிக் கொண்டு நசுங்கிய

பூனைக்கும் சகுனம் சரியில்லை...!

கே: திடீரென்று பெண்கள் அனை வரும் ஊமையாகிவிட்டால் என்னா கும்...?

ப: பாவம் எழுதப் படிக்கத் தெரியாத பெண்கள்தான் ரொம்ப சிரமப்படு வார்கள்... கேட்ட ரகசியத்தை மனசுக் குள் வைத்துப் பூட்ட முடியாமலும், எழுதிக் காட்டமுடியாமலும் அல்லாடு வார்கள்...!

கே: நடிகர் திலகத்தின் 'நவராத் திரி...' உலக நாயகனின் 'தசாவதாரம்...' உங்கள் பார்வையில்...?

ப: இதற்கும் மேல் ஒரு சாதனை உண்டா என்ற 'கேள்வி பிறந்தது அன்று... நல்ல பதில் கிடைத்தது இன்று...'

கே: நான்கு முகம் கொண்ட பிரம்மா எப்படிப் படுப்பார்...? எந்தப் புறம் படுத்தாலும் முகம் இடிக்குமே...?

ப: நாலு பேருக்குத் தெரியாமல் ஆபீஸில் நாற்காலியில் அமர்ந்தபடி தூங்கும் டெக்னிக்கை நமக்கு சொல்லிக் கொடுத்தவரே, நாராயணன் நாபிக் கமலத்தில் அமர்ந்து படைக்கும் வேலையைப் பார்க்கும் பிரம்மாதான்... அமர்ந்தபடி தூங்கும் அவஸ்தையை அவரே நேற்று என் கனவில் வந்து கவி தையாகக் கூறினார்...

'குப்புறப் படுத்து குஷனில் புதைத்து
முகமொன்று
அப்புறம் அண்ணாந்தபடி தூங்கு
முகமொன்று
இடப்புறம் குறட்டை ஒலி கேட்கும்
முகமொன்று
வலப்புறம் ஒருக்களித்து சொக்கும்
முகமொன்று
நான்கு முகமான உருளல் இது
கடினம் என்றே
நாரணனின் நாபிமலர்
அமர்ந்துறங்கினேனே...'

29. கவர்ந்த இலக்கியவாதி!

கே: பத்துக்குள்ளே நம்பர் ஒண்ணு சொல்லு...?

ப: தசாவதார பத்துக்குள் எனக்கு மிகவும் பிடித்த நம்பர் 'நம்பி...'

கே: காதலியின் முகத்தை காதலன் பவுர்ணமி நிலவோடு ஒப்பிடுவது சரிதானா.....? வெள்ளை வெளே ரென்று தோசைக் கல் மாதிரி அகன்ற முகத்தையுடைய ஒரு பெண்ணை எவன் சார் விரும்புவான்...?

ப: உமக்கு வேண்டுமானால் அது

தோசைக் கல்லாகத் தெரியலாம்... காதலனுக்கு அது ஆசைக் கல் சாமி... கல்லானாலும் காதலி...

கே: உங்களை அவ்வையாராக நினைத்துக் கேட்கிறேன்... எது கொடிது...?

ப: 'கொடிது கொடிது இல்லாமை கொடிது... அதனினும் கொடிது கடை விரித்து கொள்வாரில்லை... அதனினினும் கொடிது போயும்போயும் என்னை அவ்வையாராக நினைத்தது...'

கே: வேண்டாத கடவுள் இல்லை... இந்த பாழாப் போன நகைச்சுவை வரவே மாட்டேங்குதே கிரேசி...?

ப: அட கடவுளே... நாம பாழாப் போகாம இருக்கத்தான் நகைச்சுவையே சாமி... முதலில் பாக்கியம் ராமசாமியின் 'அப்புசாமியைப்' படியுங்கள்... 'அப்புறம் சாமியை' வேண்டிக் கொள்ளுங்கள்... நகைச்சுவைக்கு கிரேசி கண்கண்ட ஈஸி வழி இதுதான்...

கே: அய்யா பின்பற்றுவது எந்த வேதாந்தம்...

ப: அமரர் தேவனின் 'மிஸ்டர் வேதாந்தம்...'

கே: எது மூலதனம்...?

ப: புத்தகங்கள்... பெட்டியில் பூட்டி வைத்தால் 'மூலைதனம்...' புத்தியில் போட்டு வைத்தால் 'மூளைதனம்...'

கே: மனிதனை மனிதனாக மதிக்காத மனிதனை என்ன செய்வது...?

ப: மனிதாபிமானத்தோடு மன்னித்து விடுங்கள்... மிதிப்பவன் மிருகம்... மதிப்பவன் மனிதன்... மன்னிப்பவன் மகான்...

கே: மரணம் வருவது முன்கூட்டியே தெரியுமா...?

ப: தெரியாது... மரணம் ஒரு மாய மான்... வாழ்க்கையின் ஒரு பகுதி என நினைத்து நாம்தான் அதைத் துரத்திப் பிடிக்கிறோம்... zenகதை போலத் தோன்றிய என்-கதை ஒன்று சொல்கிறேன்.

'குருவே...! தாங்கள்தான் எனக்கு வழி காட்ட வேண்டும்...'

'சிஷ்யா என்னைப் பின் தொடர்ந்து வா...'

'அய்யோ! இது நரகமல்லவா... உங்களை நம்பி மோசம் போனேனே... நீங்கள் zen இல்லையா...'

'இல்லை.. yamahaa...'

கே: மனைவி அமைவதெல்லாம் இறைவன் தந்த வரம் என்றால், கணவன் அமைவதெல்லாம் யார் தந்த வரம்...?

ப: தமயந்திக்கும், சகுந்தலைக்கும் சுயம்வரம் தந்த வரம்... பாஞ்சாலிக்கோ ஐவரம்... ஆண்டாளுக்கு அரங்கனே வரனாக வந்த வரம்.. இந்நாளில் கணவன் அமைவது 'காலம்' தந்த

வரம்... அதாவது matrimonial-'column' தந்த வரம்...

கே: கிரேசி... எங்கே ஒரு புதுக் கவிதை எடுத்து விடுங்க பார்க்கலாம்...?

ப: தர்மம் என்ற இலக்கணத்தைக் காப்பதற்காக, மரபுகளை மீறிய கண்ணன் ஒரு புதுக் கவிதை... கேட்டதோ தேவகி... கவிதைக்கு இதை விட வேறு அழகு என்ன வேண்டும்...

'பையன் மண்ணைத் தின்றால்...
வையாதே... வாய்க்குள் பார்...
வையம் தெரியாவிட்டால்...
ஐயமே இல்லை...
நீ... யசோதை அல்ல...'

கே: இழந்த நாட்களில் ஒன்றைப் பெற முடியுமென்றால், நீங்கள் எந்த நாளைப் பெற விரும்புவீர்கள்...?

ப: நேற்றைப் பெற்று அதை இன்றாக்கி, இன்றை நாளையாக்கி, நாளையை நேற்றாக்கி விடுவேன்... நான் பெற விரும்பும் நேற்று ஞாயிற்றுக் கிழமையாக இருக்கும்படி பார்த்து கொள்வேன்... வாரத்தில் எல்லா நாட்களும் ஞாயிறு போற்றுதுமாகி விடும்... அப்பால எனக்கு டெய்லி டிராமா... ஹவ் ஈஸ் இட்...!

கே: ஆத்திகமும், நாத்திகமும் சந்தித்துக் கொண்டால் என்ன பேசிக் கொள்ளும்...?

ப: பிரிந்தவர் கூடினால் பேசவும் தோன்றுமோ...!

கே: ஜோசியர்களை மாற்றினால் நல்ல பலன் கிடைக்குமா...?

ப: விஞ்ஞானிகள் இல்லாது போயிருந்தால், புவி ஈர்ப்பு இல்லாமல் போயிருக்குமா...?

கே: மழைக்காலம், குளிர்காலம், இலையுதிர்காலம்... இப்படி கற்பனைக்கு ஏற்ற காலம் எது...?

ப: பொல்யூஷன் அசுத்தத்தால் பஞ்சர் ஆகிக்கொண்டிருக்கும் பூகோள சுற்றுப்புறச் சூழலைப் பார்த்தால், காலமே கற்பனை ஆகிவிடப் போகிறது இன்னும் கொஞ்ச காலத்தில்...!

கே: 'விடுதலை' அடைய என்ன வழி...?

ப: 'விடு தளைகளை...!'

கே: எதை 'அழகு' என்று சொல்வீர்கள்...?

ப: பொய்க் கோபத்தில் செல்லமாக 'அழகு காட்டுவது' அழகு...!

கே: காலம் பின்னோக்கிச் செல்ல ஆரம்பித்து, வயது குறைந்து கொண்டே போனால் என்ன ஆகும்...?

ப: கட்டெறும்பு வளர்ந்து கழுதையாகும்...!

கே: என்ன கிரேசி... ஒலிம்பிக்ஸில் இந்தியாவுக்கு தங்கம் கிடைக்குமா...?

ப: 'சுட்ட' பசும் பொன்னே கிடைத்து விட்டதே...!

கே: ஒரு பெண்ணின் இடுப்புக்கு அழகு சேர்ப்பது ஒட்டியாணமா, மேகலையா...?

ப: குந்தியிருக்கும் குழந்தை...!

கே: எது அதிர்ஷ்டம்...? எது துரதிஷ்டம்...?

ப: அளவுக்கு மீறினால் அதிர்ஷ்டமும் துரதிஷ்டமாகும்... வாயில் சிங்கப்

பல் முளைத்தால் அதிர்ஷ்டம்... சிங் கமே முளைத்தால்...!

கே: கண்ணிலே நீர் எதற்கு...?

ப: கவிஞர் கண்ணதாசனின் பாடல் களைக் கேட்டு, காலமெல்லாம் ஆனந் தக் கண்ணீர் வடிப்பதற்கு...

கே: நீங்கள் குழந்தையாக இருந்தபோது 'எல்.கே.ஜி யு.கே.ஜி' படித்தீர்களா...?

ப: Kg Kgயாக புத்தகங்களை முதுகில் சுமக்கும் L.kg, U.Kgபிடிப்பு சாரி படிப்பு நான் படிக்கவில்லை... ஆழாக்கு படிப்பு படித்தாலும் அது ஆளாக்கும் படிப்பாக இருந்தது அந்நாளில்...

கே: தங்களைக் கவர்ந்த இலக்கிய வாதி யார்...? கவர்ந்த சிறந்த இலக்கியம் எது...?

ப: இலக்கியவாதி கண்ணன்... வாழ்க்கையின் இலக்கை நோக்கி இயக்கும் இலக்கியம் கீதை...

கே: தேடல் தேடல் என்கிறார் களே... அது ரொம்ப கஷ்டமான காரி யம் போலத் தோணுதே கிரேசி...?

ப: தேடல் கஷ்டமெனில்... தொலைந்து விடுங்கள்... வேறு வழி யில்லாமல் தேடியது நம்மைத் தேடி வரும்.. தேடல் ஆராய்ச்சி... தொலை தல் அனுபவம்... பம்மல்-கே-சம்பந்தம் சொல்வது போல 'ஆராயாதே அனு பவி...'

கே: திருவள்ளுவரின் காமத்துப் பாலுக்கும், வாத்சாயனரின் காம சாஸ் திரத்திற்கும் என்ன வித்தியாசம்...?

ப: வள்ளுவரின் காமத்துப் பால் theory... வாத்சாயனரின் காம சாஸ்திரம் practicals...!

கே: ஆறிலும் சாவு... நூறிலும் சாவு என்கிறார்களே... அதில் பாதியான முப்பத்தி மூன்றில் என்ன...?

ப: ஆறோ, நூறோ இல்லை முப் பத்தி மூன்றோ... ரெடியாய் இருங்கள்... நாம் எமனுக்கு சாவுகிராக்கி...!

கே: விலைவாசி ஏற்றம் சராசரி மக்களை எப்படி பாதித்துள்ளது...?

ப: இப்போதெல்லாம் சராசரி மக் களே கிடையாது... என்ன விலை ஏறி னாலும் க்யூவில் காத்திருக்கும் 'சாரிசாரி'' மக்கள்...!

கே: சிற்றின்பம்-பேரின்பம்... என்ன வித்தியாசம்...?

ப: சிற்றின்பம் சிறைப்படுத்தும்... பேரின்பம் விடுதலையளிக்கும்...!

கே: புதுசா புதுக் கவிதை ஏதாவது எழுதினீர்களா...?

'மேலே பற்றில்லாதது போல
பாவனை செய்தாலும்
கீழே தண்ணீர்
தாமரையைத் தழுவத்தான்
செய்கிறது...'

கே: காதலர்கள் பரிமாறிக் கொள் ளும் 'இச்'சை முதன்'முதலில் கண்டு பிடித்த மகானுபாவன் யார் சார்...? இந்த 'இச்' எத்தனை வகைப்படும்...?

ப: 'இச்சையால்' தன்'னிச்'சையாக வருவது 'இச்...' கண்டுபிடித்தவர் மகானுபாவனல்ல மகா-சுகானுபாவர்... அவரவர் 'இச்'சா சக்தியைப் பொறுத்து இது விதவிதமாக வேறுபடும்...!

30. கலை வளரக் கண்கட்டு!

கே: சமீபத்தில் உங்களை அதிசயப் பட வைத்தது எது...?

ப: ஓவியர் கேசவ் (ஹிண்டு கார்டூனிஸ்ட்) வரைந்த கிருஷ்ணர் ஓவி யங்கள்... வீட்டில் விதவிதமாக கண்ண னின் லீலைகளை வரைந்து தினமும்

கோகுலாஷ்டமி கொண்டாடுகிறார் கேசவ்... கண்ணனைக் கட்டிப் போட்டது இருவர்... உரலில் அன்னை... விரலில் கேசவ்...

கே: பலனை எதிர்பார்க்காமல் கடமையைச் செய்வது எப்படி கிரேசி...?

ப: கடமையாக பாதி கிணறு தாண்டுங்கள்... பலனாக மீதி கிணறு உங்களைத் தாண்டிச் செல்லும்...

கே: உங்களுக்குப் பிடித்த 'பிசினஸ்' எது...?

ப: 'மைண்ட் யுவர் பிசினஸ்...' இந்த பிசினஸில் மூலதனம் 'mind...'

கே: வஞ்சிப்பா, கலிப்பா, ஆசிரியப்பா... இதில் உங்களைக் கவர்ந்தது எது...?

ப: ஆசிரியப்பா...இதில்தான் ஆவென்று வாய்விட்டு சிரியப்பா வருகிறது...

கே: நிறம் மாறும் 'பச்சோந்தி', மனிதனைப் பார்த்தால் என்ன நினைக்கும்...?

ப: 'இவன் true & colour என்னவென்றே தெரியவில்லையே?' என்று பச்சாதாபத்தோடு பார்க்கும் பச்சோந்தி...!

கே: லஞ்சம் - வரதட்சணை... என்ன ஒற்றுமை...?

ப: இரண்டுக்கும் தண்டனை 'மாமியார்-வீடு...!'

கே: அழகான ஆண்மை எது...?

ப: 'வேளாண்மை...!'

கே: 'அழுத்திச் சொன்னால் அற்ப விஷயமும் அரிய பொருளாகும்' என்பதற்கு சான்று தருக...?

ப: 'தூணில் இருக்கிறான்' என்று மட்டும் சொல்லியிருந்தால், 'குழந்தையின் பேச்சு' என்று பிரகலாதனை இரணியன் சும்மா விட்டிருப்பான்... அற்ப விஷயமான 'துரும்பிலும் இருக்கிறான்' என்று அழுத்திச் சொன்னதால் தான், அவன் ஆவேசமாகி தூணை உதைக்க அரிய-பொருளாம் அந்த 'அரி-பரம்-பொருள்' வெளி வந்தது...

கே: டி.வி.யில் வரும் சமைத்துப் பார் நிகழ்ச்சிகளைப் பார்த்து உங்கள் மனைவி சமைப்பதுண்டா...?

ப: சமையலைப் பொறுத்த வரையில் என் மனைவிக்கு 'menu-நீதி சோழி and தோழி' ஜெயா டி.வியில் வரும் அறுசுவை நேரம், திருமதி. மல்லிகா பத்ரி நாத் அவர்கள்தான்...

கே: 'நாலு பேர் மனசு நோகும்படி நடந்துக்காதேன்னு' சொல்றாங்களே... யார் அந்த நாலு பேர்...?

ப: மாதா, பிதா, குரு, தெய்வம்...

கே: ஒரு கதவு மூடினால் இன்னொரு

கதவு திறக்குமா...?

ப: கதவு திறக்குமா...? ஜன்னல் மூடுமா...? கூரை பிய்க்குமா...? எதற்கு இந்த அவஸ்தையான காத்திருப்புகள்... அறைக்குள் புழுங்கியது போதும்... வெளியே வந்து காற்றுள்ள போதே தூற்றிக் கொள்ளுங்கள்...

கே: 'நிம்மதி இல்லை' என்ன செய்வது கிரேசி...?

ப: 'நிம்மதி இல்லை' எனச்சொல்வது நமுட்டு விஷமக்காரனான 'நம் மதி...' 'மதியார்' தலைவாசல் மிதிக்க வேண்டாம்...

கே: ஆடிக்குப் பின்னே ஆவணி... தாடிக்குப் பின்னே...?

ப: shave நீ...

கே: மிருகங்கள் சிரிப்பதை நீங்கள் பார்த்ததுண்டா...?

ப: எங்க பக்கத்து வீட்டு நாய் 'கொல் கொல்னு' சிரிச்சு பாத்துருக்கேன்... விசாரிச்சதுல தெரிஞ்சுது அந்த நாய் மிருக'சிரி'ஷம் நட்சத்திரத்துல பொறந்ததாம்...!

கே: கிரேசியைக் கேளுங்கள் பகுதியில் என் கேள்வி இடம் பெற எந்தக் கடவுளை வேண்டிக் கொள்ள வேண்டும்...? எந்தக் கோட்டாவில் இடம் பிடிக்க வேண்டும்...?

ப: ராக்கெட் வேகத்தில் hurryயாக ஸ்ரீஹரி கோட்டாவில் அனுப்புங்கள்...!

கே: எதைத் தெரிந்து கொண்டால் எல்லாம் தெரிந்ததாகும்...?

ப: 'நான்-sense...' ரமண மார்க்கம்...

கே: கோகுலாஷ்டமியில் கண்ணன் வருகைக்காக 'கால்' போடுகிறோம்... விநாயக சதுர்த்தியின்போது பிள்ளையாருக்காக 'கால்' போடுவ தில்லையே... ஏன்...?

ப: கண்ணனுக்காகப் போட்ட 'காலை' அழிக்காமல் வைத்திருங்கள்... மாமன் வழி நடக்கும் மருமகன் கணபதி அதில் அட்ஜஸ்ட் பண்ணி நடந்து வந்து உங்கள் தோளில் தும்பிக்'கை' போடுவான்... 'கால்' போடுகிறோமோ, 'கை' போடுகிறோமோ, பண்டிகை நாட்களில் பகவான் பேரைச் சொல்லி, முறுக்கு, சீடை, அதிரசம், அப்பம், கொழுக்கட்டை என்று ஏகமாக வெளுத்துக் கட்டி நாம்தான் 'தொப்பை' போடுகிறோம்...

கே: கிரேசி... ஒரு சைவ'அ' ஜோக் சொல்ல முடியுமா...?

ப: முடியாது... சைவத்துக்கு முன் 'அ' போட்டால் அப்புறம் அது அசைவ

கே: 'படிச்ச முட்டாள்... படிக்காத முட்டாள்...' யார் பெட்டர்...?

ப: ஏம்மா... ஒரு படிச்ச ஆளைப் பாத்துக் கேக்கற கேள்வியா இது... இருந்தாலும் சொல்றேன்... நேத்து கோயில்ல சாமி அபிஷேகத்தின்போது படிச்ச என்னைப் பாத்து இன்னும் படிக்க ஆரம்பிக்காத எம் பேரன் கேட்டான் 'என்ன தாத்தா நடக்குதுன்னு...' 'சாமியை குளிப்பாட்டறாங்கடா பேராண்டீன்னேன்...' அப்பால அலங்காரத்துகாக திரை போட்டுட்டாங்க... 'இப்ப என்ன நடக்குதுங்கற' ரேஞ்சுல எம் பேரன் என்னைப் பாத்தான்... 'சாமிக்கு டிரஸ் பண்ணறாங்கடா பேராண்டீன்னேன்...' 'என்ன தாத்தா குளிக்கறச்சே பாக்கறது தான் தப்பு... டிரஸ் பண்ணிக்கறதை பாக்கறதுல என்ன தப்பு... வுல்டாவா இருக்கே தாத்தா' படிக்காத முட்டாள் பேராண்டியின் கேள்விக்கு படிச்ச முட்டாள் நான் பதில் சொல்ல முடியாம பேஜாராயிட்டேன்...

ஜோக் ஆகிவிடுமே...!

கே: 'பருப்பில்லாமல் கல்யாணமா' என்ற பழமொழி தற்காலத்திற்குப் பொருந்துமா...?

ப: போற ரேட்டுல பொண்ணும், பையனும்கூட இல்லாம 'இண்டெர் நெட்'ல கல்யாணம் நடந்தாக் கூட ஆச்சரியப்படுவதிற்கில்லை... 'கணினி கல்யாண வைபோகமே...!'

கே: வாசகர்களின் கேள்விகளுக்கு பதில் அளிப்பது ஜாலியாக இருக் கிறதா...?

ப: ஜாலியான ஜோலி...!

கே: வீட்டில் தாங்கள் பின்பாட்டா...? இல்லை தனியா ஸோலோவா...?

ப: கும்பலோடு கோவிந்தா...!

கே: மகாபாரத காந்தாரி, நிஜமா லுமே எப்படி கண்ணைக் கட்டிக்கிட்டு நூறு பிள்ளைகளை வளர்த்தாங்க...?

ப: பயிரை வளர்க்கத்தான் பார்த்துப் பார்த்து பாடுபட வேண்டும்... 'களை வளர்வதை காண வேறு வேண்டுமா?' என்ற ஆதங்கத்தில் காந்தாரி கண்ணைக் கட்டிக் கொண்டு 'கவுரவமாக' இருந்து விட்டாள் போலும்...

கே: உங்கள் வாரிசு அதாவது மகன் எப்படி shine பண்ண வேண்டும் என்று நினைக்கிறீர்கள்...?

ப: யாரும் ஏற்றிவிடாமல், எதனா லும் பற்றாமல் சுயமாகப் பிரகாசிக்கும் சூரியன் போல...let the 'son' shine...

கே: நடித்து கொண்டிருக்கும் போது, நாடக மேடையிலேயே என் உயிர் பிரிந்து விட வேண்டும் என்று சொல் லும் கலைஞர்களைப் பற்றி...?

ப: 'உனக்காக என் உயிரையே கொடுப்பேன்' என்னும் காதலனின் உணர்ச்சி வசப்படலுக்குச் சமமான உ.வ.ப... ஆபரேஷன் செய்யும் சர்ஜன் பாதி ஆபரேஷன் செய்யும்போது தியேட்டரிலேயே தன் உயிர் பிரிய வேண்டும் என்று ஆவேசப்பட்டால் அந்த பேஷண்டின் கதி என்னாவது... சொதப்பி நடித்து நாடகத்தை சாவடித்து, ஆடியன்ஸின் உயிரை வாங்காமலிருந் தாலே நல்ல கலைஞன்...

கே: ஒரு மரபுக் கவிதை ப்ளீஸ்...?

'தொட்டகுறை ஆத்திகம், விட்டகுறை நாத்திகம்
நட்டவிதை உள்ளிருக்கும் நாதனே! எட்ட அதை
சுட்டபழம் ஆகி, சுடாத பழங்களில்
பட்டும் படாமல் இரு...'

கே: குழந்தையின் சிரிப்பு-குமரி யின் சிரிப்பு... ஒப்பிடுக...?

ப: குழந்தையின் சிரிப்பு கோவில் மணி... குமரியின் சிரிப்பு டெலிஃபோன் மணி...

கே: கிரேசியண்ணாச்சி... குஷ்பு இட்லி போல, நமீதா இட்லி வர வில்லையேன்னு என்னிக்காச்சும் கவலைப்பட்டதுண்டா அண்ணாச்சி...?

ப: சாரி தம்பிச்சி... எப்பவுமே நான் வீட்டுலதான் இட்டிலி... வெளில பட் டினி...!

31. தூண்டில்யன்!

கே: மனசாட்சி நமக்கு நண்பனா...? இல்லை எதிரியா...?

ப: ரிலேடிவ்... சமயத்துக்குத் தகுந்தாற் போல மாறும்... குழந்தையும், மனசாட்சியும் கொண்டாடும் இடத்திலே... அதைக் கண்டுக்காதீங்க... அது நம்பளை வச்சிக்கிட்டு காமெடி பண்ணும்... அதுனாலதான் அதுக்கு பேரே "wit'னெஸ்னு வச்சுருக்கான் வெள்ளைக்காரன்...

கே: ஏன் சார்... தொண்ணூறை விட எண்ணூறு பெரிசுன்னு சொல்றோமே... எப்படி சார்...?

ப: தொண்ணூறு வெறும் எண்... ஆனா எண்ணூரு ஒரு ஊர்... எண் பெரிசா...! ஊர் பெரிசா... எண்ணிப் பாரு...!

கே: அது என்ன ஆட்டுக்கு மட்டும் ஆண்டவன் வாலை அளந்து வச்சுருக்கான்...?

ப: நாய்க்கு வாலை நீளமா வச்சிட்டு அதை நிமித்த முடியாத கடுப்புல, முன்னெச்சரிக்கையாக ஆட்டுக்கு வாலை ஆட்டக் கூட முடியாத அளவுக்கு, அளந்து வச்சுட்டான் போலும்...

கே: சாண்டில்யன் அவர்களின் நாவல்களின் வரும் கற்பனை, வர்ணனைகளை ரசித்ததுண்டா...?

ப: இளமையில் சாண்டில்யன் நாவல்களைப் படிக்காதவன் பிறக்கும் போதே முதியவனாகப் பிறந்தவனாக இருந்திருப்பான்... அந்த அளவுக்கு சாண்டில்யன், சிருங்கார வலை வீசி இளைஞர்களையும், சரித்திரம் படிக்க வைத்த தூண்டில்யன்... வர்ணனையில் அவர் சரித்திரம் படைக்க வந்த சமஸ்கிருத காளிதாசன்...

கே: 'சமய உணர்வில்லையேல் இலக்கியமில்லை' என்ற கருத்து பற்றி...?

ப: எந்த சமயத்துக்கு ஏற்ற உணர்வை அளிப்பதே இலக்கியம்...

கே: ஒரு பெண்ணின் அழகான இடையைப் பார்த்தால் உங்களுக்கு என்ன சொல்லைத் தோன்றும்...?

ப: ஹிப்-ஹிப்-ஹுரே...!

கே: தினமும் அஞ்சு மணி நேரம் பவர் கட் என்பது டூமச் தானே...?

ப: ஃபைவ்மச்...!

கே: கிரேசியாரின் பார்வையில் செஞ்சோற்றுக் கடனில் சிறந்தவன் கர்ணனா, கும்பகர்ணனா...?

ப: இந்த செஞ்சோற்றுக் கடனுக்கும், 'கர்ணன்' என்ற பேருக்கும் ஏதோ சம்பந்தம் இருக்கிறது... துரியோதனாதியர்கள் நூறில் தேறிய நல்லவன் 'விகர்ணனையும்' இந்த லிஸ்டில் சேர்க்கலாம்...

கே: உப்பிட்டவரை உள்ளளவும் நினை.. சர்க்கரை இட்டவரை...?

ப: கொள்ளு தாத்தா, தாத்தா, அப்பா என பரம்பரையாக வருவது சொத்து மட்டுமல்ல 'ஷுகரும்' கூடத்தான்... ஆக சர்க்கரை இட்டவரின் சந்ததி என

நினை...

கே: பால்யப் பருவத்தில் எனக்குப் பிடித்தப் பத்திரிகை கோகுலம்... எங்க அம்மாவுக்குப் பிடித்த பத்திரிகை கண்ணன்... தங்களுக்கு...?

ப: சுத்தி வளைச்சு நாசூக்காக என் வயசை தெரிஞ்சுக்க பாக்கறீங்க... உங்களுக்குப் பிடிச்ச பதிலையே சொல்கிறேன்... கண்ணனுக்கும் முன் வந்த 'அம்புலி மாமா' எனக்குப் பிடிச்சப் பத்திரிகை... திருப்தியா...!

கே: பெண்ணையும்-கம்ப்யூட்டரையும் ஒப்பிட்டு எங்கே ஒரு கவிதை சொல்லுங்க பார்க்கலாம்...?

ப: இசைபட இருத்தலில் கன்னியும்-கணிணியும் நேர் என்பதால் 'நேரிசை-வெண்பா...'

'மென்பொருளால் வன்பொருளை
ஆளும், மெகாபைட்ஸைஸ்
தன்மெமரி கொள்ளும்,
வெகுளியாம்வைரசால்
மின்னலாய்த் தாக்கும் மனிதரை;
இன்னலைவயால்
கன்னியும் கணிணியே காண்...'

கே: 'ரோபோ' மனைவியுடன் குடித்தனம் செய்தால் எப்படி இருக்கும்...?

ப: 'போரோ' போராவாக இருக்கும்...

கே: நல்லவன் என்று பெயர் வாங்க எப்படி நடக்க வேண்டும்...?

ப: 'நேராக' நடக்க வேண்டும்...

கே: 'முயற்சி திருவினையாக்கும்' என்று என்கரேஜ் செய்யும் வள்ளுவரே, 'எண்ணித் துணிக கருமம்' என்று பிரேக் போடுகிறாரே... உங்கள் ஸ்டைலில் ஒரு விளக்கம் ப்ளீஸ்...?

ப: வானத்தில் உள்ள நட்சத்திரங்களை எண்ணுவதும் ஒரு முயற்சி தான்... ஆனால் இம்முயற்சி திருவினையாவதற்குள் பொழுது விடிந்து விடும்... ஆகவே எண்ணும் முன் எண்ண முடியுமா என்று 'எண்ணித் துணிவதே கருமம்...'

கே: 'முற்பகல் செய்யின் பிற்பகல் விளையும்' என்பது சிலருக்கு, புரிவதில்லையே... ஏன்...?

ப: பாவம் அந்த சிலர், முற்பகல் தூங்கி பிற்பகல் எழும் நைட்-ஷிஃப்ட் ஆசாமிகளாக இருப்பார்கள்...

கே: சீதைக்கு நடந்ததுபோல ராதைக்கு சுயம்வரம் நடந்திருந்தால்...?

ப: ஐம்பத்தாறு தேசத்து ராணிகளும் வந்திருப்பார்கள்... கண்ணனைக் காண...

கே: என்ன கிரேசி...இப்படி குருவி தலைல பனங்காயை வச்சு கஷ்டப் படுத்தராரே கடவுள்...?

ப: 'காக்க காக்க' கடவுள், பனங்காய் வைக்கும் பட்சத்தில் நிச்சயமாக குருவியை கழுகாக மாற்றுவார்... பொறுமையைக் 'காக்க காக்க...'

கே: கல்வியா...? செல்வமா...? வீரமா...?

ப: கேள்வியா...? பதிலா...? மவுனமா... ஒன்றில்லாமல் மற்றொன்று உருவாகுமா...?

கே: 'மெட்ராஸ்ஐ' மதுரையில் வந்தால் என்ன பெயர்...?

ப: மதர்-Eye மீனாட்சி தன் மதுர

eyeயால் காக்கும் மதுரை வாசிகளுக்கு எந்த கண் திருஷ்டியும் வராது...

கே: உறவுகள் மலர்கின்ற 'பூக் களா'...? இல்லை முறைக்கின்ற நவ கிரகங்களா...?

ப: வாசமான உறவுகள் எட்ட இருந் தாலும் மணம் வீசும் 'பூக்கள்...' தோஷ மான உறவுகள் நம்மைச் சுற்றிச் சுற்றி வந்து சாவடிக்கும் 'கிரகசாரங்கள்...'

கே: பலகாரத்தில் தங்களுக்குப் பிடித்தது எது...?

ப: ஒரு காரத்துகே நான் 'உஸ் உஸ்' என்று பாம்பு விடுவேன்.. பல காரம் சாப்பிட்டால் நான் பஸ்மமாகி விடு வேன்...

கே: நரம்பில்லா நாக்கு என்கி றார்களே... ஏன்...?

ப: வரம்பில்லா நாக்கு என்பதுதான் வாய் தவறி நரம்பில்லா நாக்கு என்றாகி விட்டது...

கே: எத்தனை முறை விழுந்தாலும் எழுந்து விடுபவர்களுக்கு என்ன பட்டம் தரலாம்...?

ப: 'விழா-நாயகர்கள்...'

கே: மதநல்லிணக்கத்தை மைய மாக வைத்து ஒரு கவிதை சொல்லுங்க ளேன்...?

'ஏதேச்சையாக ராதை
ஏசுவைப் பார்த்தாள்
'நீ... கண்ணன் தானே' என்றாள்
'ஆம்... மரியன்னையே' என்றான்...'

கே: உங்களுக்குப் பிடித்தமான இசைக் கருவி எது...?

ப: லால்குடியின் வயலின், சீனி வானின் மாண்டலின், காரைக்குடி மணியின் மிருதங்கம், ரமணியின் புல்லாங்குழல் இப்படி சொல்லிக் கொண்டே போகலாம்... முக்கியம் கருவி அல்ல கர்த்தா...

32. பிடித்த பால்!

கே: சென்சார் வெட்டு-மின்சார வெட்டு... ஒப்பிடவும்...?

ப: பார்க்கக் கூடாத இருட்டடிப்பு-பார்க்க முடியாத இருட்டடிப்பு...!

கே: வினையாக ஆரம்பித்து விளை யாட்டாக நிகழ்ந்த சம்பவம் எது...?

ப: 'சம்பவாமி யுகே யுகே' என்று சூளுரைத்த கண்ணன் அவதாரம்... கம்ச-சிசுபாலர்களை அழிக்க வேண்டும், பூபாரம் போக்க வேண்டும் என்றெல் லாம் வினையாக ஆரம்பித்து, வெண் ணெய் திருடியது, மண்ணை உண்டது, மாடு மேய்த்தது, ராச லீலை என நம் மில் ஒருவனாக வாழ்ந்த கண்ணனே 'தீராத விளையாட்டுப் பிள்ளை...'

கே: முகவரியை மாற்றுவது போல தலைவிதியை மாற்ற முடியுமா...?

ப: தலைவிதியைக் கூட மாற்றி விடலாம்... ஆனால் இப்போது நிலவும் வீட்டு வாடகை வீச்சைப் பார்த்தால், முகவரியை மாற்றுவது மகா கஷ்டம்... அதையும் மீறி மாற்ற வேண்டிய கட்டா யம் ஏற்பட்டால் அதுதான் நம் தலை விதி...!

கே: மரங்களை மனிதன் வெட்டு வது எதைக் காட்டுகிறது...?

ப: மர மண்டையை...!

கே: கனி கெட்டால் குப்பையிலே... கன்னி கெட்டால்...?

ப: கருப்பையிலே...

கே: உங்களை மாதிரி வேறு யாரா வது இருக்கிறாரா...?

ப: இருக்கிறார்... அவரும் நான் தான்... அவரை நான் பார்த்ததில்லை... ஆனால் அவர்தான் என்னைப் பார்த்துக் கொள்கிறார்...

கே: நீங்கள் சதா மெல்லுவது எது... சூயிங்-கம்மா...? பபிள்-கம்மா...?

ப: 'நாட-கம்...!'

கே: பூக்கள் செடியில் இருக்கும் போது அழகா...? பெண்களின் கூந்தலில் இருக்கும்போது அழகா...?

ப: பூவுக்குப் பிறந்த வீடு, அதாவது 'பூக்ககம்' செடி... புகுந்த வீடு அதாவது 'புக்ககம்' பெண்ணின் கூந்தல்... 'செடி கொடுத்த பூவை' விட, ஆண்டாள் என்ற ஒரு பெண் 'சூடிக் கொடுத்த பூவையே' அரங்கன் ஏற்றுக் கொண் டான்... அதனால் செடி சாதாரணமாகி விடாது. தான் பூவை இழந்து, சூடும் பெண்ணுக்கு சுமங்கலி என்ற அழகைத் தரும் தியாகி செடி...

கே: பிரம்மச்சாரி சரி... அது என்ன கட்ட பிரம்மச்சாரி...?

ப: உடலளவு பிரம்மச்சாரியாக இருப்பது ஒன்று... அதையும் தாண்டி புனிதமாக, உள்ளத்தளவும் பிரம்மச்ச ாரியாக இருப்பவனே, அடுத்தக்'கட்ட பிரம்மச்சாரி...'

கே: உங்களுக்குப் பிடித்த கேள்வி-பதில் பகுதி எது...?

ப: அர்ஜுனன் கேட்ட கேள்விகளுக்கு கண்ணன் கூறிய பதில்கள்...

கே: நவராத்திரியில் 'கொலு' வைப் பதன் தாத்பர்யம் என்ன...?

ப: வழக்கமாக 'கொலுவின்' முதல் படியில் போலீஸ்காரர், பபூன், மளிகைக் கடைக்காரர், ராஜா, ராணி போன்ற மனித பொம்மைகள் வைக்கப்படும்... அடுத்த படியில் காந்திஜி, நேருஜி, ராஜாஜி, போன்ற தேசியத் தலைவர்கள் பொம்மைகள் வைக்கப்படும்... அதற்கும் மேல் படியில் பாரதியார், பரமஹம்சர், விவேகாநந்தர், ரமணர் போன்ற மகான்கள் பொம்மைகள் இடம் பெறும்... உச்சிப் படியில் ராமர், கிருஷ்ணர், அம்பாள், பிள்ளையார் போன்ற தெய்வ பொம்மைகள் கொலு விருக்கும்... படிப்படியாக தனி மனிதன் வளர்ந்து, தேசியமாய்ப் பரந்து, மகா னாய் முன்னேறி, தெய்வமாய்த் திகழும் பரிணாம வளர்ச்சியை நமக்குப் படிப் பினையாகக் காட்டுவதே 'கொலுவின்' தாத்பர்யம்...

கே: வவ்வால் பறவை மட்டும் எப் போதும் தலை கீழாக தொங்கிக் கொண்டிருக்கிறது...? அது அப்படி என்னதான் பாவம் செய்தது...?

ப: வவ்வால் மிகவும் புண்ணியம் செய்த பறவை... அதனால்தான் எப்போ தும் எந்நேரமும் கோவில் கர்ப்பக்கிரகத் தில் கடவுளுக்கு வெகு அருகில் இருக்

கும்... நாம் என்னதான் தலைகீழாக நின்றாலும், கோவில்நடை சாத்திய பிறகு நம்மை உள்ளே விட மாட்டார்கள்...

கே: உமக்கு பறக்கும் சக்தி கிடைத்தால்...?

ப: சந்தோஷத்தில் தரையில் கால் பாவாது...!

கே: நீங்க 'ஆல்வேஸ் வெஜ்ஜா', இல்ல ஆபத்துக்கு பாதகமில்லேன்னு 'நான்-வெஜ்சு சாப்பிடுவதுண்டா'..?

ப: இந்தப் புல் பசித்தாலும் புலியைத் தின்னாது...!

கே: படிப்புக்கும், அறிவுக்கும் சம்பந்தம் உண்டா கிரேசி...?

ப: நான் படித்தது இஞ்சினீரிங்... அதில் பயன்படுத்தியது கொஞ்சனீரிங் தான்... என் அறிவைப் பொறுத்த மட்டில் அது ஆசையாக ஏற்படுத்திக் கொள்ள விரும்பும் சம்பந்தம், நாடகக் கலையை வளர்த்த 'பம்மலுக்-கே-சம்பந்தம்...'

கே: கிரேசி சார், ஆறுவது சினம் என்றால் சூடு ஏற்றப்பட வேண்டியது எது...?

ப: அஞ்சுவது... பாரதியார் சொன்னது போல ரௌத்திரம் பழகி சூடேற்றிக் கொண்டு அஞ்சுவது தவிர்... சூடு அதிகமாகி சினமானால் ஆறுவது தவறேல்...

கே: ஞானக் கண்ணுக்கும், ஊனக் கண்ணுக்கும் என்ன வித்தியாசம்...?

ப: ஞானக் கண்-போதி மரம்... ஊனக் கண்-கபோதி மரம்...

கே: கூட இருந்தே குழி பறிப்பவர்களை என்ன செய்வது...?

ப: முடிந்தால் அவர்களை விட்டு விலகித் தள்ளிப் போய் விடுங்கள்... முடியாவிட்டால் அவர்களை அவர்கள் பறித்த குழியிலேயே தள்ளிவிட்டுப் போய் விடுங்கள்...

கே: மறைந்த வயலின் வித்துவான் குன்னக் குடியார் பற்றி...?

ப: 'வயலின்-வாழ்வும்' என வாழ்ந்த மேதை... ரோம் நகரம் தீப்பற்றி எரியும் போது, நீரோ மன்னன் வயலின் வாசித்தானாம்... நமது குன்னக்குடியார் அன்று இருந்திருந்தால், வயலினில் அமிர்தவர்ஷிணியை வாசித்து மழை பெய்ய வைத்து, எரியும் ரோமாபுரியை அணைத்துக் காப்பாற்றியிருப்பார்... அவரது வயலின் பேசும் 'வாயலின்...'

கே: நமது பெயர் நீடித்து நிலைத்திருக்க என்ன செய்ய வேண்டும்...?

ப: ஆண்களாக இருந்தால் 'மெகா

தேவன்' என்றும், பெண்களாக இருந்தால் 'மெகா லஷ்மி' என்றும் பெயரை மாற்றிக் கொள்ளலாம்... டி.வி. சீரியல் போல நீடித்து நிலைத்து நிற்கும்...

கே: 'குடும்பம்' என்ற கொலுவில் உங்கள் இடம் எது...?

ப: அந்தஸ்தில் 'பொம்மை-ராஜா...' அதிகாரமோ 'அல்லி-தர்பார்...!'

கே: தண்ணீரில் நீச்சல் அடிப்பது வாழ்க்கையில் எதிர்நீச்சல் போடுவது... ஒப்பிடுக...?

ப: தண்ணீரில் நீச்சல் அடிக்க 'மூச்சை' அடக்க வேண்டும்... வாழ்க்கையில் எதிர் நீச்சல் போட 'பேச்சை' அடக்க வேண்டும்...

கே: 'தேமே'ன்னு இருக்க சொல்றாங்களே... அப்படீன்னா இன்னா மீனிங்பா...?

ப: தன் முயற்சியை நம்பாது, 'தெய்வமே' என்று சரணாகதி செய்து இருப்பது... 'தெய்வமேதான்' மருவி 'தேமே'ன்னு ஆகிவிட்டது... மேலும் வடமொழியில் 'தே' என்றால் 'கொடு...' 'மே' என்றால் 'எனக்கு...' பலனை தெய்வத்திடம் விட்டு தேமேன்னு கர்மத்தைச் செய்தால், உனக்கு வேண்டியது கொடுக்கப்படும்... 'ஆமேன்...!'

கே: 'முதியோர் தினத்தன்று' நீங்கள் பீச்சில் வாக்கிங் போனீர்களே... மற்ற நாட்களில் எப்படி...?

ப: வாக்கிங் போனாலும் போகாவிட்டாலும் எல்லா நாட்களுமே முதியோர்-தினம்தான்... நாள் ஆக ஆக நமக்கு வயோதிகம் கூடுவதை நினைவு படுத்தத்தான், தமிழ் காலெண்டெரில் திங்கட் 'கிழ'மை, செவ்வாய்க் 'கிழ'மை, புதன் 'கிழ'மை என்று 'கிழத்தை' சேர்த்திருக்கிறார்கள்... முதியோரைப் பேணும் இளகிய மனம் கொண்ட இளைஞர்கள் ஆவோம் நாம்...

கே: ஆண்களுக்கு 'ஜொள்ளு...' பெண்களுக்கு...?

ப: 'லொள்ளு...!'

கே: சார்...! உங்களுக்கு எந்த பிராண்ட் பால் பிடிக்கும்...?

ப: தரமான பிராண்ட் கேள்விகளைத் தாங்கி வரும், உங்கள் த'பால்...!'

கே: பெண்களின் 'இடையை' சிற்றிடை, மெல்லிடை, கொடியிடை, நூலிடை என்கிறார்கள்... புதுசாக ஒரு உவமை சொல்லுங்க ப்ளீஸ்...?

ப: பெண்களுக்கு இருக்கும் அழகு என்னும் 'ஆஸ்தி'கத்தை, சுமக்கும் இல்லை என்னும் 'நாஸ்தி'கமே இடை...

கே: பெண்களுக்கு முக்கியமான நாள் திருமணநாளா, இல்லை பிறந்த நாளா...?

ப: புகுந்த வீட்டுக்குச் செல்லும் பெண், தாய்மை எனும் அந்தஸ்த்தைப் பெற, புதிதாகப் பிறக்கிறாள்... எனவே திருமணநாள்தான் அவளுடைய பிறந்தநாள்...

33. ரிகர்சல் முக்கியம்!

கே: 'பெட்டர் லக் நெக்ஸ்ட் டைம்' என்று கூறுகிறார்களே, அப்படி என்றால் வெற்றி பெற அதிர்ஷ்டம் தேவையா...?

ப: 'இன்று போய் நாளை வா' என்று

இதைத்தான் ராமன் வேறு விதமாக ராவணனுக்குச் சொன்னான்... அவகாசம் தருகிறேன் இன்று போய் யோசித்துப் பார்... நாளை 'லக்கு'மியை (சீதையை) வந்து என்னிடம் ஒப்படைத்து விடு... அதுதான் உனக்கு "luck'கு என்ற ராமனின் எச்சரிக்கையைப் பத்து தலை இருந்தும் 'மக்கு' ராவணன் புரிந்து கொள்ளவில்லை... வெற்றி பெற, கிடைத்த அவகாசத்தை பயன்படுத்திக் கொள்ளும் அறிவு தேவை... ஆனால் ஒன்று, அவகாசம் கிடைக்க அதிர்ஷ்டம் அவசியம் தேவை...

கே: 'செல்போன்' இல்லாத மனிதன் அரை மனிதன் என்று கூறலாமா...?

ப: "missed call மனிதன்...!'

கே: பதவி வெறி பிடித்தவர்களுக்கு அழிவு எங்கு வரும்...?

ப: 'இரணியனுக்கு' வந்தது போல, 'சிம்மா'சனத்திலேயே அழிவு வரும்... தெய்வம் அமர்ந்தும் கொல்லும்...

கே: மயிலாப்பூரிலேயே இருந்தாலும், எந்த போலீஸ்காரராவது தன் மகனுக்கு 'கபாலி' என்று பெயர் வைப்பாரா...?

ப: சர்தான்... சார் மயிலாப்பூருக்கு காவல் தெய்வமே கபாலீஸ்வரர்தான்... பெண் போலீஸ் மேடம் கற்பகாம்பாள்...

கே: மன்னிக்க முடியாத குற்றம் எது...?

ப: மன்னிக்க மறுக்கும் பிடிவாத 'மன்னிதனாக' இருப்பது...

கே: கிரேசியாரே, ஏழைப் பங்காளன் என்றால் என்ன...?

ப: இப்போதெல்லாம், ஏழையின் பங்கை ஆள்பவனே ஏழைப் பங்காளன் என்றாகி விட்டது...

கே: கலைமாமணி பூர்ணம் விஸ்வ நாதன் அவர்களின் மறைவு...?

ப: நமக்கு நஷ்டம்... சொர்க்கத்திற்கு லாபம்... பூர்ணம் சார் நடித்த 'நரேந் திரனின் வினோத வழக்கு' நாடகத்தை எழுதிய, சுஜாதா அவர்கள் நிச்சயம் பூர்ணம் வருவது தெரிந்து 'தேவேந் திரனின் வினோத வாழ்க்கை' என்ற நாடகத்தை எழுதி ரெடியாக வைத்தி ருப்பார்... இந்நேரம் அந்த நாடகம்

கே: கிரேசியால் மறக்க முடியாத தீபாவளி எதுவோ...?

ப: 1952ம் வருடத்தில் அக்டோபர் மாதம் வந்த தீபாவளி... மறக்க முடியாத அந்த தீபாவளி அன்று நிகழ்ந்தது எல்லாமே, துரதிஷ்டவசமாக எனக்கு மறந்து விட்டது... ஒன்றே ஒன்றைத் தவிர... அன்று நான் அழுதேன்... நகைச்சுவை எழுத்தாளராக வருவேன் என்று தெரிந்திருந்தால் 'நான் சிரித்தால் தீபாவளி' என்று வாய்விட்டு நிச்சயம் சிரித்திருப்பேன்... அந்த தீபாவளி அன்று பிறந்ததால் வேறு வழியில்லாமல், 'நான் அழுதால் தீபாவளி' என்று ஆகிவிட்டது... பி.கு நகைச்சுவை உணர்வு உள்ளவன் என்பதை நிரூபிப்பது போல, 'கோ'வென்று அழுவதற்கு பதிலாக 'சோ' வென்று அழுததாக என் அப்பா சொன்னார்...

கே: யாரிடமாவது, கேட்கக்கூடாத கேள்வியைக் கேட்டு, வாங்கிக் கட்டிக் கொண்ட அனுபவம் உண்டா...?

ப: நண்பனின் கல்யாணத்தின்போது, சத்திரத்தில் வேட்டி நழுவ தூங்கிக் கொண்டிருந்த ஒரு ஆசாமியை வற்புறுத்தி எழுப்பி, 'நீங்கள் கட்டிக் கொண்டிருப்பது உங்கள் வேட்டிதானா?' என்று தில்லாகக் கேட்டேன்... கேட்கக் கூடாத எனது கேள்வியைக் கேட்ட அந்த ஆசாமி துளிக் கூட கோவப்படாமல், தூக்கக் கலக்கத்திலும் தெளிவாக 'இல்லை இது உங்கள் வேட்டிதான்' என்று தளுக்காக் கூறிவிட்டு, எனது வேட்டியைக் கழட்டி என்னிடம் பவ்யமாக தந்துவிட்டு, அங்கு தொங்கிக் கொண்டிருந்த என் நண்பனின் வேட்டியை, உரிமையோடு உருவி சுபாவமாகக் கட்டிக் கொண்டு பழயபடி தூங்க ஆரம்பித்தார்... ஆக அன்று, அவரிடம் 'கேட்கக் கூடாத கேள்வியைக் கேட்டதால், வாங்கிக் கட்டிக் கொண்டேன்', எனது வேட்டியை...

'இந்திரசபா'வில் அரங்கேறியிருக்கும்...

கே: ஆண்கள்-பெண்கள், இருவரில் பொருட்களை வாங்கும்போது, பேரம் பேசி வாங்குவதில் யார் கில்லாடி...?

ப: யார் கில்லாடி என்பதற்கு பதில், யார் கில் "lady" என்று கேட்டிருந்தால், கேள்வியே பதிலாகியிருக்கும்...

கே: அந்திம காலத்தில் பாவங்களைத் தொலைக்கத்தானே, காசி-யாத்திரை செல்வார்கள்... நீங்கள் திருமணத்தன்றே காசி-யாத்திரை சென்றதேன்...?

ப: நான் நாடகக்காரன்... ரிகர்சல் இல்லாமல் எந்த காரியமும் செய்ய மாட்டேன், including காசி-யாத்திரை...

கே: பொண்ணுங்களோட பேசுறத ஏன் சார் 'கடலை' போடறதுன்னு சொல்றாங்க...?

ப: 'கடல்ல' போடறதைத்தான், 'கடலை' போடறதுன்னு சொல்றாங்க... ஆத்துல மட்டுமில்லை கடல்லயும் அளந்துதான் போடணும்... பொண்ணை இம்ப்ரெஸ் பண்ணறதுக்காக இஷ்டத்துக்கு உங்களை பத்தி அளந்து வுட்டீங்கன்னா அது அப்பால கடல்ல கரைச்ச பெருங்காயமா காணாம பூடும்...

கே: கம்பருக்கும், சூத்திரத்திற்கும் என்ன சம்பந்தம்...? அது என்ன கம்ப-சூத்திரம்...?

ப: கதை சொல்பவனை சூத்திரதாரி என்பார்கள்... 'கள்ளிருக்கும் மலர்க் கூந்தல் ஜானகியை மனச் சிறையில் கரந்த காதல்-உள்ளிருக்கும் எனக் கருதி உடல் புகுந்து தடவியதோ ஒருவன் வாளி...' ராமன் எய்த அம்பு ராவணனின் மார்பைப் பிளந்து உள்ளே சென்று, அவன் இதயத்தில் ஒளிந்து கொண்டிருக்கும் சீதையின் மீது கொண்ட ஆசையை தேடிப் பிடித்துக் கொன்று அறவே அழித்ததாம்... கதாபாத்திர அந்தஸ்தை அம்புக்கும் அளித்தவன்

கம்பன்... அவனை விட ஒரு கெட்டிக் கார சூத்திரதாரி, 'க.மு.க.பி' (கம்பனுக்கு முன்-கம்பனுக்குப் பின்) இரண்டிலும் கிடையாது...

கே: ஆத்மா-மகாத்மா, இரண்டுக் கும் என்ன வித்தியாசம்...?

ப: ஆத்மா-சாந்தி, மகாத்மா-காந்தி...

கே: பைத்தியத்துக்கும், நமக்கும் என்ன வேறுபாடு...?

ப: தான் பைத்தியம் என்பது பைத் தியத்துக்குத் தெரியாது... நமக்குத் தெரியும்...

கே: கேள்வி சீரியசாக இருந்தால் கூட விளையாட்டாக பதில் சொல்கிறீர் களே...?

ப: விளையாட்டுதான் விடையில் முடியும்...

கே: பிறரது பாராட்டை எதிர்பார்க் கும் பலவீனம் உங்களிடம் உள்ளதா...?

ப: பலமான பாராட்டை எதிர்பார்த்து ஏங்கும் பலவீனம் அடியேனுக்கு அபரிமிதமாக உண்டு... 'குழந்தையும் தெய்வமும் மட்டுமில்லை, கிரேசியும் கொண்டாடும் இடத்திலே...'

கே: தன்னை உயர்த்தி செய்யும் விவேக்கின் நகைச்சுவை, தன்னை தாழ்த்திச் செய்யும் வடிவேலுவின் நகைச்சுவை... இரண்டில் எது சிறந் தது...?

ப: நகைச்சுவை என்பது குழந் தைக்குச் சமானம்... இதில் 'தாழ்ச்சி, உயர்ச்சி சொலல் பாவம் பாப்பா...'

கே: காதல் ஒரு நோயா...? இல்லை நோய் தீர்க்கும் மருந்தா...?

ப: ஐ.சி.யு... intensive care unit... டாக் டர்.வள்ளுவர் தனது prescriptionனில், காதலி தனது ஒரு கண்ணால் காதல் என்ற நோயையும், மறு கண்ணால் அந்த நோயைத் தீர்க்கும் மருந்தையும் தரு வதாகக் கூறுகிறார்... ஆக காதல் என் பது காதலியின் "eye see you'வைப் பொறுத்தது...

கே: கிரேசி உங்களுக்கு மழை பிடிக் குமா...? குடை பிடிக்குமா...?

ப: வேறு யாராவது குடை பிடித்தால், எனக்கு மழை பிடிக்கும்...!

கே: சிறு வயது பல்லாங் குழி ஆட் டம் பற்றி...?

ப: இளமையில் 'பல்லாங் குழி' ஆட்டம்... முதுமையில் ஆட்டம் ஓய்ந்ததும் 'பல்லெல்லாங் குழி...'

கே: நகைச்சுவையை ரசிக்கும் பலரால் நகைச்சுவையாகப் பேச முடி வதில்லையே...ஏன்...?

ப: கடவுளையும், காமெடியையும் 'விண்டவர் கண்டிலர்...'

கே: 'காக்கை உட்காரப் பனம் பழம் விழுந்தால்' நமக்கு அதிர்ஷ்டம்தானே...?

ப: சொல்லமுடியாது... நாம் குருவி யாக இருந்தால், அதுவே 'குருவி தலை யில் பனங்காயாகி விடும்...'

34. சிக்கனம் விளக்கம்!

கே: டாக்டரிடம் ஊசி போட்டுக் கொள்ள பயப்படுவீர்களா...?

ப: அதற்காக தையற்காரரிடம் ஊசி

போட்டுக் கொள்ள முடியுமா...!

கே: இந்த 'பறக்கும் தட்டுனு' சொல் றாங்களே... அந்தத் தட்டுல ஏதாவது போட்டு சாப்பிடலாமா கிரேசி...?

ப: வேறு கிரகத்திலிருந்து வருவது பறக்கும் தட்டு... இன்னொருத்தர் வீட்டு (கிரகம் என்றால் வீடு) தட்டில் எதுக்காக சாப்பிடறீங்க... எச்சில் வேண்டாமே!... மேலும் பறக்கும் தட்டில் சாப்பிட்டால் ஒரு பிரச்சனை இருக்கு... பசி வந்தால் தட்டும் பறந்து போகும்...!

கே: மழையைப் பற்றி நச்சுனு ஒரு புதுக்கவிதை சொல்லுங்க பாப்போம்...?

பெய் என்றாள் பத்தினி
போதும் நில் என்றாள் பட்டினி
பெய்த மழை பத்தினியை மட்டும்
நனைத்தது...

கே: கடிதம் எழுதும் பழக்கமே தேய்ந்து போய் விட்ட இக்காலத்தில், பாதாளம் போன்ற தபால்பெட்டிகள் தேவைதானா...?

ப: 'நேரா போய் இடது பக்கம் திரும் பினா ஒரு தபால்பெட்டி வரும்... அதை ஒட்டிய சந்துல அஞ்சாம் நம்பர் வீடு தான் என்னுது' என ஏதோ ஒரு விதத்தில் சரியான அட்ரசுக்கு வழி காட்டுகிறது தபால்பெட்டி... இருந்து விட்டு போகட்டும்...

கே: ஆத்திரத்துக்கும், புத்திக்கும் என்ன சம்பந்தம்...?

ப: 'ஆத்திரக்காரனுக்கு புத்தி மட்டும்'தான்... இதயம் இருக்காது...

கே: என் மனைவி என்னை 'கூறு கெட்டவன்' என்கிறாள்... 'கூறு கெட்டவன்' என்றால் என்ன...?

ப: நான்கு சுவற்றுக்குள் நடந்ததை, நாலு பேருக்குத் தெரியும் வண்ணம், என்னமோ விருது கிடைத்தது போல பெருமையாகக் கேட்கிறீர்களே... இதுதான் 'கூ.கெ' தனம்... ஏதோ இந்த மட்டும் புனைபெயரில் கேட்டீர்களே... அந்த அளவுக்கு உங்கள் கூறு கெடாமல் காப்பாற்றப்பட்டது...

கே: பொங்கலுக்கும், தீபாவளிக்கும் என்ன வித்தியாசம்...?

ப: பொங்கல்- 'வயலும் வாழ்வும்...' தீபாவளி-'ஒளியும் ஒலியும்...'

கே: உங்களின் 'இளமை' வயது என்ன...?

ப: ஹை... இப்பவே கேட்டா எப்படி!... இன்னும் ஒரு முப்பது வரு ஷம் போகட்டும்... சொல்றேன்...!

கே: அழகிகள்தான் காதலிக்கப் படுகிறார்கள்... சரிதானே கிரேசி...?

ப: அழகுக்காக ஒருத்தி காதலிக்கப் படுவதில்லை... காதலிக்கப்படுவதால் அவள் அழகியாகிறாள்...

கே: தங்களுடைய இந்தக் கேள்வி பதில், புத்தகமாக வெளி வந்தால், அந்தப் புத்தகத்துக்கு என்ன தலைப்பு வைப்பீர்கள்..?

ப: 'கிரேசியைக் கேளுங்கள்' என்று இந்தப் பகுதிக்கு தலைப்பைக் கொடுத்த 'கல்கியைக் கேளுங்கள்...'

கே: உலகம் black and white ஆகி விட்டால்...?

ப: கடவுளின் கையெழுத்தைக் காணலாம்... colour இல்லாததால் 'வானவில்' இருக்க முடியாது... 'இத்து டன் மழை முடிந்தது' என்று வானத்தில்

எழுதிக் காட்ட வேண்டிய கட்டாயம் கடவுளுக்கு வரும்...

கே: காரண-வாதி, காரிய-வாதி... இரண்டுக்கும் ஒரு உதாரணம் ப்ளீஸ்...?

ப: காதலித்தவளையே கல்யாணம் செய்து கொள்பவன் காரண-வாதி... கல்யாணம் செய்து கொண்டவளை காதலிப்பவன் காரிய-வாதி...

கே: பெண்கள் கோவம் வந்தால் ஏன் கிரேசி, மோவாயால் தோளில் இடித்துக் கொள்கிறார்கள்...?

ப: மேனரிசத்தில் இந்த 'மோவாய்-தோள் மோதல்' மட்டும், பெண்களின் பிரத்யேக "wo mannerism'...

கே: இதயத்தில் இடம் கொடுத்து காதலிப்பவர்களுக்கு இதய நோய் வருமா...?

ப: வாரி வாரி வழங்கும் வள்ளலுக்கு கை வலி வருமா...!

கே: 'சுய சரிதை' எழுதும் உத்தேசம் உண்டா...?

ப: உத்தேசமா, பயங்கர உத்வேகமே உண்டு... ஆனால் யாருடைய சுய சரிதையை எழுதுவது என்பது இன்னமும் முடிவாகவில்லை...!

கே: நாடகத்தில் நடிக்க ஆசையாக இருக்கு... ஆனால் வீட்டில் அதற்கு எதிர்ப்பு... வீட்டிற்கு தெரியாமல் நடிக்க வழி உண்டா கிரேசி...?

ப: வானொலி நாடகத்தில் வாய் பேச முடியாத ஊமை அசரீரி ரோலில் நடியுங்கள்... வீட்டிற்கு என்ன, நீங்கள் நடித்தது உங்களுக்கே தெரியாது...

கே: பெண்களின் ஆயுதம் கண்ணீர்... ஆண்களின் ஆயுதம்...?

ப: பெண்களின் கண்ணிருக்கு முன் செல்லுபடி ஆகாத கானல் நீர்... ஆண்-பெண் யுத்தத்தில் ஆண் எப்போதுமே நிராயுதபாணிதான்...

கே: எது சிக்கனம்...?

ப: தொப்பை தொந்தி இல்லாமல் ஸ்லிம்மாக, 'சிக்'கென்று 'கனம்' இல்லாமல் இருப்பதே சிக்கனம்...

கே: நமக்கு உபயோகப் படாதவைகளைத்தான் நாம் 'ஆத்துல' போடுகிறோம்... அதை ஏன் வீணாக 'அளந்து' போடணும்...?

ப: வெளியே போகும்போது போட முடியாத அளவுக்கு, அளவு குறைவான உடைகளை, 'ஆத்துல' அதாவது வீட்டுல இருக்கும்போது போட்டுக் கொள்கிறோம்... ஆத்துலதானே இருக்கோம் என்பதற்காக, அரைகுறையாக இருக்கக் கூடாது... திடீரென்று விருந்தாளி யாராவது வந்துவிட்டால், அளவு குறைவான ஆடையில் இருக்கும் நம்மைப் பார்த்து, 'ஷேம் ஷேம் பப்பி ஷேம்' பாடி கேலி செய்யக்கூடும்... ஆகவே 'ஆத்துல' போட்டாலும் சரியான அளவு உடையாகப் பார்த்து 'அளந்து' போடணும்...

கே: ஒரு திருமணமான பெண்ணின் பெயர் அவள் கணவன் பெயருடன் சேர்த்து அறியப்படும் போது, ஆண்கள் மட்டும் ஏன் அப்படிச் செய்வதில்லை...?

ப: இந்தக் கேள்வியை எனது இலக்கிய நண்பனும்-இசை அமைப்பாளனுமான ரமேஷ் வினாயகத்திடம் சொன்னபோது, பளிச்சென்று கீழ்க் கண்ட பதிலைச் சொன்னார்... 'தெய்வங்களே... உமா மகேஸ்வரன், ஜானகி ராமன், ராதா கிருஷ்ணன், வள்ளி நாயகம் என்று தத்தம் மனைவியை முன்னிருத்திதான் தம்மைக் கூறிக் கொள்கின்றன... எனவே கோபாலன் பத்மாவை, பத்மாகோபாலன் என்று மாற்றிக் கொள்ளச் சொல்லவும்' என்றார் வித்யா ரமேஷ் வினாயகம்...

கே: கல் ஒன்றை எடுத்தேன்... அதை நாய் ஒன்று பார்த்தது... நான் கல்லை

எடுத்தது நாயை அடிப்பதற்காக அல்ல... அப்படியிருந்தும் அது ஓடியது... ஏன்...?

ப: 'கல்லைக் கண்டால் நாயைக் காணோம்' என்ற பழமொழியைக் காப்பாற்றுவதற்காக ஓடியிருக்கலாம்... அது சரி தெருவில் கிடக்கும் கல்லை நீங்கள் ஏன் எடுத்தீர்கள்...!

கே: குடிக்கின்ற ஆண்களை, ஏன் பெண்கள் பொதுவாக விரும்புவதில்லை...?

ப: தான் இருக்க வேறு ஏதோ ஒன்றுக்கு முட்டாள்தனமாக மயங்கி, ஆயுசு பூரா அதற்கு அடிமையாகி ஆண்கள் கிடப்பதை, இளகிய மனம் கொண்ட பெண்களால், பாவம் பொறுத்துக்கொள்ள முடியாது...

கே: கிரேசி குருவே... முற்றும் துறக்க வழி என்னவோ...?

ப: சிஷ்யா மெகாசீரியல் எழுது... முற்றும் போடுவதைத் துறந்து முடிவில்லாமல் இழுத்தடிக்கும் உபாயத்தை அறிவாய்...

கே: 'அளவுக்கு மீறினால் அமிர்தமும் விஷம்...' எப்படி வந்தது...?

ப: கடைந்ததில் வந்தது... அளவுக்கு மீறி அமிர்தத்தை வேண்டி, பாற்கடலைக் கடைந்ததில் ஆலகால விஷம் வந்தது...

கே: Villain என்ற ஆண்பால் ஆங்கிலேய வார்த்தைக்கு பெண் பால் Vamp... ஆனால் எல்லோரும் 'வில்லி' என்கிறார்களே... தவறில்லையா...?

ப: தவறுதான்... வேண்டுமானால் villaini பழிக்குப் பழி வாங்க (வழக்கமாக இந்த ப.ப வாங்குதல் வில்லன் வேலை) நாம் இனி அவனை vampan என்று அழைக்கலாம்...

கே: தமிழ் இலக்கண 'கிளவிக்கும்', கிராமத்து 'கிழவிக்கும்' உச்சரிப்பைத் தவிர வேறு ஏதாவது ஒற்றுமை இருக்கா சார்...?

ப: பிறக்கும் போது சேர்ந்து பிறந்த 'ரெட்டைக் கிழவிகள்', வேகமாக 'குடு குடுவென்று' போனால் 'ரெட்டைக் கிளவிகள்...'

கே: கடவுள் பூமிக்கு அனுப்பும் கடைசி மனிதன் எப்படி இருப்பான்...?

ப: கடைசி மனிதன் வரப்போகும் அடுத்த யுகத்தின் முதல் மனிதனாக இருப்பான்... கடவுள், முன்பு தான் செய்த தவறை சரி செய்ய இம்முறை அம்மனிதனை, ஆப்பிள் கடிக்க முடியாதபடி பல்லில்லாத பொக்கையான ஆதாமாக அனுப்புவார்...

ப: கே: மரண பயம் என்பது எப்படி இருக்கும்...?

ப: இந்தக் கேள்விக்கு பதில் சொல்ல நான் 'கோஸ்ட்-ரைட்டராக' மாற வேண்டும்... பய-டேட்டா வாழ்க்கைக் குத்தான்... பயத்துக்கு டாட்டா மரணத்தில்...

35. புளியோதரைக்கு சைட்டிஷ்!

கே: உண்ணாவிரதம், மவுன விரதம்... இரண்டில் எது கஷ்டம்...?

ப: வாயைக் கட்டிப் போட்டாலும் போடலாம், வயிற்றைக் கட்டிப் போட முடியாது... காலியான வயிறு சத்தம் போட்டுப் பேசி 'உண்ணா ப்ளஸ் மவுன விரதம்' இரண்டையும் கலைத்து விடும்...

கே: ஒரு மருமகளை ஒரு மாதிரியாகவும், இன்னொரு மருமகளை வேற ஒரு மாதிரியாகவும் பார்க்கும் மாமியாரைப் பற்றி என்ன நிநனைக்கிறீர்கள்...?

ப: அந்த மாமியாருக்கு ஒன்றரைக் கண் என்று நினைக்கிறேன்...

கே: மகாபாரதத்தில் வள்ளல் தன்மைக்கு, கர்ணன் பாத்திரம்... அதே மகாபாரதத்தில் கஞ்சத்தனமான கதாபாத்திரம் எது...?

ப: ஐந்து பிள்ளைகளுக்கு ஒரே ஒருத்தியைக் கட்டி வைத்து, பஞ்ச பாண்டவர்களை கஞ்ச பாண்டவர்களாக்கிய குந்தி...

கே: 'வாழ்க்கை' பற்றி ஒரு ஹைகூ ப்ளீஸ்...?

தோல்விப் பழத்தோலில் வழுக்கி
வெற்றிப் பசும் பாலில் விழல்
வழுக்கையால் வந்த வாழ்க்கை...

கே: ஒரு நாளைக்கு 24 மணி நேரம் இருந்தாலும் பத்த மாட்டேங்குதே கிரேசி... என்ன செய்யலாம்...?

காலெண்டருடன் தொங்கி
கடிகாரத்துடன் சுற்றி
காலப் போக்கில்
கணிதமாகாதே...
கண்மூடி காலத்தை வென்று
புனிதமாகு...

கே: வாலிபத்தில் தங்கள் 'கனவுக் கன்னி' யார்...?

ப: இன்றும் கனவில் வரும் அதே 'கிழக்கன்னிதான்...'

கே: சிலப்பதிகாரத்தில் தங்களைக் கவர்ந்த பாத்திரம் எது...?

ப: 'உன்னை விட உன் தம்பி பேரும் புகழும் பெறுவான்' என்று ஜோஸ்யன் சொன்னதைக் கேட்டு அண்ணனின் முகம் வாடியது... அண்ணனின் வருங் கால கவலையைப் போக்க அன்றே துறவறத்தை மேற்கொண்டான் தம்பி... தந்தையின் காதலுக்காக பிரம்மச்சரியம் ஏற்றுக் கொண்ட பீஷ்மரின் சபதத்திற்கு சமமானது அந்த தம்பியின் தியாகம்... அந்த அண்ணன் சேரன் செங்குட்டுவன்... தம்பி, ஜோஸ்யன் சொன்னது போல அண்ணனை விட பேரும் புகழும் பெற்ற, சிலப்பதிகாரத்தை எழுதிய இளங்கோ அடிகள்...

கே: உங்களைக் கவர்ந்த கார்ட்டூனிஸ்ட்...?

ப: 'சிரிப்புத் திருடன் சிங்காரம், ரெட்டை வால் ரெங்குடு, முன்னெச் சரிக்கை முத்தண்ணா' போன்ற உற்சாகங்களை உலவவிட்ட, இந்தியாவின் வால்ட்-டிஸ்னி 'ஹாய்-மதன்...'

கே: கனவுக்கும், நனவுக்கும் என்ன வித்தியாசம்...?

ப: கனவு-நாம் மட்டுமே காணும் நனவு... நனவு-நாம் காண்பதை மற்றவர்களும் காணும் கனவு...

கே: அஞ்சு பொண்ணுங்களைப் பெத்தவன் ஆண்டி... அப்ப அஞ்சு புள்

ளைங்களைப் பெத்தவன் என்ன...?

ப: அந்த ஆண்டிக்கு சம்பந்தி...

கே: அமெரிக்காவுக்கு வேலைக்குச் செல்லும் இளைஞர்களுக்கு தாங்கள் சொல்ல விரும்புவது...?

ப: தாராளமாக சென்று சம்பாதியுங்கள்... ஆனால் தாய், தந்தையை மறந்து விடாதீர்கள்... சம்பாதிக்க ஒபாமா... செலவழிக்க ஒங்கப்பாம்மா...!

கே: பூவோடு சேர்ந்து நாரும் மணக்கும் என்கிறார்களே... மெய்யாவா கிரேசி...?

ப: சொல்ல முடியாது... சில சமயத்தில் நாரோடு சேர்ந்து பூவே நாறிடும்...

கே: எங்க சூர்யாவின் நடிப்பு எப்படி 'வாரணம் ஆயிரத்தில்...'

ப: 'பூரண பொற்குடம்' நம்ப சூர்யா...

கே: எண்பத்தியாறு வயதைத் தாண்டிவிட்ட எனக்கு நீங்க சொல்ல நினைப்பது என்ன...?

ப: same pinch... நானும் எண்பத்தியாறைத் தாண்டிவிட்டேன்... 'க்ரேஸியைக் கேளுங்கள்' இந்த வாரத்துடன் எண்பத்தியேழாகிறது... 'எண் பத்தியாரு' எதைக் கேட்டாலும் பதில் சொல்லாம நாம இருவரும் நூறு தாண்டும் வரை கேள்விக் குறியாக இருந்து விடுவோம்...

கே: கல்யாண மாலை நிகழ்ச்சியில் மணமகன் தேடும் பெண்கள் எல்லாமே, என்னை அனுசரித்து போகின்ற மாதிரி வரன் வேண்டும் என்கிறார்களே... ஏன் அப்படி...?

ப: இந்த விஷயத்தில் 'பெண் புத்தி முன் புத்தி...' பெண்கள், வரும் முன் காப்பவர்கள்... ஆண்கள், வந்த பின் தோப்பவர்கள்...

கே: மகாபாரத்தின் ஹீரோ கிருஷ்ணரா... அர்ஜுனரா...?

ப: இருவரும் இல்லை... மகாபாரதம், பாஞ்சாலி என்ற ஹீரோயின் ஓரியண்டெட் சப்ஜெக்ட்... அதனால் தான், 'தருமனின் சூது', 'கண்ணனின் தூது' என்று தலைப்பிடாமல் 'பாஞ்சாலி சபதம்' என பெயரிட்டார் பாரதியார்...

கே: நாம தூங்கறதை மட்டும் நம்மால, பாக்கவோ, உணரவோ முடிவதில்லையே...?

ப: 'நல்லா தூங்கினேன்' என்று அந்த அனுபவத்தை சொல்ல வைப்பவன் எவன்... முதலில் அந்த அவனைக் கண்டுபிடியுங்கள்... அதுதான் விழிப்புணர்வு... அப்புறம் பாருங்கள், மற்றவர் தூக்கத்தில் நாம் ஓய்வு பெறலாம்...

கே: புளியோதரைக்கு பொருத்தமான சைட்-டிஷ் எது...?

ப: பார்த்தசாரதி பெருமாளைத் தொட்டுக் (கும்பிட்டு) கொண்டு, புளியோதரையை சாப்பிடுங்கள்... வாழ்க்கை அக்காரவடிசலாக தித்திக்கும்...

கே: விரும்பியது கிடைப்பதற்கும், கிடைத்ததை விரும்புவதற்கும் சரியான எடுத்துக்காட்டு...?

ப: விரும்பியது கிடைப்பது -

இளமை... கிடைத்ததை விரும்புவது- முதுமை... கிடைக்காததை விரும்பாமல் இருப்பது - புத்தி கூர்மை...

கே: சின்ன வயதில் ‘காமிக்ஸ்’ புத்தகம் படித்ததுண்டா...?

ப: ‘காமிக்ஸ்’ புத்தகம் படித்துக் கொண்டிருக்கும் வரையில் நமக்கு சின்ன வயதுதான்...

கே: ‘god created light’ என்கிறார்கள்... அப்ப அதற்கு முன்பு கடவுள் இருட்டில் இருந்தாரா...?

ப: அந்த வாசகத்தில் கூறப்படும் light, சாதாரண பல்ப் வெளிச்சமாக, லைட்டாக எடுத்துக் கொண்டால் நீங்கள் ஒரு ‘ட்யூப்-லைட்...’ ஆதி- அந்தம், நெருப்பு-குளிர், இருள்-வெளிச்சம் இப்படி வேறுபாடுகளைக் கடந்தவனே கடவுள்... அவன் படைத்தது அஞ்ஞான இருட்டை நீக்கும் ஞான-ஒளி...அது தான் அண்ணாமலையில் தீபமாகவும், சபரியில் ஜோதியாகவும் நமக்குள் ஆன்மாவாகவும் ஒளிர்கிறது...

கே: தோல்வியின் ரகசியம் என்ன...?

ப: வெற்றியின் தம்பட்டம்...!

கே: காரணம் பார்க்காமல் செய்யும் காரியம் எது...?

ப: இறந்த காரணம் பார்க்காமல் செய்யப்படும் ‘ஈமக்காரியம்...’ அனாதைப் பிணங்களுக்கு இந்தக் காரியத்தை நாம் காரணம் பார்க்காமல் செய்தால் கடவுள் நம்மைப் பார்ப்பான்...

கே: குனியக் குனிய குட்டுபவன் புத்திசாலியா.. முட்டாளா...?

ப: குட்டுபவன் குட்டாள்... குட்டக் குட்டக் குனிபவன் முட்டாள்... குனியக் குனிய குட்டுவதற்காக குட்டுபவனும் குனிய வேண்டி வரும்... ஆக இவனும் குட்டுப் படாமலேயே குனிந்த ஆழமான அடிமுட்டாள்...

கே: உப்பில்லா பண்டம் குப்பையிலே அப்படீன்னு சொல்றாங்களே... அல்வாவை நாம குப்பையிலா போடறோம்...?

ப: இப்ப இருக்கற ஆ.க, sugarருக்கு, அல்வாவை குப்பையில்தான் போடணும்... உப்பில்லா பண்டத்தைதான் தொப்பையிலே போடணும்...

கே: கையெழுத்து சுமாராக இருந்தால் தலையெழுத்து பிரமாதமாக இருக்கும் என்கிறார்களே...?

ப: வழக்கமா கையெழுத்து பிரமாதமா இருந்தா தலையெழுத்து சுமாரா இருக்கும்னு சொல்லுவாங்க... ஆனா உங்க கையெழுத்துல, இது மாறி இருக்கு... பரவால்லை, பதில் சொல்ல வேண்டியது என் தலையெழுத்து... எனக்குத் தெரிந்த ஒருவரின் கையெழுத்து, கோழி டிக்டேட் பண்ணி வான் கோழி நோட்ஸ் எடுத்தா மாதிரி, ஏக கிறுக்கலா இருக்கும்... உங்க கேள்வியின்படி அந்தக் கோணல் கையெழுத்துக்கு கம்பெனி ஜெனரல் மேனேஜரா இருக்க வேண்டிய அவர், முப்பது வருஷமா டைப்பிஸ்டா இருக்கார்... ஒரு வேளை தட்டெழுத்துக்காரராக அவர் இருப்பதால் Mr.தலையெழுத்துக்கு அவர் கையெழுத்து தெரியாமல் போய் விட்டதோ என்னவோ... இது கூட தலையெழுத்துதான் பாவம்... ஆனால் ஒன்று, தலையெழுத்து நன்றாக இருந்தால், கைநாட்டாக இருந்தாலும் ஆட்டோகிராப் போடும் அளவுக்கு அந்தஸ்து கிடைக்கும்...

36. ஸ்பெக்ஸ் காரணம்!

கே: கவிதைக்குப் பொய் அழகு... நாடகத்திற்கு...?

ப: 'மெய்' அழகு... 'லைவ்' ஆக நடித்துக் காட்டப்படுவதால்...

கே: பானை போல் வயிறு (தொப்பை) இருப்பதாக மனைவி கூறுகிறாள்... அவளுக்கு என்ன பதில் சொல்வது...?

ப: 'பானை (கைப்) பிடித்தவன் பாக்கியசாலி' என்று கூறுங்கள்.

கே: மனிதனை விட குரங்குக்கு ஞாபக சக்தி அதிகம் என்கிறார்களே...?

ப: உருவாக்கியவர்களை மறந்து விடுவது மனித சுபாவம்...!

கே: திருமணங்கள் சொர்க்கத்தில் நிச்சயிக்கப்படுவது உண்மையா...?

ப: போன ஜென்மம் வரை, நான் பார்த்த வரையில் உண்மைதான்... இப்ப என்ன சிலபெஸ் மாறியிருக்கோ...! போய்ப் பார்த்தாத்தான் சொல்ல முடியும்...

கே: எப்படி மரணம் நிகழ்ந்தால் நம்மை அது சோகத்தில் ஆழ்த்தாது.. கிரேசியான பதில் ப்ளீஸ்...?

ப: குளிக்கும் போது நாம் கரைந்து போய் தண்ணியோட தண்ணியாக சாக்கடைக்குள் சென்று விட்டால்... மறைந்த சாரி கரைந்த நமக்கு மரண பயத்தை விட மரண ஆச்சரியம்தான் மிஞ்சும்... நம்மைச் சேர்ந்தவர்கள், காணாமல் போன நம்மை தேடி காலத்தை தள்ளுவார்கள்...சோகத்தை விட மர்மம் பெட்டர் இல்லையா...?

கே: எது டூ மச்...?

ப: குசேலன் அவன் மனைவி சுசீலை two... இந்த twoவுக்குப் பிறந்த குழந்தைகள் too much ...

கே: வெள்ளித் திரைக்கும், உள்ளத் திரைக்கும் என்ன வித்தியாசம்...?

ப: ஒளி வீச காட்சிகள் தெரியும் வெள்ளித் திரையில்... காட்சிகள் மறைய ஒளி வீசும் உள்ளத் திரையில்...

கே: பாவம் செய்து விட்டு புண்ணியம் செய்யலாமா...? புண்ணியம் செய்து விட்டு பாவம் செய்யலாமா...?

ப: பாவம் சார் புண்ணியம்... அதை யேன் இந்த விளையாட்டுல இழுக்க றீங்க... பாவம் செய்து விட்டு செய்வது பரிகாரம்...புண்ணியம் செய்து விட்டால், பிறகு நினைத்தாலும் பாவம் செய்ய முடியாது...

கே: தேர்தல் பிரசாரக் கூட்டத்தில் உங்களைப் பேச அழைத்தால் கூட்டம் கூடுமா...?

ப: எக்கச்சக்கமாய்க் கூடும்... எதிர் கட்சிக்கு...!

கே: 'எமனுக்கு' இரக்க சிந்தனையுள்ள 'தர்மன்' மகனாக எப்படி பிறந்தான்...?

ப: ஸ்பெல்லிங்க் மிஸ்டேக்... எமனின் 'இறக்கசிந்தனையில்' உள்ள பெரிய 'ற'வை, சின்ன 'ர' என்று நினைத்து 'இரக்கசிந்தனையோடு' தர்மன் பிறந்து விட்டான் போலும்...

கே: பூவுக்கும், சிரிப்'பூ'வுக்கும் என்ன ஒற்றுமை...?

ப: இரண்டும் மலர இதழ்கள் தேவை... வழக்கமாக வித்தியாசம்தான் கேட்பார்கள்... ஒற்றுமையைக் கேட்ட நீங்கள் வித்தியாசமானவர்தான்...

கே: அலையும் மனதை அடக்குவது எப்படி கிரேசி...?

ப: மனம் ஒரு திருடன்... திருடன் கையில் சாவியைக் கொடுத்து விடுங்கள்... மனம் போன போக்கில் key கொடுத்த பொம்மையைப் போல அலைந்து களைத்து அடங்கிவிடுவான்... அப்பால சாவியோடு திருடனும் 'பூட்ட' கேஸுதான்...

கே: உங்கள் நீண்ட நாள் ஆசை...?

ப: நீண்ட நாள்தான்...!

கே: நெய்க்கு தொன்னை ஆதாரமா...? தொன்னைக்கு நெய் ஆதாரமா...?

ப: தொன்னை அளவு நெய்யை ஆகாரமாக, அதுவும் செய்கூலி இன்றி சாப்பிட்டால் ஆதார உடம்புக்கு சேதாரம்...!

கே: கனவைப் பற்றி ஒரு கவிதை கூறுங்களேன்...?

ப: கனவே ஒரு கவிதைதான்... கவிதைக்கு மட்டுமல்ல கனவுக்கும் பொய் அழகு... உறக்கம், கனவு, விழிப்பு இவை மூன்றுமே, 'நான்' என்ற உணர்வுத் திரையில் தோன்றி மறையும் அவஸ்தைகள் என்கிறார் பகவான் ரமண மகரிஷி... இனி கனவை பற்றி என் கவிதை...

'சொப்பனத்தில் கண்ட சொகுசான
தூக்கமது
அப்படியே போச்சு அடரமணா!
அப்புறம்
எப்படியோ என்னை எவனோ
எழுப்பினான்
இப்படித் தானா இறப்பு...?'

கே: எப்படி அழைத்தால் கடவுள் வருவார்...?

'கடவுள் உண்டு
பிரகலாதன் கூவ...
பதிலுக்கு துரும்பும்
அசையவில்லை...
கடவுள் இல்லை
இரணியன் அறை கூவ...
பதிலாக தூண் பிளந்தது...'

கே: கிரேசி, உங்களுக்கு 'ஜாதி'யில் நம்பிக்கை உண்டா...?

ப: நான் நம்பும் ஒரே ஜாதி எம்பொஞ் 'சாதி...'

கே: நட்பின் இலக்கணம் என்ன...?

ப: வினைத்-தொகையை மாற்றும் பண்புத் தொகை...

கே: மடிசார், மாடர்ன்-டிரஸ் இதில் பெண்களுக்கு உகந்தது எது...கே:

ப: மடிசார் கட்டுவது தாலிக்காக... மாடர்ன்-டிரஸ் ஜாலிக்காக... மடிசார் கட்டு... மாடர்ன்-டிரஸ் இக்கட்டு...

கே: ஆலையில்லாத ஊருக்கு இலுப்பைப்பூ சர்க்கரை... இலுப்பைப் பூ இல்லாத ஊருக்கு...?

ப: இன்ஸுலின் தேவையில்லாத இன்சொல்...

கே: எது மயக்கம்...? எது போதை...?

ப: ராதை கண்ணன் மேல் கொண்டது மயக்கம்... கண்ணன் ராதை மீது கொண்டது போதை

கே: கடவுள் கொடுக்கும் தண்டனை எவ்வாறு இருக்கும்...?

ப: செய்த குற்றத்தை நினைத்து நினைத்து வருந்தும் வரையில், திருந்தும் வரையில் நீண்ட ஆயுள் தண்டனையாக இருக்கும்... பேசுகிறார்கள்...?

ப: சட்டம் கெட்டால் நாடு குட்டிச் சுவர்...

கே: விடியும் போது யார் முகத்தில் முழித்தால் நல்லது...?

ப: விடியும்போது முழித்தாலே ரொம்ப நல்லதுதான்... முன்பு ஒரு சமயம், விடியற்காலையில் பல் துலக்கப் போனபோது, தோட்டத்தில் இரவு முழுக்க விழித்திருந்து அலுத்துப் போய் தூங்கிக் கொண்டிருந்த திருடனை எழுப்பி அவன் முகத்தில் விழித்தேன்... அவன் எழுந்து என்னைப் பார்த்து திருட்டு முழி முழித்தான்... அவன் முகத்தில் முழித்த எனக்கு திருடனைப் பிடித்ததால் அன்று பாராட்டு... என் முகத்தில் விழித்த அவனுக்கு ஆறு மாசம் ஜெயில் வாசம்...

கே: தாங்கள் 'ஸ்பெக்ஸ்' போடுவது எதற்காக...?

ப: எல்லோரும் என்னைப் பார்க்க வேண்டும் என்பதற்காக, அப்போது போட ஆரம்பித்தேன்... எல்லோரையும் நான் பார்க்க வேண்டும் என்பதற்காக இப்போது போட்டுக் கொண்டிருக்கிறேன்... அப்போது ஆர்வக் கோளாறு... இப்போது பார்வைக் கோளாறு...

37. உயர்வு நகைச்சுவையணி!

கே: பொன் கண்டுபிடிப்பதற்கு முன்னால், பெண் எதனால் ஆபரணம் செய்து அணிந்தாள்...

ப: ஆரம்பத்தில் பொன் அகப்படாததால் ஆண்டவன் புதனைப் படைத்தான்... பிறகு பூவைப் படைத்து, பொன் வைக்கும் இடத்தில் பூவை வைத்தான்.. பூ, பூவையர் அதாவது பெண் ஆனது... பொன்னையும் பூவையும் எங்கு வைக்கலாம் என்று யோசித்த இறைவன்... பொன்னை பெண்ணின் கழுத்திலும், பூவை ஆணின் காதிலும் வைத்தான் அந்த அற்புதன்...

கே: கீதாசார்யன் கண்ணன், கடைசி காலத்தில் கேவலம் ஒரு வேடன் கையால் இறக்கலாமா...?

ப: ராமாயண வாலியை மரத்தின் பின் மறைந்து நின்று கொன்றான் ராமன்... அதற்கு பரிகாரமாக கிருஷ்ணாவதாரத்தில் ஒரு மரத்தின் பின் மறைந்திருந்து உறங்கும் தன்னை, மறைந்து இருந்து கொல்ல வாலிக்கு வாய்ப்பளித்தான் கண்ணனாக வந்த ராமன்... ஆக வேடனாக வந்தது வாலி என்ற மாறுவேடன்... ராமாயணத்தில் 'மரத்தில் மறைந்தது மாமத யானை...' கிருஷ்ணாவதாரத்தில் 'மரத்தால் மறைந்தது மாமத யானை...'

கே: மாதங்களில் சிறந்தது மார்கழி என்பது எதனால்...?

ப: தை பிறந்தால் வழி பிறக்கும்...

ஆனால் மார்கழி பிறந்தால்தான் தையே பிறக்கும்... வழிக்கு வழி காட்டிய கழி மார்கழி..

கே: கடவுளுக்கு மட்டும் எதற்கு நான்கு கைகள்...?

ப: கனவில் வந்த கடவுளிடம் இதே கேள்வியைக் கேட்டேன்... 'ஒரு கை படைக்க, ஒரு கை காக்க, ஒரு கை அழிக்க' என்று கூறிவிட்டு நைஸாக நழுவப் பார்த்த கடவுளின் அந்த நாலாவது கையைப் பிடித்து நிறுத்தி 'இது எதற்காக?' என்று கேட்டேன்... 'இது மாதிரி எக்கச்சக்கமான கேள்விக்கு பதில் சொல்ல முடியாம தலை முடியை பிச்சுக்கத்தான்' என்று கூறி விட்டு கலைந்தார் கடவுள்...

கே: சிரிப்பதால் ஆயுசு கூடுமா...? குறையுமா...?

ப: கூடும் அதே சமயம் குறையும்... வாய் விட்டு சிரித்தால் வாழ்-நாள் கூடும்... பாழ்-நாள் குறையும்.. சிரிப்பது காதலியோடு இருப்பதற்கு சமானம்... டைம் போறதே தெரியாது...நீண்ட ஆயுள்கூட நிமிடமாய்த் தோன்றும்... 'மரி மரி நின்னேவை' முந்திக் கொண்டு 'சிரி சிரி முன்னே...' 'நோ வொரி வொரி பின்னே...'

கே: ஜனவரி 7ல் பிறந்த நாள் கொண்டாடப் போகும் என் தந்தை (அண்ணா அன்பழகன்) அவர்களுக்கு என்ன பரிசு கொடுக்கலாம்...?

ப: முதியோர் இல்லத்தில் சேர்த்து, தாய்-தந்தையை மறந்த நான் கொண்டாடும் இந்தக் காலத்தில், பிறந்த நாள் கொண்டாட யோசித்த... அதை மூணாவது மனுஷனான என்னிடம் கலந்தாலோசித்த, இந்த பாசத்தை விட பெரிய பரிசு எது மகளே... 'யாழினி பர்வதம் அவர்களே', நான் தருகிறேன் உங்களுக்கு பரிசு 'வாழி நீ பர்வதம்' என்று...

கே: மனைவியிடம் கேட்க கூடாத கேள்வி எது...?

ப: 'ஏம்மா பேசாம இருக்கே...?'.!

கே: மௌன விரதம், உண்ணா விரதம் எப்போது இருக்க வேண்டும்...?

ப: சாப்பிடும்போது மௌன விரதம், பேசும் போது உண்ணாவிரதம் இருந்தால், எதிராள் மீது எச்சல் தெறிக்காது...

கே: ரகசியமாக காரியம் செய்பவர்கள் பற்றி...?

ப: சீக்ரெட் சிகரெட், இரண்டுமே injurious to health...

கே: 'ஏற்பது இகழ்ச்சி சரி... அப்புறம் 'ஐயம் இட்டு உண்...' முரண்பாடாக இருக்கிறதே...?

ப: ஏற்பது இகழ்ச்சி உழைக்காமல் உண்ணும் சோம்பல்... ஐயம் இட்டு உண் வலியச் சென்று வறுமையை விரட்டு விருந்தோம்பல்... அவ்வையின் பாடல் சமுதாயத்தைக் காக்கும் அரண், அதில் சற்றும் இருக்காது முரண்... ஐயம் இட்டு உண்ணாதவரை நாம் ஏற்பதுதான் இகழ்ச்சி...

கே: பஞ்சமா பாதகங்கள் எவை...?

ப: ஐம்புலன்கள்...

கே: வரப் போகும் புத்தாண்டை வரவேற்க வாழ்த்தாக ஒரு வெண்பா கூறுங்களேன்...?

ப: எனக்கு வெண்பா வித்தையை கற்றுத் தந்தவன் என் நண்பன் சு.ரவி... நான் காரியமாக எழுதுபவன்... சு. ரவி காரணமாக எழுதும் ஆசு.கவி... என் எழுத்து கெலிக்கும்... ஆனால் அவன் எழுத்து பலிக்கும்...புத்தாண்டை வர வேற்கும் பொறுப்பை அவனிடமே விட்டு விடுகிறேன்... இனி வருவது அவன் எழுதிய வெண்பா...

'அன்புநெய் ஊற்றி, அறிவுச் சுடரேற்றி
துன்ப இருளைத் துரத்திவிடு -
இன்பநிலை
ஆழ்த்தி அருள்கூட்டும் புன்னகையால்
புத்தாண்டை
வாழ்த்தி வரவேற்போம் வா...'

கே: பெண்கள் தாலிக்கு கொடுக்கும் மரியாதையை, கணவனுக்கு கொடுக்கி றார்களா...?

ப: அதை அடகு வைத்து 'டாஸ்மாக்' செல்லாத கணவனுக்கு 'பாஸ் மார்க்' மரியாதை கொடுப்பார்கள்...

கே: அறிவின் முதிர்ச்சி கல்வி யாலா...? அநுபவத்தினாலா...?

ப: கல்வியாலும் அறிவு வரும்... ஆனால் அனுபவத்தால்தான் அது முதிர்ச்சி அடையும்...

கே: விஷயத்தைக் காதில் போட்டு வைப்பதுதானே வழக்கம்.. அதென்ன மெட்ராஸ் பாஷையில் மட்டும் 'அவன் கைல சொல்லி வை'என்கிறார்கள்...?

ப: காரியம் நடக்க காதும் காதும் வச்சா மாதிரி, வைக்க வேண்டியதை 'கைல' வச்சிட்டு அப்பால சொல்லு என்று நாசூக்காக சொல்கிறார்கள் மெட்ராஸ் பாஷையில்.. சுத்தத் தமிழில் சொல்லப் போனால் 'கை'யூட்'டு...'

கே: கிரிக்கெட் அம்பயருக்கும், எமனுக்கும் என்ன ஒற்றுமை...?

ப: நீங்கள் எதிர்பார்க்கும் பதில், இரண்டு பேருமே 'அவுட்' ஆக்கற வங்க... எதிர்பார்க்காத பதில்... அம்பயர் போனா ஆல்அவுட்... எமன் வந்தா ஆள்அவுட்.. அம்பயருக்கு ஆறுல ஓவர்.. எமனுக்கு ஆறுலயும் ஓவர், நூறுலயும் ஓவர்..அம்பயர் அவுட் ஆனா கையைத் தூக்குவார்... எமன் கையை விரிச்சா அவுட்...

கே: எடுக்க எடுக்க குறையாத பாத்திரம் 'அட்சய பாத்திரம்...' அது போல போடப் போட நிரம்பாத பாத்தி ரம் இருக்கா...?

ப: 'நட்சத்திர பாத்திரம்' நடிகர் திலகம் அவர்கள்... கட்டபொம்மன், வ.உ.சி, அப்பர், ஆழ்வார் என்று வித்தியாசமான கதாபாத்திரங்களைப் போடப் போட அவற்றை சளைக்கா மல் ஏற்று, ரசிகர்கள் சந்தோஷத்தில் தளும்பும் அளவுக்கு அவர்களை மகிழ்வித்து, கதாசிரியர்களால் நிரப்ப முடியாதபடி வளர்ந்து கொண்டே இருந்த பிரும்மாண்டமான நிறை குடம் நடிகர் திலகம்...

கே: புடவையைக் கண்டு பிடித்தது யார்...?

ப: இதனால் செலவு ஜாஸ்தியாகும், பட்ஜெட் உதைக்கும் என்று தெரிந் திருந்தும் புடவையைக் கண்டுபிடித்த அந்த பருத்தி-வீரன், துணிவுள்ளவன் மட்டுமல்ல துணி-உள்ளவனும் கூட...

கே: பழகப் பழக பாலும் புளிக்

கும் என்பது, ஆணும்-ஆணும் பழகினாலா...? அல்லது ஆணும்-பெண்ணும் பழகினாலா...?

ப: ஆண்பாலும் புளிக்கும்... பெண்பாலும் புளிக்கும்...!

38. நம்பக் கூடிய பெண்!

கே: அழகு எப்போது ஆபத்தாகிறது...?

ப: ஆயுதமாகும்போது...

கே: தங்களைக் கவர்ந்த சரித்திர நாயகர்...?

ப: 'கல்கி கிருஷ்ணமூர்த்தி...'

கே: எந்தக் கேள்விக்கு எல்லோரும் ஒரே பதிலை சொல்வார்கள்...?

ப: 'சார்... லாங்கா...? ஷார்ட்டா...?' சலூனில் கேட்கப்படும் வழக்கமான கேள்வி... கமிட் பண்ணிக்க விரும்பாமல் எல்லோரும் வேறு வழியில்லாமல் சொல்லும் பதில் 'மீடியமா வெட்டுப்பா...'

கே: உத்தியோகம் புருஷ லட்சணம் என்பார்கள்... இப்ப அத்தனை பெண்களும் உத்தியோகம் பார்க்க ஆரம்பித்து விட்டார்கள்... அந்த பழமொழி என்ன ஆகும்...?

ப: 'உத்தியோகத்திற்கு லட்சணம் பெண்கள்' என்று அந்தப் பழமொழியை 'ரீ-மிக்ஸ்' செய்ய வேண்டியதுதான்...

கே: பொய் சொல்வது... உண்மையை மறைப்பது... என்ன வித்தியாசம்...?

ப: பொய் சொல்வதால் உண்மை மட்டுமே மறைக்கப்படுகிறது... உண்மையை மறைப்பதால் பொய்யை விட மோசமான பல வதந்திகள் பரவுகிறது...

கே: கண்ணனின் 'லீலைகளில்' உங்களைக் கவர்ந்த லீலை எது...?

கே: சமீபத்தில் தாங்கள் ரசித்துப் படித்த புத்தகம்...?

ப: வானதி பதிப்பகம் வெளியிடப் போகும் தென்கச்சி கோ.சுவாமிநாதன் அவர்களின் 'நமக்குத் தொழில் நகைச்சுவை' என்ற புத்தகத்திற்கு அணிந்துரை எழுதும் அரிய வாய்ப்பு அடியேனுக்குக் கிடைத்தது... யாம் அறிந்து இரண்டு கலைவாணிகள் உண்டு... ஒருவள், ஆய கலைகள் அறுபத்தி நான்கினை ஆளும் நாம் அறிந்த வாணி... இன்னொருத்தி ஹாஸ்ய கலையை மட்டும் அள்ளி வழங்கும் ஆகாச வாணி... இந்த 'ஆஹாஸ்ய வாணியின்' ஒரே வாரிசு 'தினம் ஒரு தகவல்' ஆல் இந்தியா ரேடியோவில் தந்த தென்கச்சியார்... இவர் வாழ்க்கைக்கு பகைச்சுவையான எதிர்க்கட்சிகளை நகைச்சுவையால் ஆளும் தென்கட்சியார்... ஹாஸ்யம், ஹ்யூமர், ஜோக், காமெடி என்று நகைச்சுவைக்கு பல பெயர்கள் உண்டு... பேரைச் சொல்லும் நாம் நகைச்சுவைக்கு ஊரைச் சொல்லப் போனால் அது தென்கச்சியாகத்தான் இருக்கும்... தமிழ் இலக்கணத்தில் 'உயர்வு நவிற்சியணி' என்று ஒன்று உண்டு... தென்கச்சியாரின் நகைச்சுவை 'உயர்வு நகைச்சுவையணி...'

ப: விஸ்வரூபம் எடுத்தவன், விளையாட்டுப் பிள்ளையாய், 'ஆவென்று' பிளந்த வாயில் கால் கட்டை விரலை சூப்பியபடி ஆலிலையில் மிதந்த 'ஆ-லீலை...'

கே: பாஞ்சாலி, சீதை, கண்ணகி இவர்களில் யாரை இன்றைய பெண்கள் பின்பற்றலாம்...?

ப: பாஞ்சாலியைப் படைத்தது நெருப்பு... சீதையைக் காத்தது நெருப்பு... கண்ணகிக்கு உதவி, அழித்தது நெருப்பு... ஆக படைத்தல், காத்தல், அழித்தல் தொழில்களைச் செய்யும் தெய்வமாக பெண்மை போற்றப்பட வேண்டுமென்றால், பெண் நெருப்பாக இருத்தல் வேண்டும்...

கே: எழுதும் பேனாவுக்கு எப்போதாவது முத்தம் கொடுத்தது உண்டா...?

ப: பெண்-ஃபிரண்டுக்குக் கொடுத்தால் முத்தம்... கூரான நிப்பு கொண்ட pen friendக்குக் கொடுத்தால் ரத்தம்...

கே: இந்திய கிரிக்கெட் அணி கேப்டன் தோனிக்கு, ரசிகர்கள் அவரது சொந்த ஊரான ராஞ்சியில் கோயில் கட்டப் போகிறார்களாமே...

ப: 'தான்தோனி அப்பன் ஆலயம்' என்று பெயர் வைக்கலாம்...

கே: கடன் கொடுப்பது, கடன் வாங்குவது - இதில் எது கொடுமை சார்...-?

ப: கொடுத்த கடனை திருப்பி வாங்குவது...!

கே: அய்யங்காரே... அது என்ன ஓய் திருக்கண்ணமுது...?

ப: பாயசத்தை பெருமாளுக்குப் படைத்து விட்டு அருந்ததி அருந்தினால், அந்த ஆரா அமுதனின் திருக்-கண் பட்டு அது திருக்கண்ணமுதாகும்... நம் கண் பட்டால் திருஷ்டி.. ஆண்டவன் கண் பட்டால் சிருஷ்டி...

கே: தலையணை மந்திரம் என்றால் என்ன...?

ப: கணவனை மனைவி போர்வையால் மூடி ரகசியமாக அளிக்கும் பிரம்மோபதேசம்... கணவனைக் கட்டிப் போடும் பிரம்மாஸ்திரம்...

கே: 2009-ஆம் ஆண்டில் எதை லட்சியமாகக் கொள்ளலாம்...?

ப: அலட்சியமாக இல்லாமல் இருப்பதே சிறந்த லட்சியம்...

கே: மடிசாரில் நமீதா எப்படி இருப்பார்...?

ப: நமீதாவாகத்தான் இருப்பார்...

கே: நான் உருதுவில் கவிதை எழுதுவேன்... ஆனால் நண்பர்கள் கவிதை சுமாராக இருக்கிறது என்கிறார்கள்...?

ப: விடாமல் எழுதுங்கள்... இப்போது 'சுமார்கய்யாம்' ஆக இருக்கும் நீங்கள் ஒரு நாள் 'உமார்கய்யாம்' ஆக நிச்சயம் மாறுவீர்கள்...

கே: ஊழல் பெருச்சாளி என்கிறோம்... ஊழலுக்கும், பெருச்சாளிக்கும் என்ன சம்பந்தம்...?

ப: இரண்டையும் லேசில் ஒழிக்க முடியாது...

கே: 'love' னு ஒரு வார்த்தை இல்லாமல் இருந்தால்...?

ப: சொல்லி தொடங்க வேண்டிய டென்னிஸ் விளையாட்டு இல்லாமல்

போயிருக்கும்... மிலிடெரி ஓட்டலில், இவ்விடம் 'பு' கிடைக்கும் என்று எழுதப்பட்டிருக்கும்... 'புலவ்'வில் உள்ள 'லவ்' இல்லாமல் போனதால்...

கே: வீட்டில் சண்டை நடந்தால் நீங்கள் எந்தப் பக்கம்...?

ப: கப்பென்று நழுவி கையில் கிடைத்த புத்தகத்தில் ஏதாவது ஒரு பக்கம் மூழ்கிவிடுவேன்...

கே: உங்களுக்குப் பிடித்த உலக அழகி யார்...?

ப: இந்த உலகத்தை விட இயற்கை யான ஒரு அழகி இருக்க முடியுமா... கண்ணுக்கு மை அழகு.. பெண்ணுக்கு பொறுமை அழகு... எனக்குப் பிடித்த உலக அழகி, பொறுமை என்ற நகையை மட்டும் அணிந்த, அந்த அகழ்வாரைத் தாங்கும் 'பூமா-தேவி...'

கே: தேடல் என்பது எது வரை...?

ப: 'நாம்' காணாமல் போகும் வரை...

கே: புத்திசாலி கூட தோற்கும் இடம் எது...?

ப: உங்கள் ஆசையைக் கெடுப்பா னேன்.. நான் தோற்று விட்டேன்...

கே: திருமணம் என்ற ஒன்று அவசியம் தேவைதானா...?

ப: இளமையில் தேவை... முதுமை யில் அவசியம்...!

கே: ஆணுக்கு எது பெருமை... பெண்ணுக்கு எது பெருமை...?

ப: தண்டச் சோத்து தடி ராமனாக இருந்தாலும் 'கல் ஆனாலும் கணவன்' என்று ஆணுக்குப் பெருமை.. வள் வள்ளென்று விழுந்தாலும் 'நாய் ஆனாலும் நாயகி' என்று பெண்ணுக்குப் பெருமை... கல்லைக் கண்டால் நாய் குரைக்கும்... நாயைக் கண்டால் கல்லும் கரையும்...

கே: எந்தப் பெண்ணை நம்பக் கூடாது...?

ப: குளிரக் குளிரப் பேசும் ஃபவுண் டன் பெண்ணை விட, குறைகளைக் குத்திக் காட்டும் பால்- பாயிண்ட் பெண்ணை நம்பலாம்...

கே: மனைவி மாமியாராகிறார்... மாமியார் மனைவியாக முடியுமா...?

ப: அறுபதாம் கல்யாணத்தில் ஆக முடியும்...

கே: அகத்தின் அழுக்கு முகத்தில் தெரிய மாட்டேங்குதே...?

ப: அகத்தின் அழுக்கு நகத்தில் தெரி யும்... குற்ற உணர்வில் டென்ஷனாக விரல் நகத்தைக் கடித்துக் கொண்டி ருப்பார்கள்..

கே: தாங்கள் சாப்பாட்டை மெது வாக சாப்பிடுவீர்களா, இல்லை வேக வேகமாக சாப்பிடுவீர்களா...?

ப: fast food சாப்பிடமாட்டேன்... ஆனால் foodஐ fast டாக சாப்பிடு வேன்... 'அன்னத்தை முத்தமிட்டு உண்' என்பார்கள்... ஒரு தடவை முயன் றேன்... lunch முடியறச்சே dinner வந்துடுத்து...

கே: மகாகவியை தும்பிக்கையால் யானை தாக்கியது ஏன்...?

ப: தமிழின் நம்பிக்கையை தும்பிக்கையால் தழுவ வந்த அந்த யானைக்கு அடி சறுக்கி விட்டது போலும்... மலை யானைப் பழம் நழுவி முத்தமிழ்ப் பாலில் விழுந்து விட்டது... யானைக்கு கஜேந்திரமோட்சம் கொடுத்தவன் கண்ணன்... அந்தக் கண்ணனின் நெருங்கிய நண்பனுக்கு கஜேந்திரன் மோட்சம் கொடுத்து விட்டது...

கே: கர்ணன் - கும்பகர்ணன் என்ன ஒற்றுமை...?

ப: இருவருமே கொடுத்து வைத்தவர்கள்... வள்ளலாய் வாரிக் 'கொடுத்து வைத்தவன்' கர்ணன்... வாரி எடுத்துக் கொண்டு போனாலும் நிம்மதியாக தூங்கி படுத்துக் 'கொடுத்து வைத்தவன்' கும்பகர்ணன்... இருவருமே செஞ் சோற்றுக் கடனுக்காக மீளாத் தூக்கத்தில் ஆழ்ந்தவர்கள்...

கே: 'குடிகாரன் பேச்சு விடிஞ்சா போச்சு...' புது விளக்கம் ப்ளீஸ்...?

ப: 'நல்ல காலம் விடிஞ்சா போச்சு குடிகாரன் பேச்சு...'

கே: சத்யத்தின் எதிர் காலம்...?

ப: அச்சமாக இருக்கிறது... 'சத்ய மேவ பயதே...'

கே: கற்பக விருட்சம், அலாவுதீன் அற்புதவிளக்கு, அமுதசுரபி இம்மூன் றும் உங்களுக்குக் கிடைத்தால் என்ன செய்வீர்கள்...?

ப: கற்பக விருட்சத்தின் நிழலில், அலாவுதீன் அற்புத விளக்கின் வெளிச் சத்தில் அமுதசுரபியைப் படிப்பேன்...

கே: ஆவியுடன் பேச முடியும் என் றால், எந்த ஆவியுடன் பேசுவீர்கள்...?

ப: நீர் ஆவியானால் பேசுவேன்...

கே: கிரேசி... 'காதல் என்ன கத்திரிக் காயா...?'

ப: 'பொருள் விளங்காய்...'

கே: 'ஹலோ நான் என்ன சொல் றேன்னா... ஹலோ என்ன இப்பிடி ஆயிடிச்சு' என்று வார்த்தைக்கு வார்த்தை 'ஹலோ' போட்டு பேசுபவர்களை குணப்படுத்துவது எப்படி கிரேசி...?

ப: 'ஹலோபதி' வைத்தியத்தால்...

கே: ராமாவதாரத்திற்கும், கிருஷ்ணா வதாரத்திற்கும் நீங்கள் காணும் வித் தியாசம் என்ன...?

ப: ஒருவனுக்கு (ராமன்) ஒருத்தி (சீதை) ராமாவதாரம்... ஆயிரம் பேர் இருந்தாலும் அந்த ஒருத்திக்குத்தான் (ராதை) அந்த ஒருவன் (கண்ணன்) கிருஷ்ணாவதாரம்...

கே: நம்மை நாமே ஏமாற்றிக் கொள்வது எப்போது...?

ப: சொப்பனத்தில்...!

கே: படித்த கல்விக்கு ஏற்ற வேலைக்குச் செல்லவில்லையே என்று வருத்தப் பட்டதுண்டா...?

ப: செய்யும் தொழில் எதுவானா லும், கற்ற கல்வியே காக்கும் கடவுள்...

கே: உங்கள் இளமையின் ரகசி யம்...?

ப: முதுமையில் சொல்கிறேன்...!

கே: 'எலாக்' வாட்டர்-ஹீட்டர் விளம்பரத்திற்கு எந்த அடிப்படையில் கிரேசியைத் தேர்ந்தெடுத்தார்கள்...?

ப: 'நட்புக்காக...' விளம்பரத்தை இயக்கிய காந்தன் என் ஸ்கூல்-நண்பன்... ஹீட்டர் தயாரிக்கும் கணேஷ் என் கூல்-நண்பன்...

கே: தூங்கும் போது நாம் ஏன் கண்களை மூடிக் கொள்கிறோம்...?

ப: கண்களை நாமாக மூடிக் கொண் டால்தான் அது தூக்கம்... மற்றவர்கள் வந்து மூடி விட்டால் அது நாலு பேர் தூக்க வேண்டிய தூக்கம்...

கே: என் கணவருக்கு சிரிப்பு வந்தால் கூடவே ஜலதோஷமும் வந்து விடுகிறது... என்ன செய்ய கிரேசி...?

ப: சிரிப்பும் ஜலதோஷமும் சேர்ந்து வந்தால் அவரை 'சிரிசிந்தி' ஆக

இருக்கச் சொல்லுங்கள்... அவருக்கு கம்பெனி கொடுக்க நீங்களும் 'சிந்தி-பைரவியாக' இருந்து விடுங்கள்...

கே: தமிழில் உங்களுக்கு பிடிக்காத வார்த்தை...?

ப: 'இல்லை...'

கே: பெண்களிடம் ஏன் ரகசியங்கள் தங்குவதில்லை...

ப: ரகசியத்தை சொல்லிவிடுவது தான் பெண்களின்' secret of their energy...'

கே: கூனி, கைகேயி... இருவரில் வில்லி யார்...?

ப: கூனி-வில்லி... கைகேயி-அம்பி...!

கே: நாமா ஓடினா 'ஜாகிங்...' நாய் துரத்தி ஓடினா...?

ப: 'டாகிங்...'.

கே: மூளை மாற்று சிகிச்சை வந்தால் என்ன ஆகும்...?

ப: கேள்வி நான் கேட்பேன்... பதில் நீங்கள் சொல்வீர்கள்...

கே: தெய்வம் நல்லவர்களை அதிகம் சோதிப்பது ஏன்...?

ப: கஜானாவைத்தான் சோதிப்பார்கள்... குப்பைத் தொட்டிக்கு என்ன சோதனை வேண்டிக் கிடக்கு...

கே: குழந்தைகளுக்காக 'நர்ஸரி-ரைம்ஸ்' எழுதியது உண்டா...?

ப: கேட்டதால் எழுதிப் பார்த்தேன்...

'up above the world so high
அதுக்கும் மேலே ego 'ஐ'
தப்பிழைக்கும் திருட்டுக் கழுதை
இப்பவே அதை எட்டி உதை...'

கே: நீங்க பதில் சொல்ல ரொம்ப கஷ்டப்பட வேண்டிய கேள்வி... 'பேண்டை போட்டுகிட்டு வேட்டியைக் கட்டிக்கலாம்... ஆனால் வேட்டியைக் கட்டிக்கிட்டு பேண்டை போட்டுக்க முடியுமா...' மாட்டிகிட்டீங்களா...?

ப: நான் மாட்டிக்கிட்டது இருக்கட்டும்... பேண்டை எப்படி மாட்டிக்கறது என்பதைப் பார்ப்போம்... வேட்டியை பஞ்சகச்சமா கட்டிக்கிட்டா பேண்டை போட்டுக்கலாமே... எனக்கு ஒரு "two in one' நண்பன் இருக்கான்... தொரசாமினு பேரு... அவன் நின்னா வெள்ளை வேட்டி... நடந்தாத்தான் தெரியும் அது வெள்ளை பேண்ட் என்பது... பேண்டுக்குள்ளேயே நடக்க வேண்டிய அளவுக்கு தொரசாமி தொள தொளசாமி....

(நிறைந்தது)

www.ingramcontent.com/pod-product-compliance
Lightning Source LLC
LaVergne TN
LVHW090400051026
849518LV00006B/2186